നിരഞ്ജന

കയ്യൂരിന്റെ കാഥികൻ

niranjana
kayyoorinte kadhikan
(jeevithavum ezhuthum)

•

payyannoor kunjiraman

•

first edition
january 2020

•

typesetting
akshara dtp, thiruvananthapuram

•

published
chintha publishers, thiruvananthapuram

•

cover
ambish kumar

Distribution

DESHABHIMANI BOOK HOUSE

H O Thiruvananthapuram 695035
phone: 0471-2303026, 6063026
Email: chinthapublishers@gmail.com
Website: www.chinthapublishers.com

Branch

Head Office Kunnukuzhi • Statue Thiruvananthapuram • KSRTC Bus Station Alappuzha • KSRTC Bus Station Ernakulam • Machingal Lane Thrissur • IG Road Kozhikode • Mavoor Road Kozhikode • NGO Union Building Kannur • Central Bus Terminal Complex Thavakkara Kannur

CO - 2854 / 5121
ISBN - 978-93-89410-16-7

നിരഞ്ജന
കയ്യൂരിന്റെ കാഥികൻ
(ജീവിതവും എഴുത്തും)

പയ്യന്നൂർ കുഞ്ഞിരാമൻ

ചിന്ത പബ്ലിഷേഴ്സ്
തിരുവനന്തപുരം-695 035

പയ്യന്നൂർ കുഞ്ഞിരാമൻ

ശ്രദ്ധേയമായ രചനകളിലൂടെ പൊരുതുന്ന ജനതയ്ക്ക് ആവേശം പകരുന്ന എഴുത്തുകാരൻ. അദ്ധ്യാപകൻ, പ്രഭാഷകൻ, സാക്ഷരതാ പ്രവർത്തകൻ, വിവർത്തകൻ, ബാലസാഹിത്യകാരൻ, ജീവചരിത്രകാരൻ, കോളമിസ്റ്റ് എന്നീ നിലകളിൽ സാന്നിദ്ധ്യം. നിരഞ്ജനയുടെ രചനകളാണ് കൂടുതലും വിവർത്തനം ചെയ്തത്. ബസവേശ്വരന്റെ വചനങ്ങളുടെ പരിഭാഷാവർക്കുഷോപ്പിൽ രക്തസാക്ഷി ഡോ. എം എം കൽബുർഗിയോടൊപ്പം പങ്കെടുത്തു. പുരോഗമന കലാസാഹിത്യ സംഘം സംസ്ഥാന കമ്മിറ്റിയംഗമാണ്. ഇപ്പോൾ സംസ്ഥാന ബാലസാഹിത്യ ഇൻസ്റ്റിറ്റ്യൂട്ട് ഭരണസമിതി മെമ്പറുമാണ്. സാക്ഷരതാമിഷൻ എക്സിക്യൂട്ടീവ് കമ്മിറ്റിയിൽ അംഗമായിരുന്നു. ബാലസംഘം അക്കാദമിയിൽ കമ്മിറ്റിയിലും പ്രവർത്തിച്ചു. വിവിധ സാഹിത്യ ശാഖകളിലായി 75 ഗ്രന്ഥങ്ങൾ പ്രസിദ്ധീകരിച്ചു. *ചരിത്രസാക്ഷ്യം, പാർട്ടി പിറന്നവഴികൾ, നായനാരുടെ ജീവിതകഥ, പെരുങ്കളിയാട്ടം, ഇ എം എസ്, എ കെ ജി, പി കൃഷ്ണപിള്ള, പത്മനാഭന്റെ വഴിയിൽ, മുരിങ്ങമരം ചാഞ്ഞ വീട്* എന്നിവ പ്രധാന കൃതികൾ.

വിലാസം : ശ്രീഹരി
ചാലക്കോട് പി ഒ
പയ്യന്നൂർ 670307

മൊബൈൽ : 9447209774

ഉള്ളടക്കം

പോരാട്ടം തന്നെ ജീവിതം 7
നീലേശ്വരത്തെ പഠനം 11
നൊമ്പരം നിറഞ്ഞ ബാല്യം 21
പത്രപ്രവർത്തകൻ 31
കമ്യൂണിസ്റ്റ് പാർട്ടിയിലേക്ക് 38
വിവാഹം, കുടുംബം 46
കഥാപ്രപഞ്ചം 55
നോവലുകൾ 68
പുരോഗമന സാഹിത്യകാരൻ 78
പുത്തൂരിലെ സാഹിത്യക്കൂട്ടായ്മ 85
നിരഞ്ജനയുടെ കത്തുകൾ 91
അഭിമുഖം 102
നിരഞ്ജന: ജീവിതഘട്ടം 110

അനുബന്ധം

രണധീര ചരിത്രമായ് കയ്യൂർ
ഇ കെ നായനാർ 114
കയ്യൂരിന്റെ കഥാകാരൻ
ഇ കെ നായനാർ 118
SMARANA (MEMORY)
K Madhavan 121
Mrutyunjaya
C Achuthamenon 125
NIRANJANA ABHINANDANA
LIVING IS ALL (For Niranjana)
K Raghavendra Rao 129
MY FRIEND NIRANJANA
Bhishma Sahni 130
നിരഞ്ജനയുടെ കൃതികൾ, ബഹുമതികൾ 133

പ്രസാധകക്കുറിപ്പ്

കന്നഡ സാഹിത്യത്തിലെ പ്രശസ്ത എഴുത്തുകാരനായ നിരഞ്ജന മലയാളിക്ക് സുപരിചിതനാണ്. മഹത്തായ കയ്യൂർ സമരത്തെ തന്റെ നോവലിലൂടെ ഇന്ത്യൻ സാഹിത്യത്തിൽ അടയാളപ്പെടുത്തിയ എഴുത്തുകാരനാണ് അദ്ദേഹം. നിരഞ്ജനയുടെ ജീവിതവും അദ്ദേഹത്തിന്റെ സർഗ്ഗാത്മക സംഭാവനകളും രാഷ്ട്രീയ സഞ്ചാരങ്ങളുമാണ് ഈ പുസ്തകത്തിൽ. നിരഞ്ജനയുമായി അടുത്തബന്ധം പുലർത്തുകയും അദ്ദേഹത്തിന്റെ രചനകൾ മലയാളത്തിലേക്ക് പരിഭാഷപ്പെടുത്തുകയും ചെയ്ത പയ്യന്നൂർ കുഞ്ഞിരാമനാണ് ഗ്രന്ഥകാരൻ.

മലയാളി വായനാസമൂഹം ഈ പുസ്തകം സ്വീകരിക്കുമെന്ന് പ്രതീക്ഷിക്കുന്നു.

ചിന്ത പബ്ലിഷേഴ്സ്

പോരാട്ടം തന്നെ ജീവിതം

എസ്രാ പൗണ്ട് എഴുതിയ ഒരു ലേഖനം നിരഞ്ജന തന്റെ പത്ര പംക്തിയിൽ ഉദ്ധരിക്കുന്നുണ്ട്. പാരീസിൽ ഒരു ദിവസം പത്നിയോടൊപ്പം അദ്ദേഹം നടക്കാനിറങ്ങി. സുഹൃത്ത് നടത്തുന്ന ബുക്സ്റ്റാളിലേക്ക് അവർ കടന്നുചെന്നു. അവിടെ ഒരാൾ പുസ്തകങ്ങൾക്കിടയിൽ എന്തോ തിരയുന്നുണ്ടായിരുന്നു. ബുക്സ്റ്റാൾ ഉടമ സിൽവിയ അയാളെ എസ്രാ പൗണ്ടിന് പരിചയപ്പെടുത്തിക്കൊടുത്തു... ഏണസ്റ്റ് ഹെമിങ്‌വെ! ഹെമിങ്‌വെയാണ് മുന്നിലുള്ളത് എന്നു മനസ്സിലാക്കിയ പൗണ്ട് അയാളോട് പറഞ്ഞു... “നിങ്ങളെ കാണാൻ നാലായിരം മൈലുകൾ യാത്ര ചെയ്ത് വന്നതാണ്.” ഹെമിങ്‌വെ തന്റെ ചെറുകഥകളുടെ കൈയെഴുത്തു പ്രതി പൗണ്ടിനെ കാണിച്ചു. അതിലെ രചനാശൈലി അദ്ദേഹത്തെ അത്ഭുതം കൊള്ളിച്ചു... “അമേരിക്കൻ സാഹിത്യത്തിൽ ഇതൊരു പുതു ശൈലി” — എന്ന് എസ്രാ പൗണ്ട് പ്രശംസിച്ചു. അമേരിക്കയിലെ പ്രസ്സുമായി ബന്ധപ്പെട്ട് പൗണ്ട് ഹെമിങ്‌വെയുടെ ആദ്യനോവൽ *In our Time* പ്രസിദ്ധീകരിച്ചു. അതോടെ ഹെമിങ്‌വെ പ്രശസ്തനായി. നോവൽ പരിഷ്കരിച്ചാണ് പൗണ്ട് പ്രസിദ്ധീകരിപ്പിച്ചതെന്നു മനസ്സിലാക്കിയ ഹെമിങ്‌വെ പറഞ്ഞു... "Pound taught me more about how to write and how not to write." നോബൽ സമ്മാനം കിട്ടിയശേഷം പത്രപ്രവർത്തകരോട് സംസാരിക്കവെ ഹെമിങ്‌വെ പറഞ്ഞു... “ഈ നോബൽ സമ്മാനം എസ്രാ പൗണ്ടിന് ലഭിച്ചിരുന്നെങ്കിൽ ഞാനിതിലും കൂടുതൽ സന്തോഷിക്കുമായിരുന്നു...” പിന്നീട് ഹെമിങ്‌വെ തനിക്കു കിട്ടിയ പണത്തിൽനിന്ന് 1500 ഡോളറിന്റെ ചെക്ക് എസ്രാ പൗണ്ടിനയച്ചുകൊടുത്തു. പൗണ്ട് ചെക്ക് മാറാതെ, അത് ഫ്രെയിം ചെയ്ത് സ്വന്തം മുറിയിൽ തൂക്കിയിട്ടു. എസ്രാ പൗണ്ടിൽനിന്ന് പ്രചോദനമുൾക്കൊള്ളാനാകാത്ത എഴുത്തുകാരന്

സാഹിത്യരംഗത്ത് വിജയിക്കാനാവില്ലെന്നും ഹെമിങ്‌വെ ചൂണ്ടിക്കാട്ടി.

എസ്രാ പൗണ്ടിന്റെ ജീവിതവും ചിന്തയും നിരഞ്ജന മാതൃകയാക്കിയിരുന്നു. പത്രപ്രവർത്തകനുമായിരുന്ന പൗണ്ട് വലുപ്പച്ചെറുപ്പഭേദമില്ലാതെ എല്ലാവരെയും സ്വീകരിച്ചു. സമത്വത്തിന്റെ മഹത്തായ പാഠങ്ങൾ ആ ജീവിതത്തിൽനിന്ന് ഉൾക്കൊള്ളാനാകും. രവീന്ദ്രനാഥ ടാഗോറിനെ അമേരിക്കക്കാർക്ക് പരിചയപ്പെടുത്തിക്കൊടുത്തത് എസ്രാ പൗണ്ടാണ്.

പരന്ന വായനയും തീക്ഷ്ണമായ അനുഭവങ്ങളും കൊണ്ടാണ് നിരഞ്ജനയുടെ ജീവിതം സമ്പന്നമായത്. കന്നഡഭാഷയുടെ ഹൃദയംഗമമായ ശൈലിയിൽ അദ്ദേഹം രചിച്ച കൃതികളും നടത്തിയ പ്രഭാഷണങ്ങളും പൊരുതുന്ന ജനങ്ങൾക്കെന്നതുപോലെ വളരുന്ന എഴുത്തുകാർക്കും പ്രചോദനം നല്കി. ജീവിതസമസ്യകളെയാണ് നിരഞ്ജന എന്നും നേരിട്ടത്. ഈ പോരാട്ടം കുട്ടിക്കാലംതൊട്ട് തുടങ്ങുന്നു. പിതാവിന്റെ ലാളനയേല്ക്കാതെ വളർന്നു. പട്ടിണി മാറ്റാൻ പണിയെടുത്തുകൊണ്ട് പഠിച്ചു. ചുറ്റുമുള്ള ദരിദ്രജനതയുടെ നൊമ്പരമേറ്റുവാങ്ങാനുള്ള മനസ്സുണ്ടായി.

ഏതു പ്രതിസന്ധിയിലും തളരാതിരിക്കാൻ നിരഞ്ജന ശ്രദ്ധിച്ചു. ബാഹ്യപ്രപഞ്ചത്തിലെ ശക്തിചൈതന്യത്തിൽ വിശ്വസിച്ചു. മനുഷ്യജീവിതത്തെ നിയന്ത്രിക്കുന്നത് അവന്റെ ചുറ്റുപാടാണെന്ന് കണ്ടെത്തി. അന്ധമായ ആരാധനയും വിശ്വാസവും ജനങ്ങളെ ഒതുക്കിനിർത്തുകയായിരുന്നു. ജനിക്കുകയും മരിക്കുകയും ചെയ്യുന്നതാണ് മനുഷ്യജീവിതം. ജീവിതം എന്തുകൊണ്ടിങ്ങനെയായെന്ന് ചിന്തിക്കാനും പരിഹാരം കണ്ടെത്താനും കഴിയണം. ജീവിതത്തെ ആദ്യന്തം സുന്ദരമാക്കുന്നത് ഭൗതികപ്രപഞ്ചത്തെ ആസ്പദമാക്കിയുള്ള തത്ത്വദർശനമാണ്. ജീവിതത്തിലുള്ള സംഘർഷങ്ങൾ വെറുതെ കണ്ടിരിക്കാനുള്ളതല്ല. അവഗണിച്ച് മാറ്റി നിർത്തേണ്ടതുമല്ല. തിരിച്ചറിഞ്ഞ് പ്രതികരിക്കേണ്ടതാണ്. ഈ പ്രതികരണത്തെ ത്വരിതപ്പെടുത്താൻ എഴുത്തുകാർക്ക് ബാദ്ധ്യതയുണ്ടെന്ന് നിരഞ്ജന വിശ്വസിച്ചു.

മേലാളരുടെ ചതുരംഗക്കളിയിൽ സാധാരണ ജനത വെറും കരുക്കൾ മാത്രമാണെന്ന് നിരഞ്ജന ഒരു നോവലിൽ സൂചിപ്പിക്കുന്നുണ്ട്. എന്നാൽ ആ കരുക്കൾക്ക് അസാമാന്യ ബലവും കരുത്തുമുണ്ട്. എതിരാളിയെ വെട്ടിവീഴ്ത്തിക്കൊണ്ടാണ് ആ കരുക്കൾ മുന്നേറുന്നത്. ജീവൻ പണയംവച്ച് അദ്ധ്വാനിക്കുന്നവർക്ക് അരവയറും ചമ്മട്ടിയും എന്ന നില മാറണമെന്നാണ് നിരഞ്ജന പറഞ്ഞുകൊണ്ടിരുന്നത്. *മൃത്യുഞ്ജയൻ* നോവലിലെ നായകൻ പ്രഖ്യാപിക്കുന്നതു നോക്കുക. “മഹാപ്രഭുക്കളേ, പ്രധാന പൂജാരികളേ, മന്ത്രിവര്യരേ, എല്ലാവരും കേൾക്കുക.... ചെവി തുറന്ന് കേൾക്കുക... ഞങ്ങൾക്ക്... അതായത് ജനങ്ങൾക്ക് ദേഷ്യം വന്നാൽ... വെള്ളപ്പൊക്കംപോലെ അത് ഭീകരമായിത്തീരും. അതിൽ നിങ്ങളെല്ലാം കുത്തിയൊലിച്ചുപോകും. വെള്ളമിറങ്ങിക്കഴിഞ്ഞാൽ കാണുന്നത് തികച്ചും നൂതനമായൊരു ലോകമായിരിക്കും... തികച്ചും നൂത

നമായത്!"

ജനതയുടെ പ്രതിരോധശക്തി കുറയുമ്പോൾ പുതിയ ശക്തികൾ അവിടെ കടന്നുകൂടുമെന്ന് നിരഞ്ജന ഓർമ്മിപ്പിക്കുന്നു. അങ്ങനെ വരാതെ ജാഗ്രത പുലർത്താൻ കഴിയണം. തൊഴിലാളിവർഗ്ഗത്തിന്റെ ജീവിതം സ്വേച്ഛാധിപത്യത്തിനെതിരെയുള്ള സമരമാണ്.

മനുഷ്യസ്നേഹപരമായ എല്ലാ വികാരങ്ങളെയും വിപ്ലവം തട്ടിയുണർത്തുമെന്ന മാർക്സിം ഗോർക്കിയുടെ വിലയിരുത്തൽ നിരഞ്ജനയും സ്വീകരിക്കുന്നു. മനുഷ്യനെ ബാഹ്യമായടിമപ്പെടുത്തുന്ന ശക്തികൾക്കെതിരെ നിരന്തരമായി സമരം ചെയ്യണം. അതിലൂടെ മാത്രമേ അവന് ആന്തരികമായി സ്വാതന്ത്ര്യവും പരിശുദ്ധിയും നേടാൻ കഴിയൂ. മനുഷ്യസമൂഹത്തെ ഉടച്ചുവാർക്കുന്ന പ്രക്രിയയിൽ സാഹിത്യത്തിനും കലകൾക്കും അതിയായ പങ്ക് നിർവ്വഹിക്കുവാൻ കഴിയും. പഠിക്കുക, മറ്റുള്ളവരെ പഠിപ്പിക്കുക എന്ന ഗോർക്കിയുടെ വാക്യം നിരഞ്ജന ജീവിതസമീപനമായി കരുതുന്നു.

മലയാളികൾ വിശാലമനസ്കരാണ്. അന്യഭാഷയിലെ എഴുത്തുകാരെയും കലാകാരന്മാരെയും നെഞ്ചോട് ചേർത്തു പുണരാനുള്ള സ്നേഹം മലയാളികൾക്കുണ്ട്. നിരഞ്ജന മലയാളികൾക്ക് ഒരെഴുത്തുകാരൻ മാത്രമല്ല. വികാര വിചാരങ്ങൾ തട്ടിയുണർത്തിയ സാമൂഹ്യ പ്രവർത്തകനുമാണ്. അന്ധവിശ്വാസങ്ങളും അനാചാരങ്ങളും അനുദിനം വർദ്ധിക്കുന്ന വർത്തമാനകാലത്ത് നിരഞ്ജനയെപ്പോലുള്ളവരുടെ ആദർശജീവിതം തിരിച്ചറിവിലേക്കുള്ള പാഠമായിത്തീരും. പുസ്തകം രചിക്കുന്നതിനേക്കാൾ പ്രധാനം അത് ജനങ്ങളിലെത്തിക്കുകയാണ്. ഈ കൃത്യം ഭംഗിയായി നിർവ്വഹിക്കുവാൻ *ചിന്ത* മുമ്പോട്ടുവന്നതിൽ അതീവ സന്തോഷവും കടപ്പാടുമുണ്ട്.

പയ്യന്നൂർ കുഞ്ഞിരാമൻ

1

നീലേശ്വരത്തെ പഠനം

സ്വാതന്ത്ര്യത്തിനുവേണ്ടി നെഞ്ചുകീറിയൊരു ഗ്രാമം. അടിമത്തത്തിനും ചൂഷണത്തിനുമെതിരെ അർപ്പണബോധത്തോടെ പൊരുതിയിറങ്ങിയ മണ്ണ്. കാസർഗോഡ് ജില്ലയിലെ കയ്യൂർ എന്ന നാടിനെ വിശേഷിപ്പിക്കാൻ അനേകം പദങ്ങളുണ്ട്. പഴയ തെക്കൻ കർണ്ണാടക ജില്ലയുടെ ഭാഗമായിരുന്നു കയ്യൂർ. പഴയ മലബാർ ജില്ലയോട് തൊട്ടുകിടക്കുന്ന നീലേശ്വരം ഫർക്കയിൽപ്പെട്ട ഒരു ഗ്രാമം. തെക്കൻ കർണ്ണാടക ജില്ലയുടെ ആസ്ഥാനം മംഗലാപുരമായിരുന്നു. കയ്യൂർ ഗ്രാമത്തെ തഴുകിയൊഴുകുന്ന ഒരു പുഴയുണ്ട്. അറബിക്കടലിലേക്കൊഴുകുന്ന ആ പുഴയുടെ പഴയ പേര് കാര്യങ്കോട് പുഴ എന്നായിരുന്നു. ഇന്ന് ആ പുഴ 'തേജസ്വിനി' എന്നറിയപ്പെടുന്നു. പുഴയ്ക്ക് പുതിയ പേരിട്ടത് നിരഞ്ജനയാണ്. വർഷകാലത്ത് പുഴ കരകവിഞ്ഞൊഴുകും. സമീപപ്രദേശങ്ങളെല്ലാം വെള്ളത്തിലാണ്ടുപോകും. ചപ്പുചവറുകളും മരത്തടികളും വെള്ളത്തിൽ ഒഴുകി നടക്കുന്നുണ്ടാകും. പുഴയ്ക്കരികിൽ താമസിക്കുന്നവർ വെള്ളപ്പൊക്കകാലത്ത് കുന്നിൻചരിവിലേക്ക് മാറിത്താമസിക്കും. വെള്ളമിറങ്ങിയാൽ സമീപപ്രദേശമാകെ ചപ്പുചവറുകൾകൊണ്ട് നിറയും. അവ മണ്ണിന് നല്ല വളമായിത്തീരും. അതുകൊണ്ടുതന്നെ കയ്യൂരിന്റെ മണ്ണിൽ വിളവുകൾ സമൃദ്ധമായി വളരും.

പഴയ കയ്യൂരിൽ ഗതാഗതസൗകര്യം തീരെ കുറവായിരുന്നു. കാൽനടയാത്രയാണ് ഏകവഴി. പുഴയാത്രയ്ക്ക് തോണിയുണ്ടാവും. കയ്യൂരിലുള്ളവർക്ക് നീലേശ്വരത്തെത്തണമെങ്കിൽ പുഴ കടക്കണം. ജനങ്ങളിൽ ഭൂരിഭാഗവും കർഷകരായിരുന്നു. നന്നായി അദ്ധ്വാനിച്ച് വിളവുകൾ ഉല്പാദിപ്പിക്കും. എന്നാൽ നീലേശ്വരത്തോ ചെറുവത്തൂരോ ചെന്ന് വിളവുകൾ വില്പന നടത്തുവാൻ കയ്യൂരിലെ കർഷകർക്ക് സാധിക്കുമായി

രുന്നില്ല. ഇടത്തട്ടുകാർക്ക് ഉല്പന്നങ്ങൾ വില്ക്കേണ്ടിവരുന്നു. കർഷകരെല്ലാം കുടിയാന്മാരായിരുന്നു. ജന്മിയോട് പാട്ടത്തിനും വാരത്തിനും നിലം വാങ്ങി കൃഷി ചെയ്യുന്നവർ. കൃഷിനിലം നീലേശ്വരം രാജവംശത്തിന്റെ കീഴിലുള്ളതായിരുന്നു. കാര്യസ്ഥന്മാരും നാട്ടുപ്രമാണിമാരുമാണ് നിലം നോക്കിനടത്തിയിരുന്നത്. കൃഷിക്കാർക്ക് പാട്ടവ്യവസ്ഥയിൽ നിലം വിട്ടുകൊടുത്താലും പുറമെ പലവിധ അക്രമപ്പിരിവുകളും നല്കാൻ നിർബ്ബന്ധിതരായിരുന്നു. നികുതി നല്കുവാൻ കൂട്ടാക്കാത്തവരെ കഠിന ശിക്ഷയ്ക്ക് വിധേയമാക്കിയിരുന്നു.

തെക്കൻകർണ്ണാടകജില്ലയിലെ കാസർഗോഡ് താലൂക്കിൽപ്പെട്ട ഹോസ്ദുർഗ് ഉപതാലൂക്കിൽ അടിമത്തവും ചൂഷണവും അതിഭീകരമായി നിലനിന്നിരുന്നതായി ചരിത്രകാരന്മാർ രേഖപ്പെടുത്തുന്നു. ജന്മിയുടെ മുന്നിൽ കൃഷിക്കാർ നിവർന്നു നില്ക്കരുത്. ചെരിപ്പിട്ട് നടക്കരുത്. മുട്ടിനു കീഴിലെത്തുംവിധം മുണ്ടുടുക്കരുത്. കുപ്പായമിടാനേ പാടില്ല. മീശ വെക്കരുത്. തലയിൽ തോർത്ത് കെട്ടാൻ പാടില്ല. നല്ല ഭാഷയിൽ സംസാരിച്ചുകൂടാ. ജന്മിയെ ദൈവമെന്ന അർത്ഥത്തിൽ 'തമ്പുരാൻ - തമ്പ്രാൻ' എന്ന് വിളിക്കണം. ജന്മിപത്നി 'തമ്പ്രാട്ടി'യാണ്. കൃഷിക്കാർ 'ഞാൻ' എന്നുപയോഗിച്ച് സംസാരിക്കരുത്. 'അടിയൻ' എന്നേ പറയാവൂ. ആഹാരത്തിന് 'കരിക്കാടി' എന്നു പറയണം. താമസിക്കുന്ന ഇടത്തിന് 'കൂര' എന്നുപയോഗിക്കണം. പണിയെടുക്കുന്നവരെ മനുഷ്യരായി പരിഗണിച്ചിരുന്നില്ലെന്നതാണ് വാസ്തവം. ഇരുകാലിമാടുകൾ എന്നേ കരുതിയുള്ളൂ. ചങ്ങമ്പുഴയുടെ *വാഴക്കുല* എന്ന കവിത ഈ വസ്തുതയാണ് പരാമർശിക്കുന്നത്. വാഴക്കുല ഉല്പാദിപ്പിച്ചത് മലയപ്പുലയൻ. അത് ഉപയോഗിക്കുന്നതാകട്ടെ തമ്പുരാനും. 'കരയാതെ മക്കളേ, കല്പിച്ചു തമ്പുരാൻ...' എന്നാണ് മക്കളെ നോക്കി അച്ഛൻ വിലപിക്കുന്നത്. ഇങ്ങനെ തലമുറകളായി ചൂഷണവും അടിമത്തവും തുടർക്കഥപോലെ നീണ്ടുവന്നു. കുനിഞ്ഞ ശിരസ്സും തളർന്ന ശരീരവുമായി കഴിഞ്ഞിരുന്നവർ ഒരു സുപ്രഭാതത്തിൽ സടകുടഞ്ഞെഴുന്നേറ്റു. വെയിലും മഴയുംകൊണ്ട് കഷ്ടപ്പെട്ടവർ മുഷ്ടി ചുരുട്ടി മുദ്രാവാക്യം വിളിച്ച് പ്രകടനം നടത്തി. ഉമിത്തീ ഉയർന്നു കത്തുന്നതുപോലെയായിരുന്നു അത്. അടിമത്തച്ചങ്ങല അറുത്തെറിഞ്ഞ് കയ്യൂർ ഗ്രാമം മുന്നോട്ട് നീങ്ങി. പൊന്ന് വിളയുന്ന മണ്ണിൽ വിമോചനത്തിന്റെ കൊടികൾ പാറിച്ചു. ഈ ചരിത്രസംഭവം പശ്ചാത്തലമാക്കി കന്നഡ ഭാഷയിൽ ഒരു നോവലുണ്ടായി... *ചിരസ്മരണ.* എന്നെന്നും തളരാതെ നിലനില്ക്കുന്ന ഓർമ്മ എന്നാണതിനർത്ഥം. കണ്ണൂർ സെൻട്രൽ ജയിലിൽ തൂക്കിലേറിയ നാലു ധീരയോദ്ധാക്കളുടെ കഥ പറയുന്ന നോവൽ രചിച്ചത് നിരഞ്ജനയാണ്. മലയാളമറിയുന്ന, മലയാളിയെ വളരെ ഇഷ്ടപ്പെട്ട എഴുത്തുകാരനും കമ്യൂണിസ്റ്റുമായിരുന്നു നിരഞ്ജന. 1941 മാർച്ച് 28 നാണ് കയ്യൂർ സംഭവമുണ്ടായത്.

നിരഞ്ജന അക്കാലത്ത് നീലേശ്വരം രാജാസ് ഹൈസ്കൂളിൽ പഠിക്കുന്നുണ്ടായിരുന്നു. നീലേശ്വരം തെക്കൻ കർണ്ണാടകത്തിന്റെ ഭാഗ

മായിരുന്നുവെന്ന് സൂചിപ്പിച്ചുവല്ലോ. തെക്കൻ കർണ്ണാടകത്തിന്റെ നാനാ ദേശങ്ങളിലുമുള്ള കുട്ടികൾ അന്ന് നീലേശ്വരത്ത് പഠിക്കാനെത്തിയിരുന്നു. 1938 ജൂൺ മാസത്തിലാണ് നിരഞ്ജന നീലേശ്വരത്ത് വരുന്നത്. ഇംഗ്ലീഷ് മീഡിയം എട്ടാംതരത്തിലാണ് ചേർന്നത്. മൂന്നുവർഷം രാജാസ് ഹൈസ്കൂളിൽ പഠിച്ചു. ഉപഭാഷയായി മലയാളവും കന്നഡയും പഠിക്കണമായിരുന്നു. അന്ന് നിരഞ്ജന എന്ന തൂലികാനാമം സ്വീകരിച്ചിരുന്നില്ല. 'ശിവറായ' എന്നായിരുന്നു പേര്. ഒറ്റയ്ക്കുവന്ന് ഹോസ്റ്റലിൽ താമസിച്ച് പഠിക്കുകയായിരുന്നില്ല. അമ്മയോടൊപ്പമാണ് വന്നത്. സ്കൂളിനകലെ ക്ഷേത്രപരിസരത്തായി ചെറിയൊരു വീട് വാടകക്കെടുത്ത് അമ്മയും മകനും താമസിക്കുകയായിരുന്നു.

1938 കാലം മലബാറിലും തെക്കൻ കർണ്ണാടകത്തിലും സാരമായ ചലനങ്ങൾ സൃഷ്ടിച്ചിരുന്നു. കുടിയാന്മാരുടെ രക്ഷയ്ക്കായി കർഷക സംഘം ഉടലെടുത്തു. കുടിയൊഴിപ്പിക്കലിനെതിരെ പ്രതിഷേധശബ്ദങ്ങളുയർന്നു. നീലേശ്വരത്തും ചെറുവത്തൂരിലും കർഷകസമ്മേളനങ്ങൾ നടന്നു. കയ്യൂരിലും കർഷകർ സംഘടിച്ചു. കയ്യൂരടക്കമുള്ള പ്രദേശങ്ങളിലെ കർഷകസംഘം പ്രവർത്തകർ മംഗലാപുരത്തേക്ക് കാൽനടജാഥ നടത്തി. ഇത്തരം വാർത്തകൾ പത്രങ്ങളിൽ വന്നുകൊണ്ടിരുന്നു. രാജാസ് ഹൈസ്കൂളിലെ കന്നഡ വിദ്യാർത്ഥികളിൽ ഇതിന്റെ സ്വാധീനം പ്രകടമായിക്കൊണ്ടിരുന്നു. ഫോർത്ത് ഫോം വിദ്യാർത്ഥിയായ ശിവറായക്ക് എന്തുകൊണ്ടോ ഇത്തരം വാർത്തകളിൽ കൂടുതൽ താല്പര്യം തോന്നി.

വെളുത്ത് സുമുഖനായ കുട്ടിയായിരുന്നു ശിവറായ. ക്ലാസിലെ മുൻബെഞ്ചിൽത്തന്നെ സ്ഥാനംപിടിക്കും. ആരോടും കൂടുതൽ ഇടപെട്ടിരുന്നില്ല. കൃത്യമായി ക്ലാസിലെത്തും. നന്നായി പഠിക്കും. മിടുമിടുക്കൻ എന്നാണ് അദ്ധ്യാപകർ അഭിപ്രായപ്പെട്ടത്. ശാന്തമായി പെരുമാറുന്ന കുട്ടിയായിരുന്നു ശിവറായ എന്ന് അന്നത്തെ അദ്ധ്യാപകൻ കൃഷ്ണമാരാർ അനുസ്മരിച്ചിട്ടുണ്ട്. അവന്റെ സംസാരത്തിനും ഇടപെടലിനും അസാധാരണമായ സമീപനമുണ്ടായിരുന്നു. കൃഷ്ണമാരാർ സയൻസും ഇംഗ്ലീഷുമാണ് പഠിപ്പിച്ചത്. ചോദ്യങ്ങൾക്കൊന്നും ഉത്തരം കിട്ടാതെ വിഷമിക്കേണ്ട സാഹചര്യം ശിവറായനുണ്ടായിട്ടില്ല. ക്ലാസിൽ ഇംഗ്ലീഷിൽ മറുപടി പറയാൻ കഴിഞ്ഞ വിദ്യാർത്ഥിയും അവനായിരുന്നു. ക്ലാസിലെ പ്രബന്ധങ്ങളിൽ ശിവറായ എഴുതിയത് അദ്ധ്യാപകൻ ഉറക്കെ വായിക്കുമായിരുന്നു. ക്ലാസിലെ പാഠ്യേതരപ്രവർത്തനങ്ങളിലും അവൻതന്നെ മുന്നിൽ. ശിവറായന്റെ മറ്റൊരു സവിശേഷത പുസ്തകവായനയാണ്. ഒഴിവ് കിട്ടുമ്പോഴെല്ലാം സ്കൂൾ ലൈബ്രറിയിൽ ചെന്നിരിക്കും. മുഷിഞ്ഞിരുന്ന് വായിക്കും.

നീലേശ്വരത്ത് ശിവറായയുടെ സഹപാഠിയായിരുന്ന പി രാമഭട്ട് രേഖപ്പെടുത്തുന്നത് നോക്കുക –

ഞാനും ശിവറായയും ബാല്യകാല കൂട്ടുകാരാണ്. പാഠഭാഗം കാണാ

പ്പാഠമാക്കുന്ന ശീലം അവനില്ലായിരുന്നു. ലോകപ്രശസ്ത ഗ്രന്ഥങ്ങളിലാണ് അവൻ ശ്രദ്ധിച്ചത്. പത്രമാസികകളിൽ വരുന്ന കഥകളും കവിതകളും ശ്രദ്ധിച്ചു വായിക്കും. പത്രങ്ങളിലെ വാർത്തകളുടെ ചുരുക്കം നോട്ടുബുക്കിൽ കുറിച്ചിടും. നാടിന്റെ ചലനങ്ങൾ സൂക്ഷ്മമായി ഉൾക്കൊള്ളാൻ അവൻ തല്പരനായിരുന്നു. ക്ലാസിൽ എന്നും അവന് ഒന്നാം സ്ഥാനം. ഇതുകൊണ്ടുതന്നെ അദ്ധ്യാപകരുടെയും വിദ്യാർത്ഥികളുടെയും കണ്ണിലുണ്ണിയായിത്തീർന്നു.

നീലേശ്വരത്ത് പഠിക്കുമ്പോഴും ശിവറായ ദാരിദ്ര്യത്തിലും പട്ടിണിയിലും തന്നെയായിരുന്നു. അന്ന് സ്കൂൾ ഹോസ്റ്റലിന്റെ ചുമതല കൃഷ്ണ മാരാർ മാസ്റ്റർക്കായിരുന്നു. അരിസാധനങ്ങൾ അദ്ദേഹമാണ് വാങ്ങിയിരുന്നത്. ഒരുദിവസം ശിവറായ മാരാർ മാസ്റ്ററെ സമീപിച്ച് പറഞ്ഞു... “സർ, ഒരു മുറം അരി കടമായി തരണം. ഒരുമാസത്തിനകം ഇതിന്റെ വില തന്നുതീർക്കാം.” മാരാർ മാസ്റ്റർ കുട്ടിയുടെ മുഖത്തേക്ക് നോക്കി. തന്റെ രക്ഷകന്റെ മുന്നിലാണ് നില്ക്കുന്നതെന്ന ഭാവം അവനിലുണ്ടായിരുന്നു. വിലകുറഞ്ഞ വസ്ത്രമാണ് അവൻ ധരിച്ചിരുന്നത്. മാസ്റ്റർ അവനെ വീട്ടിലേക്ക് കൂട്ടിക്കൊണ്ടുപോയി. ചായകുടിക്കാൻ നിർബ്ബന്ധിച്ചെങ്കിലും അവൻ വേണ്ടെന്നു പറഞ്ഞു. വീട്ടിൽ അമ്മ കാത്തിരിക്കുന്നുണ്ടായിരുന്നു. അരി കൊണ്ടുവരാമെന്നുപറഞ്ഞ് മകനിറങ്ങിയതാണ്. മാസ്റ്റർ ഭാര്യയോട് അരിയെടുക്കാനാവശ്യപ്പെട്ടു. ആ അരി പൊതിഞ്ഞ് തലയിൽവച്ച് ശിവറായ നടന്നകന്നു. കൃഷ്ണമാരാർ മാസ്റ്റർ ആർദ്രനായി ആ രംഗം നോക്കിനിന്നു. എന്നാൽ മാസ്റ്ററെ അമ്പരപ്പിച്ചുകൊണ്ട് ഒരു മാസത്തിനകംതന്നെ അരിയുടെ വിലയും കൊണ്ട് ശിവറായ വന്നു. പണം വേണ്ടെന്ന് മാസ്റ്റർ പറഞ്ഞെങ്കിലും ശിവറായ വഴങ്ങിയില്ല. സൗജന്യമായി എന്തെങ്കിലും സ്വീകരിക്കുവാൻ ആ കുഞ്ഞുമനസ്സ് ഒരുക്കമല്ലായിരുന്നു. അഭിമാനകരമായിരുന്നു ശിവറായന്റെ പ്രകൃതം.

സ്കൂൾ വിട്ട് വീട്ടിലേക്ക് നടക്കുമ്പോൾ ശിവറായ ചില പീടികകളുടെ മുന്നിൽ നില്ക്കുമായിരുന്നു. സാധനങ്ങൾ വാങ്ങാനല്ല ഈ നില്പ്. കച്ചവടപ്പീടികയിൽ സാധനങ്ങൾ കെട്ടിക്കൊടുക്കാൻ പേപ്പറുകൾ അട്ടിവച്ചിട്ടുണ്ടാകും. ആ പേപ്പറുകളിലാണ് ശിവറായയുടെ ശ്രദ്ധ. പീടികക്കാരന്റെ സമ്മതത്തോടെ ആ പത്രങ്ങൾ മറിച്ചുനോക്കും. അവയിൽ നല്ല ലേഖനങ്ങൾ ഉള്ള പത്രം തെരഞ്ഞെടുക്കും. കച്ചവടക്കാരനോട് ആ പത്രങ്ങൾ ചോദിച്ചുവാങ്ങും. ലേഖനങ്ങളുടെ ഉള്ളടക്കം വായിച്ച് കുറിപ്പെടുക്കും. അതിനുശേഷം പത്രങ്ങൾ തിരികെ പീടികയിൽ ഏല്പിക്കും. കച്ചവടക്കാർക്കും വിസ്മയം ജനിപ്പിച്ച കുട്ടി. ലോകം അറിയാനുള്ള അടങ്ങാത്ത ആഗ്രഹം.

1938 ഡിസംബറിൽ തൃക്കരിപ്പൂരിൽനിന്ന് മംഗലാപുരത്തേക്ക് കർഷക സംഘം കാൽനടജാഥ സംഘടിപ്പിച്ചു. കവി സുബ്രഹ്മണ്യൻ തിരുമുമ്പായിരുന്നു ജാഥാലീഡർ. കെ മാധവൻ, ടി വി കുഞ്ഞമ്പു, കൊയ്യൻ കുഞ്ഞി

ക്കണ്ണൻ, കെ പി വെളുങ്ങ, പി ടി അമ്പാടിക്കുഞ്ഞി തുടങ്ങിയവർ ജാഥയിലുണ്ടായിരുന്നു. ജാഥയ്ക്ക് നീലേശ്വരത്ത് വമ്പിച്ച സ്വീകരണം നല്കി. ശിവറായയെന്ന വിദ്യാർത്ഥി ജാഥാസ്വീകരണം കാണാൻ ചെന്നിരുന്നു. നേതാക്കന്മാരുടെ പ്രസംഗം അവൻ ശ്രദ്ധിച്ചു കേട്ടിരുന്നു. ദരിദ്രജീവികളായ കൃഷിക്കാരുടെ കഷ്ടപ്പാടുകളെക്കുറിച്ചാണ് നേതാക്കൾ സംസാരിച്ചത്. കുടിയാന്മാരുടെ ജീവിതത്തിന് ഒരു സ്ഥിരതയുമില്ലായിരുന്നു. ജന്മിക്ക് തോന്നിയാൽ ഏതു നിമിഷത്തിലും അവരെ ഒഴിപ്പിച്ചെടുക്കാം. ജന്മിമാരും നാടുവാഴികളും ഗ്രാമാധികാരികളും കർഷകരെ ചൂഷണം ചെയ്തുകൊണ്ടിരുന്നു. കയ്യൂർ ഗ്രാമത്തെക്കുറിച്ച് കൂടുതലറിഞ്ഞതും ജാഥാസ്വീകരണത്തിൽവച്ചാണ്. മനുഷ്യനായി ജീവിക്കാൻ എല്ലാവർക്കും അവകാശമുണ്ടെന്ന് ശിവറായ മനസ്സിൽ പറഞ്ഞുകൊണ്ടിരുന്നു.

ശിവറായ വൈകുന്നേരങ്ങളിൽ നടക്കാനിറങ്ങും. നീലേശ്വരം പുഴക്കരയിൽ അന്ന് ഓട്ടുകമ്പനിയുണ്ടായിരുന്നു. ശിവറായയ്ക്ക് കമ്പനിയിൽ ചെല്ലാനാണ് ഏറെയിഷ്ടം. തൊഴിലാളികൾ മണ്ണ് കുഴയ്ക്കുന്നതും അച്ചിലിട്ട് ഓടുണ്ടാക്കുന്നതും അവൻ നോക്കിനില്ക്കും. ഓട്ടുകമ്പനിയിൽ വരുന്ന വിദ്യാർത്ഥിയെ തൊഴിലാളികളും ഇഷ്ടപ്പെട്ടു. ഇത് നിത്യസംഭവമായിത്തീർന്നു. തൊഴിലാളികളുടെ ജീവിതത്തെക്കുറിച്ച് കൂടുതലറിയാനും പഠിക്കാനും ആ വിദ്യാർത്ഥി താല്പര്യം കാട്ടി.

നീലേശ്വരത്ത് പഠിക്കാനെത്തിയ ശിവറായനിൽ നിഴലിച്ചുനിന്നത് ഗാന്ധിയൻ സ്വാധീനം. സത്യവും അഹിംസയും സമരായുധമായി കൊണ്ടുനടന്ന മഹാനായിരുന്നല്ലോ ഗാന്ധിജി. ഗാന്ധിയൻ കർമ്മപരിപാടികളിൽ ബാലൻ അതീവശ്രദ്ധാലുവായിരുന്നു. അയിത്തോച്ചാടനപരിപാടിയാണ് ശിവറായനെ കൂടുതലാകർഷിച്ചത്. ഭൂമിയിൽ ആരുംതന്നെ തൊട്ടുകൂടാത്തവനായി പിറക്കുന്നില്ല. മനുഷ്യരെല്ലാം തുല്യമായ അവകാശത്തോടും അധികാരത്തോടും ആണ് ജന്മമെടുക്കുന്നത്. ബാലനായ ശിവറായയുടെ കുടുംബം അയിത്തത്തിന്റെ കയ്പുനീർ കുടിച്ചുവളർന്നതാണ്. അതുകൊണ്ടുതന്നെ അയിത്തോച്ചാടനത്തോട് എന്തെന്നില്ലാത്ത താല്പര്യം അവനിലുണർന്നു. ഹരിജൻകുട്ടികളോടൊപ്പം നടക്കുന്നതും കൂട്ടുകൂടുന്നതും അഭിമാനമായി അവൻ കൊണ്ടുനടന്നു. ഹരിജൻ കോളനികൾ ശുദ്ധീകരിക്കാനും ഹരിജൻ കുട്ടികളെ സ്കൂളിൽ ചേർക്കാനും ശ്രമം നടന്നുകൊണ്ടിരുന്ന കാലവുമാണ്. ശിവറായയും കൂട്ടുകാരോടൊപ്പം കോളനികളിൽ കടന്നുചെന്നു. ആദ്യംതന്നെ കുട്ടികളേർപ്പെട്ടത് ശുചീകരണ പ്രവർത്തനങ്ങളിലായിരുന്നു. ഓലക്കുടിലുകൾ അവർ വൃത്തിയാക്കി. ഹരിജൻകുട്ടികളെ കുളിപ്പിച്ചു. അവരെ പുതിയ ഉടുപ്പുകളണിയിച്ചു. അവർക്ക് ബിസ്കറ്റ് നല്കി. ശുചിത്വത്തെക്കുറിച്ച് അവർ ക്ലാസെടുക്കുകയും ചെയ്തു. ജീവിതത്തിലെ ഏറ്റവും സാർത്ഥകമായ ദിനങ്ങളാണതെന്ന് പില്കാലത്ത് നിരഞ്ജന രേഖപ്പെടുത്തിയിട്ടുണ്ട്.

ഗാന്ധിയൻ ചിന്താഗതിയുമായി നീലേശ്വരത്ത് പഠിക്കാനെത്തിയ ശിവറായ താമസിയാതെ കമ്യൂണിസ്റ്റ് ദർശനത്തിലേക്ക് ആകൃഷ്ടനായി.

ഇതിന് പ്രേരണ നല്കിയത് കെ മാധവനാണ്. നിരഞ്ജനയുടെ കമ്യൂണിസ്റ്റ് ഗുരു എന്നാണ് മാധവനെ വിശേഷിപ്പിക്കുന്നത്. സ്വന്തം ആത്മകഥയിൽ മാധവൻ അക്കാര്യം വിവരിക്കുന്നുണ്ട്.

> ഒരുദിവസം കൃഷ്ണപിള്ള കാഞ്ഞങ്ങാട്ട് വന്നു. ഞാനന്ന് ഹോസ്ദുർഗ്ഗ് ഉപതാലൂക്ക് കോൺഗ്രസ് സോഷ്യലിസ്റ്റ് പാർട്ടി സെക്രട്ടറിയാണ്. പാർട്ടി പ്രചരണത്തെക്കുറിച്ചാണ് കൃഷ്ണപിള്ള സംസാരിച്ചത്. നീലേശ്വരം അന്ന് ബുദ്ധിജീവികളുടെ നാടായിരുന്നു. അവരെ പാർട്ടിയുമായി അടുപ്പിക്കാനുള്ള തന്ത്രമാണ് അദ്ദേഹം ആവിഷ്കരിച്ചത്. ആദ്യം ഒരു ഹിന്ദിക്ലാസ് തുടങ്ങാനാണ് നിർബ്ബന്ധിച്ചത്. ഹിന്ദി പഠിക്കലും ഖദർധരിക്കലും സ്വാതന്ത്ര്യസമരത്തിന്റെ ഭാഗമായിരുന്നു. പാർട്ടിയുടെ രഹസ്യസംഘടന ഉണ്ടാക്കണമെന്നാണ് കൃഷ്ണപിള്ള നിർദ്ദേശിച്ചത്.

മാധവൻ അന്നത്തെ സ്കൂൾ ഹെഡ്മാസ്റ്റർ രാമകൃഷ്ണറാവുവിനെ സമീപിച്ച് കാര്യം പറഞ്ഞു. ഹെഡ്മാസ്റ്റർക്ക് വിരോധമില്ലായിരുന്നു. ക്ലാസ് സമയം നഷ്ടപ്പെടാത്ത തരത്തിൽ സംഘടിപ്പിക്കണമെന്ന് നിർദ്ദേശിക്കുകയും ചെയ്തു. മാധവൻ രാവിലെയും വൈകിട്ടും ഹിന്ദി ക്ലാസെടുക്കാൻ തുടങ്ങി.

കുളുകുന്തശിവറായ എന്ന ബാലൻ നീലേശ്വരത്ത് പഠിക്കുകയായിരുന്നല്ലോ. അടിയുറച്ച ഗാന്ധിഭക്തനായ അവന് ഹിന്ദി പഠിക്കണമെന്ന് മോഹമുണ്ടായിരുന്നു. ഒരവസരം സ്കൂളിൽത്തന്നെ ഉണ്ടായപ്പോൾ അത് പ്രയോജനപ്പെടുത്താൻ തീരുമാനിച്ചു. കാലത്തെഴുന്നേറ്റ് കുളിച്ച് ശുഭ്രവസ്ത്രം ധരിച്ച് റാന്തൽവിളക്കും തൂക്കി ശിവറായ ഹിന്ദിക്ലാസിലെത്തി. ചുറുചുറുക്കുള്ള ബാലനിൽ അസാധാരണത്വം ദൃശ്യമായിരുന്നു.

ക്ലാസിൽ വരുന്ന കുട്ടികളിൽനിന്ന് ട്യൂഷൻഫീസ് മുടങ്ങാതെ വാങ്ങണമെന്നത് കൃഷ്ണപിള്ളയുടെ നിർബ്ബന്ധമായിരുന്നു. ഫീസ് വാങ്ങാതെ പഠിപ്പിച്ചാൽ ആളുകൾ തെറ്റിദ്ധരിക്കും. കൃഷ്ണപിള്ളയെ സംബന്ധിച്ചിടത്തോളം ഹിന്ദിക്ലാസ് പാർട്ടിയിലേക്ക് പുതുതലമുറയെ അടുപ്പിക്കാനുള്ള ഒരു വഴിമാത്രമായിരുന്നു.

ശിവറായ ദരിദ്രബാലനാണെന്ന് മാധവൻ മനസ്സിലാക്കി. അതിനാൽ അവനിൽനിന്ന് ഫീസ് വാങ്ങേണ്ടെന്ന് നിശ്ചയിച്ചു. "ശിവറായ ഫീസ് തരേണ്ട." മാധവൻ പറഞ്ഞു. ഇത് ശിവറായന്റെ അഭിമാനത്തെ വ്രണപ്പെടുത്തി. ആരുടെയും സൗജന്യം ആഗ്രഹിക്കാത്ത ബാലനായിരുന്നു അവൻ. ഫീസ് വാങ്ങിയില്ലെന്ന കാരണത്താൽ അടുത്ത ദിവസം മുതൽ അവൻ ക്ലാസിൽ വന്നില്ല.

മാധവനെ ഇത് വിഷമിപ്പിച്ചു. ശിവറായന്റെ കൂട്ടുകാരനായ ഗണപതി കമ്മത്തിനോട് കാര്യം തിരക്കി. ഫീസ് വാങ്ങാത്തതുകൊണ്ടാണ് വരാഞ്ഞതെന്ന് കമ്മത്ത് പറഞ്ഞു. നാളെ ഫീസും കൊണ്ട് ക്ലാസിൽ വരാൻ പറയണമെന്ന് മാധവൻ നിർദ്ദേശിച്ചു.

അടുത്ത ദിവസം രാവിലെ റാന്തലും തൂക്കി ശിവറായ കടന്നുവന്നു. ആദ്യംതന്നെ ഫീസ് നീട്ടിക്കാട്ടി. മാധവൻ അവനെയും കൂട്ടി തെല്ലകലേക്ക് നടന്നു. ക്ലാസ് നടത്തുന്നതിന്റെ ഉദ്ദേശ്യം അവനോട് വെളിപ്പെടുത്തി. ശിവറായന് അമ്പരപ്പായിരുന്നു. ഗാന്ധിഭക്തനായ ആ ബാലന്റെ ഹൃദയം അസ്വസ്ഥമായി. മാധവൻ തന്റെ അരയിൽ സൂക്ഷിച്ചിരുന്ന *കമ്യൂണിസ്റ്റ് മാനിഫെസ്റ്റോ*യുടെ ഇംഗ്ലീഷ്പ്രതി വലിച്ചെടുത്ത് അവന്റെ നേർക്കുനീട്ടി. കമ്യൂണിസത്തെക്കുറിച്ചറിയാനുള്ള ഗ്രന്ഥമാണിത്. ഇത് ശിവറായ വായിക്കണം.

ബാലൻ ഉൾക്കിടിലത്തോടെയാണ് *കമ്യൂണിസ്റ്റ് മാനിഫെസ്റ്റോ* വാങ്ങിയത്. മറ്റുകുട്ടികൾ കാണാതിരിക്കാൻ അത് അരയിൽ തിരുകുകയും ചെയ്തു.

പിന്നീടുള്ള ദിവസങ്ങളിൽ മടിച്ചുമടിച്ചാണ് ശിവറായ ഹിന്ദിക്ലാസിൽ വന്നത്. അവന്റെ മനസ്സിൽ പിടിവലി നടക്കുകയായിരുന്നു. ഗാന്ധിസത്തിൽനിന്ന് മാർക്സിസത്തിലേക്കുള്ള മാറ്റം. ക്ലാസ് കഴിഞ്ഞാൽ അല്പസമയം മാധവൻ അവന്റെകൂടെ നടക്കും. ആ സമയം രാഷ്ട്രീയമാണ് സംസാരിച്ചത്. നാട്ടിലെ സ്ഥിതിഗതികൾ മാധവൻ വിവരിച്ചു. അതിനുള്ള പരിഹാരം കമ്യൂണിസംകൊണ്ടേ സാദ്ധ്യമാവൂ എന്ന് വിശദീകരിച്ചു. കയ്യൂരിലും പരിസരങ്ങളിലും നിലനില്ക്കുന്ന ചൂഷണവ്യവസ്ഥകൾ ബോദ്ധ്യപ്പെടുത്തി. ഇത്തരം പ്രശ്നങ്ങളിൽ കോൺഗ്രസിന്റെ സമീപനം ശരിയല്ലെന്ന് ബാലന് തോന്നി. കയ്യൂരിൽ പൊലീസ് ഭീകരാന്തരീക്ഷം സൃഷ്ടിക്കുന്നുണ്ടായിരുന്നു.

കേരളത്തിൽ വിദ്യാർത്ഥികളെ സംഘടിപ്പിക്കാൻ മുന്നിട്ടിറങ്ങിയതും കൃഷ്ണപിള്ള തന്നെയാണ്. വടക്കെ മലബാറിൽ കർഷകസംഘം ഊർജ്ജിതമായി രംഗത്തിറങ്ങിയിരുന്നു, കർഷകരുടെ സമരങ്ങൾ നടക്കുന്ന പ്രദേശങ്ങളിൽ വിദ്യാർത്ഥികളെ അയച്ച് സ്ഥിതിഗതികൾ നേരിട്ട് മനസ്സിലാക്കാൻ അവസരമൊരുക്കണമെന്നതും കൃഷ്ണപിള്ളയുടെ നിർദ്ദേശമായിരുന്നു.

കാസർഗോഡ് താലൂക്കിൽ വിദ്യാർത്ഥിസംഘടന രൂപംകൊള്ളുന്നത് നീലേശ്വരം കേന്ദ്രീകരിച്ചാണ്. രാജാസ് ഹൈസ്കൂൾ വിദ്യാർത്ഥികളെ സംഘടിപ്പിച്ച് ശിവറായയാണ് സംഘടനാരൂപീകരണത്തിന് മുന്നിട്ടിറങ്ങിയത്. പുരോഗതി, സ്വാതന്ത്ര്യം, സമാധാനം എന്നിവയായിരുന്നു അക്കാലത്തെ പ്രധാന മുദ്രാവാക്യം. യുവജനങ്ങളും കർഷകരും എന്നതുപോലെ വിദ്യാർത്ഥികളെയും ജനകീയ പ്രശ്നങ്ങളിലിടപെടാൻ പ്രേരിപ്പിക്കണമെന്നത് കൃഷ്ണപിള്ളയുടെതന്നെ നിർദ്ദേശമായിരുന്നു. ശിവറായ *കമ്യൂണിസ്റ്റ് മാനിഫെസ്റ്റോ* വായിച്ചുതീർന്നതോടെ പുതിയ ചിന്താഗതിക്കാരനായി മാറി. കാസർഗോഡ് താലൂക്കിൽ ആദ്യത്തെ വിദ്യാർത്ഥി സംഘടന രൂപംകൊണ്ടപ്പോൾ അതിന്റെ സെക്രട്ടറിയായത് ശിവറായയാണ്. സംഘടനയുടെ പ്രഥമ സമ്മേളനം ചേർന്നത് രാജാസ് ഹൈസ്കൂളിലാണ്. വിദ്യാഭ്യാസകാര്യത്തിനു പുറമെ കർഷകരുടെയും തൊഴിലാളികളുടെയും പ്രശ്ന

ങ്ങളും സമ്മേളനം ചർച്ച ചെയ്തു. ഇ കെ നായനാരാണ് വിദ്യാർത്ഥി സമ്മേളനം ഉദ്ഘാടനം ചെയ്തത്. നായനാർ കയ്യൂർ ഭാഗത്ത് ഒളിവിൽ കഴിയുകയായിരുന്നു.

ശിവറായ എന്ന വിദ്യാർത്ഥിനേതാവിന്റെ സംഘടനാപാടവം വേറിട്ട തായിരുന്നു. സഹപാഠികളെ പൊതുവേദിയിൽ കൊണ്ടുവരുന്നതിന് അയാൾ പ്രത്യേകം ശ്രദ്ധിച്ചിരുന്നു. പഠനം ഉപവൃത്തിയെന്ന നിലയിൽ ശിവറായ കൊണ്ടുനടന്ന കാലമാണത്. ക്ലാസിൽ പോകാതെ അലഞ്ഞു നടക്കുന്ന ശീലമില്ലായിരുന്നു. എന്നാൽ ക്ലാസുമുറികൾക്കപ്പുറത്തുള്ള പ്രശ്നങ്ങളിൽ അവന്റെ ശ്രദ്ധ കൂടുതൽ കൂടുതൽ പതിഞ്ഞുകൊണ്ടിരുന്നു.

കർഷകസംഘവും തൊഴിലാളിപ്രസ്ഥാനവും ശക്തിപ്പെട്ടുവന്ന കാല മാണത്. യുവാക്കളും വിദ്യാർത്ഥികളും കർഷകസംഘത്തിന്റെ പ്രവർത്ത കരായി മുന്നോട്ടു വന്നുകൊണ്ടിരുന്നു. രണ്ടാം ലോകമഹായുദ്ധം ആരം ഭിച്ച സന്ദർഭവുമാണത്. യുദ്ധത്തിൽ ഇന്ത്യയും പങ്കാളിയാണെന്ന് വൈസ്രോയി ഏകപക്ഷീയമായി പ്രഖ്യാപിച്ചു. ഇന്ത്യയിലെ ദേശാഭിമാ നികളെയും സ്വാതന്ത്ര്യപ്രേമികളെയും ഇത് പ്രകോപനം കൊള്ളിച്ചു. യുദ്ധത്തിനെതിരെ രാജ്യമാകെ വികാരങ്ങളുയർന്നു. യുദ്ധവിരുദ്ധ മുദ്രാ വാക്യങ്ങൾ എങ്ങും മുഴങ്ങി. യുദ്ധവിരുദ്ധ പ്രചരണങ്ങളിൽ വിദ്യാർത്ഥി കളും രംഗത്തിറങ്ങി. നീലേശ്വരത്ത് ശിവറായയുടെ നേതൃത്വത്തിൽ വിദ്യാർതറികൾ പ്രതിഷേധപ്രകടനം നടത്തി. യുദ്ധവിരുദ്ധ കാൽനട പ്രച രണ ജാഥകളും സംഘടിപ്പിച്ചു.

ശിവറായ നീലേശ്വരത്ത് പഠിക്കുന്ന കാലത്താണ് കേരളത്തിൽ കമ്യൂ ണിസ്റ്റ് പാർട്ടി രൂപംകൊണ്ടത്. സ്വാഭാവികമായും അതിന്റെ ചലനം തെക്കൻ കർണ്ണാടകത്തിലുമുണ്ടായി. ടി എസ് തിരുമുമ്പും വി വി കുഞ്ഞമ്പുവും പാർട്ടിരൂപീകരണസമ്മേളനത്തിൽ പിണറായി പാറപ്രത്ത് പങ്കെടുത്തിരുന്നു. കെ മാധവൻ സെക്രട്ടറിയായി കാസർഗോഡ് താലൂ ക്കിൽ പാർട്ടി സെല്ല് രൂപംകൊണ്ടതോടെ നീലേശ്വരത്തും ഘടകമുണ്ടായി. 1940 സെപ്തംബർ 15 ന്റെ പ്രക്ഷോഭത്തിന് നീലേശ്വരവും വേദിയായി. മൊറാഴ സംഭവത്തെത്തുടർന്ന് മലബാറിലാകെ പൊലീസ് നരനായാട്ട് നടന്നു. സാമ്രാജ്യവിരുദ്ധ പ്രക്ഷോഭങ്ങൾ കയ്യൂരിലും മുഴങ്ങി. പട്ടിണിയും പകർച്ചവ്യാധിയും നാടിനെ ദുരിതത്തിലാഴ്ത്തിയ ആ കാലത്ത് ശിവറാ യയും കുട്ടികളും വിശ്രമമില്ലാതെ രംഗത്തിറങ്ങിയിരുന്നു. സാധാരണക്കാ രുടെ കൂടെ നില്ക്കണമെന്നും അവരുടെ സുഖദുഃഖങ്ങൾ പങ്കിടണമെ ന്നുമുള്ള ബോധം കുട്ടികളിൽ വളർത്തിയെടുക്കുന്നതിന് ശിവറായ ശ്രദ്ധി ച്ചിരുന്നു.

ശിവറായയുടെ ജീവിതത്തിലെ ഒരു വിഴിത്തിരിവിനാണ് 1941 തുട ക്കമിട്ടത്. സ്കൂൾഫൈനൽ പരീക്ഷ അടുത്തടുത്ത് വരുന്നു. മറ്റു കുട്ടി കൾ പഠനത്തിൽ മുഴുകിയിരുന്നപ്പോൾ ശിവറായ കൃഷിക്കാരെ ചൂഷണ മുക്തമാക്കുന്ന കാര്യത്തെക്കുറിച്ച് ചിന്തിക്കുകയായിരുന്നു. എങ്കിലും ജീവി ക്കാൻ ഒരു തൊഴിൽ വേണം. പരീക്ഷയുടെ കാര്യം അമ്മ എപ്പോഴും ഓർമ്മിപ്പിക്കും. മകൻ അമ്മയെ സമാധാനിപ്പിക്കും. സ്വന്തം മകനുവേണ്ടി

അമ്മ പെടാത്ത പാടില്ല. ആ അമ്മയെ ഇനിയും വിഷമിപ്പിക്കരുത്. അതുകൊണ്ട് പരീക്ഷയേക്കാൾ പ്രധാനം ജീവിക്കാനൊരു തൊഴിലാണ്. വീട്ടിലെ ദാരിദ്ര്യം അത്രയ്ക്ക് കടുത്തതായിരുന്നു.

ഫൈനൽ പരീക്ഷ എഴുതുന്ന കാര്യത്തിലും ശിവറായ ആലോചനയിലാണ്ടു. ഇക്കാലത്ത് കഥയെഴുത്തുകാരൻ എന്ന നിലയിൽ അവൻ അറിയപ്പെട്ടുതുടങ്ങിയിരുന്നു. എഴുത്തുകൊണ്ട് ജീവിക്കാനാവുമോ എന്നാണവൻ ചിന്തിച്ചത്. ഏതെങ്കിലും പത്രം ഓഫീസിൽ ജോലി കിട്ടണം. മംഗലാപുരത്തുനിന്നും പുറത്തിറങ്ങിയിരുന്ന *രാഷ്ട്രബന്ധു* വാരികയിലാണ് ശിവറായ എഴുതിയിരുന്നത്. കിശോർ, കുളുകുന്ത, കഥാകാരൻ എന്നിങ്ങനെയുള്ള പേരുകളിലാണ് കഥയെഴുതിയിരുന്നത്.

പരീക്ഷാനടത്തിപ്പിന് അന്ന് മംഗലാപുരത്തുനിന്നും ഉദ്യോഗസ്ഥർ വരുമായിരുന്നു. അക്കൊല്ലം വന്നത് കൽമാഡിറായ് എന്ന ഉദ്യോഗസ്ഥനാണ്. സ്കൂളിലെത്തിയ അദ്ദേഹം ഫൈനൽപരീക്ഷയെഴുതുന്ന കുട്ടികളുടെ വിവരം ചോദിച്ചറിഞ്ഞു. ഹെഡ്മാസ്റ്റർ പലതവണ എടുത്തുപറഞ്ഞത് ശിവറായയുടെ പേരാണ്. പഠനത്തിലും അനുബന്ധപരിപാടികളിലും ഒന്നാമൻ എന്നും ചൂണ്ടിക്കാട്ടി.

മംഗലാപുരത്തുനിന്നും പരീക്ഷാ ഉദ്യോഗസ്ഥൻ വന്നിട്ടുണ്ടെന്നറിഞ്ഞ് ശിവറായ കാണാൻ ചെന്നു. അവൻ സ്വയം പരിചയപ്പെടുത്തി. ഹെഡ്മാസ്റ്റർ പ്രശംസിച്ച കുട്ടിയാണ് മുന്നിൽ നില്ക്കുന്നതെന്ന് കൽമാഡി രാമറായ്ക്കു ബോദ്ധ്യമായി. വെളുത്തു സുമുഖനായ വിദ്യാർത്ഥി. മുഖത്ത് നിശ്ചയദാർഢ്യം. തെളിഞ്ഞ ഭാവം. "എന്താ വന്നത്?" എന്ന് ആ ഉദ്യോഗസ്ഥൻ ചോദിച്ചു.

"സർ, സ്കൂൾ ഫൈനൽ പരീക്ഷ തുടങ്ങുകയല്ലേ. ഇത് കഴിഞ്ഞ് തുടർന്നു പഠിക്കുവാൻ ഉദ്ദേശിക്കുന്നില്ല." ശിവറായ സ്പഷ്ടമായ ശബ്ദത്തിൽ പറഞ്ഞു.

> ഉയർന്നു പഠിക്കാൻ ആഗ്രഹമില്ലാഞ്ഞിട്ടല്ല, വീട്ടിലെ സാഹചര്യം അതിനനുവദിക്കുന്നില്ല. ഞങ്ങൾ പാവപ്പെട്ടവരാണ്. അമ്മ വളരെ കഷ്ടപ്പെട്ടാണ് എന്നെ ഇതുവരെ പഠിപ്പിച്ചത്. ഇനിയും അമ്മയെ ബുദ്ധിമുട്ടിക്കാനാവില്ല. അമ്മയെ സഹായിക്കാൻ എനിക്കൊരു ജോലിവേണം. കഥയെഴുതിയ ശീലമേ എനിക്കുള്ളൂ. പരീക്ഷ കഴിഞ്ഞയുടൻ ഞാൻ മംഗലാപുരത്തേക്ക് വരാം. അവിടെ ഏതെങ്കിലും പത്രത്തിലോ ആഴ്ചപതിപ്പിലോ ഒരു ജോലി വാങ്ങിത്തരണം. വളരെ ഉപകാരമായിരിക്കും സർ...

പരീക്ഷാ ഉദ്യോഗസ്ഥൻ അമ്പരന്നുനിന്നുപോയി. ആദ്യമായി കാണുന്ന ഒരു വിദ്യാർത്ഥി ഇങ്ങനെയൊക്കെ പറയുമോ? അമ്മയെ ഇത്രമാത്രം സ്നേഹിക്കുന്നവർ വേറെയുണ്ടാകുമോ? എന്തൊരു ആത്മവിശ്വാസം.

"പരീക്ഷ കഴിഞ്ഞ് മംഗലാപുരത്ത് വന്ന് എന്നെ കാണൂ. എല്ലാ സഹായവും ചെയ്തുതരാം." സ്നേഹത്തോടെ അദ്ദേഹം പറഞ്ഞു. ശിവ

റായ അത്യധികം സന്തോഷിച്ചു. വീട്ടിലെത്തിയ ഉടൻ അമ്മയോട് കാര്യം പറഞ്ഞു. അമ്മ എല്ലാം കേട്ടതേയുള്ളു. മകൻ തീരുമാനമെടുക്കാൻ പാകത്തിൽ വളർന്നുവെന്ന് അവർക്ക് ബോദ്ധ്യമായി.

അടുത്ത ദിവസമാണ് പരീക്ഷ. ശിവറായ രാത്രിയിൽ മുഷിഞ്ഞിരുന്ന് പഠിച്ചില്ല.

നാടാകെ സാമ്രാജ്യത്വവിരുദ്ധ പ്രക്ഷോഭം അലയടിക്കുകയായിരുന്നു. സ്വാതന്ത്ര്യസമരസേനാനികൾ നിയമം ലംഘിച്ചും പിക്കറ്റിങ് നടത്തിയും പ്രതിഷേധിച്ചുകൊണ്ടിരുന്നു. ശിവറായ പൂർണ്ണമായും സ്വരാജ്യസ്നേഹിയായി മാറിയിരുന്നു. ബ്രിട്ടീഷ് സർക്കാരിന്റെ കീഴിൽ പരീക്ഷയെഴുതേണ്ടിവരുന്നതും അപമാനകരമാണെന്ന് അവന് തോന്നി. ഈ അപമാനത്തിനെതിരെ തന്റേതായ തരത്തിൽ പ്രതിഷേധമുയർത്തണം. എങ്ങനെയെന്ന് ശിവറായ ചിന്തിച്ചു. പരീക്ഷാഹാളാണ് തന്റെ മുന്നിലെ സമരവേദി. സാധാരണയായി ഷർട്ട് ധരിക്കാതെ പരീക്ഷാഹാളിൽ പ്രവേശിക്കാൻ പാടില്ലായിരുന്നു. ആ പതിവ് തെറ്റിക്കാൻതന്നെ അവൻ നിശ്ചയിച്ചു.

രാവിലെ ശിവറായ കുളിച്ചൊരുങ്ങി വെള്ള ഖദർമുണ്ടുടുത്തു. ഒരു ഖദർ വേഷ്ടികൊണ്ട് പുതയ്ക്കുകയും ചെയ്തു. ലളിതമായ ഇന്ത്യൻവേഷം. പരീക്ഷ ആരംഭിക്കാൻ അല്പസമയം ബാക്കിയുള്ളപ്പോഴാണ് അവൻ കടന്നുചെന്നത്. മറ്റുള്ളവരെല്ലാം എത്തിക്കഴിഞ്ഞിരുന്നു.

വേഷ്ടി പുതച്ച് കടന്നുവരുന്ന ശിവറായ ഹാളിൽ കൗതുകമുണർത്തി. കുട്ടികളിലെല്ലാം അപശബ്ദമുയർന്നു. പരീക്ഷാസൂപ്പർവൈസർ ശിവറായയെ കണ്ട് അമ്പരന്നു. അയാൾ എന്തുചെയ്യണമെന്നറിയാതെ തെല്ലിടനിന്നു. പിന്നെ ഹെഡ്മാസ്റ്ററെ വിവരമറിയിച്ചു. ഹെഡ്മാസ്റ്റർ അവനെ വിളിപ്പിച്ചു.

വേഷം കണ്ട് ഹെഡ്മാസ്റ്ററും വിഷമിച്ചു.

“കുപ്പായമിടാതെ പരീക്ഷാഹാളിൽ കടക്കുന്നത് കുറ്റകരമാണ്.” അദ്ദേഹം പറഞ്ഞു.

“സർ, ബ്രിട്ടീഷ് സർക്കാരിനോടുള്ള പ്രതിഷേധമറിയിക്കാനാണ് ഞാൻ ഈ വേഷം ധരിച്ചത്.” വിനയത്തോടെ ശിവറായ അറിയിച്ചു.

ഹെഡ്മാസ്റ്റർ പിന്നെയും ന്യായവാദങ്ങളുന്നയിച്ചു. ശിവറായ എല്ലാം ഖണ്ഡിച്ചു. ശിഷ്യനെ വാദിച്ച് തോല്പിക്കാനാവില്ലെന്ന് ഹെഡ്മാസ്റ്റർക്ക് ബോദ്ധ്യമായി. അദ്ദേഹം പറഞ്ഞു... “പരീക്ഷാനിയമം ലംഘിക്കരുത്. ശിവറായ പരീക്ഷയെഴുതണം.”

ഹെഡ്മാസ്റ്റർക്കെതിരെയായിരുന്നില്ല അവന്റെ സമരം. അവൻ വഴങ്ങി. അന്ന് ഷർട്ടിടാതെ തന്നെ പരീക്ഷയെഴുതി. അടുത്തദിവസം ഷർട്ടിട്ട് ഹാജരായി. പരീക്ഷ അവസാനിച്ചതിന്റെ അടുത്ത ദിവസം ശിവറായ മംഗലാപുരത്തേക്ക് വണ്ടി കയറി.

2

നൊമ്പരം നിറഞ്ഞ ബാല്യം

നിരഞ്ജനയുടെ *ബാളിനേൾഗെ* എന്ന കഥയിലെ തുടക്കമിങ്ങനെ...

കുട്ടി സഞ്ചിയിൽനിന്ന് പൂമാലയെടുത്തു നീട്ടിക്കൊണ്ട് ചോദിച്ചു...! “സർ, പൂ വേണോ?”

“വേണ്ട കുട്ടി...”

ആ ഉത്തരം കേട്ടിട്ട് അവന്റെ മുഖം വാടി.

“സർ... ഇന്ന് അലഞ്ഞലഞ്ഞ് മതിയായി. ആരും പൂവാങ്ങിയില്ല.”

കുട്ടി കരയാൻ തുടങ്ങി.

“അമ്മ കോർത്തുതന്ന പൂമാലയാണ്. അമ്മയ്ക്ക് രോഗം. ഞങ്ങൾ ദരിദ്രരാണ് സർ.”

“ശരി. ഇതിനെത്രയാ വില?”

“മുഴത്തിന് രണ്ടണ സർ. രണ്ടു മുഴമുണ്ട് സർ.”

“ഉം... ഇങ്ങു തരൂ...”

അയാൾ പൂ വാങ്ങിയശേഷം എട്ടണ കൊടുത്തു.

“ഇതെന്തിനാ സർ എട്ടണ തന്നത്?”

“സാരമില്ല. എടുത്തോ...”

“വേണ്ട സർ. പൂമാലയ്ക്ക് നാലണയാണ് വില സർ. അത്ര വാങ്ങാനേ അമ്മ പറഞ്ഞുള്ളൂ...”

“എനിക്ക് വിലയറിയില്ലല്ലോ. അതുകൊണ്ടാണ് എട്ടണ തന്നത്.”

“വേണ്ട സർ... നാലണ മതി.”

“നാലണ നിനക്കിരിക്കട്ടെ. കാപ്പി കുടിച്ചോ...”

“ഞാൻ കാപ്പി കുടിക്കില്ല സർ...”

കുട്ടി എട്ടണ നീട്ടിക്കാട്ടി. അയാൾ ആ പണം വാങ്ങി കുട്ടിയുടെ കീശയിലിട്ടുകൊടുത്തു...

"ബാക്കി പണംകൊണ്ട് അരി വാങ്ങിക്കൊണ്ടുപോകൂ..."

കുട്ടി കൃതജ്ഞതയോടെ അയാളെ നോക്കി. അവന്റെ മിഴികളിൽനിന്ന് ആനന്ദബാഷ്പം ഒഴുകി. നടക്കുന്നതിനിടയിൽ അവൻ പലതവണ തിരിഞ്ഞുനോക്കിക്കൊണ്ടിരുന്നു.

നിരഞ്ജനയുടെ ബാല്യം നൊമ്പരം നിറഞ്ഞതായിരുന്നു. എന്നും കാർമേഘങ്ങൾ ഇരുണ്ടുവരുന്ന അന്തരീക്ഷം. വേണ്ടാത്ത ചോദ്യങ്ങൾകൊണ്ട് മുറിപ്പെടുത്തുന്ന അയൽവാസികൾ. സ്കൂളിൽനിന്ന് വാടിയ മുഖത്തോടെ തിരിച്ചുവരേണ്ടിവരുന്നു. അതുകൊണ്ടുതന്നെ മറ്റു കുട്ടികളുമായി കൂടുതലടുക്കാതെ നടന്നു. എപ്പോഴും പരിഹാസങ്ങൾ ആ കുടുംബത്തെ ആക്രമിച്ചുകൊണ്ടിരുന്നു. എന്നെങ്കിലും ഈ ദാരിദ്ര്യം അവസാനിക്കുമെന്ന് കുട്ടി പ്രതീക്ഷിച്ചു. വിധവയുടെ മകനെന്നും അച്ഛനില്ലാത്തവനെന്നും മറ്റുമുള്ള ആക്ഷേപം അവൻ തള്ളിക്കളഞ്ഞു.

ആയിരമായിരം ഇഴകളിലൂടെയാണ് എഴുത്തുകാരന്റെ ജീവിതം തുന്നിച്ചേർക്കപ്പെടുന്നതെന്ന് വിലയിരുത്താറുണ്ട്. പരിണാമദശയിലൂടെയുള്ള മനുഷ്യന്റെ വളർച്ചയിൽ അനേകം പ്രതിസന്ധികൾ തരണം ചെയ്യേണ്ടിവന്നിരിക്കാം. അനേകവിധത്തിലുള്ള കഷ്ടപ്പാടുകൾ സഹിച്ചിരിക്കാം. നൂറ്റാണ്ടുകൾക്കുമുമ്പ് തുടങ്ങിയ പോരാട്ടമാണ്. അതിന് അന്ത്യമില്ലെന്ന് നിരഞ്ജന സൂചിപ്പിച്ചിട്ടുണ്ട്. ജീവിതം തെളിയിച്ചെടുക്കുന്നത് പോരാട്ടങ്ങളിലൂടെയാണ്. സാഹിത്യകാരന് ഈ പോരാട്ടങ്ങളിൽനിന്നും ഒഴിഞ്ഞുനില്ക്കാനാവില്ല. വേദനയും കണ്ണീരും ആനന്ദവും ആവേശവും നിരാശയും സ്നേഹവും വിജയപരാജയങ്ങളും എല്ലാമുള്ള ഒരു മനുഷ്യജീവിതത്തെ എഴുത്തുകാരനും.

'നിരഞ്ജന' എന്നത് തൂലികാനാമമാണ്. നിരഞ്ജന എന്ന പദത്തിന് എന്താണർത്ഥം? നിഷ്കളങ്കൻ, പരമാത്മാവ്, ഈശ്വരൻ എന്നെല്ലാം ഈ പദത്തിന് ശബ്ദതാരാവലി അർത്ഥം കല്പിക്കുന്നുണ്ട്. നിഷ്കളങ്കൻ എന്ന അർത്ഥത്തിലാണ് അദ്ദേഹം ഈ തൂലികാനാമം സ്വീകരിച്ചത്. ഈശ്വരൻ എന്ന അർത്ഥത്തിൽ താനറിയപ്പെടുന്നത് അദ്ദേഹം ഇഷ്ടപ്പെട്ടിരുന്നില്ല. നീലേശ്വരത്ത് പഠിക്കുമ്പോഴുള്ള ഒരു സംഭവം ഇതിനുദാഹരണമാണ്. ഒരുദിവസം അദ്ദേഹം നീലേശ്വരത്തെ ക്ഷേത്രത്തിനു മുന്നിൽ ചെന്നുനിന്നു. കൈയിൽ സ്വന്തം ജാതകമുണ്ടായിരുന്നു. അദ്ദേഹം പറഞ്ഞു... "ഈശ്വരാ, ഇതുവരെ നീ എന്നെ ഉപദ്രവിച്ചിട്ടില്ല. ഞാനും ഒരിക്കലും നിന്നെ ഉപദ്രവിക്കില്ല. ജാതകത്തിലും പൂണൂലിലും എനിക്ക് വിശ്വാസമില്ല. മനുഷ്യന്റെ ഭാവി നിർണ്ണയിക്കാൻ ഒരു ജാതകത്തിനും സാധിക്കില്ല. പൂണൂലാണെങ്കിൽ ഒരുതരം അടിമചിഹ്നമാണ്."

ഇത്രയും പറഞ്ഞശേഷം അദ്ദേഹം ജാതകം കീറിയെടുത്ത് ക്ഷേത്രനടയിലെറിഞ്ഞു. ദേഹത്തിലെ പൂണൂൽ പൊട്ടിച്ചെടുത്ത് തുണ്ടുതുണ്ടാക്കി അവിടെയിട്ടു. അല്പനേരം അവിടെനിന്നശേഷം അദ്ദേഹം വീട്ടിൽ തിരിച്ചെത്തി. ദേഹത്ത് പൂണൂല് കാണാത്തതുകൊണ്ട് അമ്മ അന്വേഷിച്ചു. മകൻ തന്റേതായ രീതിയിൽ വിശദീകരണം നല്കി. ജാതകത്തിന്റെ

പൊള്ളത്തരവും മകൻ സൂചിപ്പിച്ചു. അമ്മ പിന്നീടൊന്നും ചോദിച്ചില്ല. തന്റെ ജീവിതത്തിൽ ഇതുവരെ സംഭവിച്ചതൊന്നും ജാതകപ്രകാരമായിരുന്നില്ലെന്നവർ മനസ്സിലാക്കി. വിവാഹം നടന്നത് ജാതകം പരിശോധിച്ചായിരുന്നല്ലോ. എന്നിട്ടും താൻ വിധവയായി. മകനും അമ്മയെ കൂടുതൽ വിഷമിപ്പിച്ചില്ല. തീ തിന്നു വളരുന്ന ജീവിയാണ് അമ്മയെന്ന് മകനറിയാം. മകനെ പോറ്റിവളർത്താൻതന്നെ എത്ര പാടുപെട്ടു. അമ്മയുടെ കണ്ണീരിന് സ്വന്തം ജീവിതംകൊണ്ട് മറുപടി പറയണമെന്ന് മകൻ നിശ്ചയിക്കുകയായിരുന്നു. പില്ക്കാലത്തദ്ദേഹം എഴുതി —

> ഒരു പുരുഷനും ഒരു സ്ത്രീക്കും സുഖമായും സന്തോഷമായും കഴിയാൻ പരസ്പരസ്നേഹത്തേക്കാൾ കവിഞ്ഞ് മറ്റെന്ത് വേണം? ഇഷ്ടം എന്ന ദൃഢമായ ബന്ധത്തിലും കവിഞ്ഞ മറ്റൊരു കണ്ണി വേണോ? ജാതിയും ജാതകവും ധർമ്മവും ആചാരങ്ങളുമെല്ലാം പാലിച്ചിട്ടെന്തുകാര്യം? അമ്മയുടെ ജീവിതത്തിൽ ഇതെല്ലാം പാലിച്ചില്ലേ? എന്നിട്ടെന്തുണ്ടായി? എന്തു സുഖമാണ് അമ്മയ്ക്കുണ്ടായത്? അനുഭവിച്ചത് തീരാദുഃഖം മാത്രമല്ലേ?

കർണ്ണാടക സാഹിത്യകാരന്മാരുടെ ജീവചരിത്രം പഠിക്കുന്നവർക്ക് നിരഞ്ജന ഒരു അത്ഭുതമാകും. ചെറുപ്രായത്തിലേ വിഭ്രാന്തമനസ്സുമായി ഓടിച്ചാടുന്ന ഒരു ബാലന്റെ ചിത്രം വായനക്കാരുടെ ഹൃദയത്തിൽ പതിഞ്ഞുനില്ക്കും. കുസൃതികാട്ടി കൂട്ടുകാരോടൊപ്പം കളിച്ചു നടക്കേണ്ട പ്രായത്തിൽ ജീവിതത്തിന്റെ വലിയ ഭാണ്ഡം തലയിലേറ്റി നടക്കുന്നു. പട്ടിണിക്കെതിരെ നിരന്തരം പോരാടുന്നു. അതിനിടയിലാണ് സമൂഹത്തിന്റെ ക്രൂരമായ പരിഹാസങ്ങൾ. ഉള്ളിൽ തറച്ചുകയറുന്ന വാക്കുകൾ. ഒന്നിനും മറുപടി പറയാനാകാതെ നിസ്സഹായാവസ്ഥയിൽ നിന്നുപോകേണ്ടിവന്നു. ആരും കാലിടറി തളർന്നു വീണുപോയേക്കാവുന്ന അവസ്ഥ. പക്ഷേ, നിരഞ്ജന തളർന്നില്ല. ആക്ഷേപം കേട്ട് ഭയന്നില്ല.

പിതാവിന്റെ സ്നേഹവാത്സല്യങ്ങൾ ആ ബാലനനുഭവിച്ചിട്ടില്ല. പിതാവിനെപ്പറ്റിയും അവ്യക്തമായ ചിത്രമേയുള്ളൂ. നല്ല ഭക്ഷണം, നല്ല വസ്ത്രം, നല്ല വീട് ഇതെല്ലാം അവന് സ്വപ്നംപോലുമായിരുന്നില്ല. അച്ഛനെ കണ്ടത് അമ്മയിലാണ്. സ്നേഹമയിയായ, സർവ്വംസഹയായ അമ്മ. സ്നേഹിക്കാൻ മാത്രമറിയാവുന്ന അമ്മ. മകന്റെ പിതാവാര് എന്ന ചോദ്യത്തിനുത്തരം കിട്ടാതെ തലകുനിച്ചുനിന്ന അമ്മ. ഒടുവിൽ ജാതിഭ്രഷ്ട് കല്പിക്കപ്പെട്ട അമ്മ. വെറും ബഹിഷ്കരണമല്ല, ഘടശ്രാദ്ധ. ഒരു ബന്ധുവിനെ കൂട്ടിക്കൊണ്ടുവരണം. എന്നിട്ട് ഒരു മൺപാനിയിൽ വെള്ളമെടുത്ത് ആ ബന്ധുവിന്റെ കൈയിൽ കൊടുക്കണം. ബന്ധു തിരിഞ്ഞുനിന്ന് മൺപാനി പൊട്ടിച്ച് നിലത്തിട്ട് ഇന്ന സ്ത്രീ മരിച്ചു എന്നു പറയണം. സാധാരണ ഭ്രഷ്ടിനേക്കാൾ തീവ്രത ഘടശ്രാദ്ധയ്ക്കുണ്ട്.

തെക്കൻ കർണ്ണാടകത്തിലാണ് 'പുത്തൂർ' എന്ന നാട്. കാസർഗോഡു നിന്നും പുത്തൂരിലേക്ക് ബസുണ്ട്. അത് താലൂക്കാസ്ഥാനമാണ്. താലൂ

ക്കിലെ 'കുളുകുന്ത' എന്ന പേരിലുള്ള ഗ്രാമം. ആ ഗ്രാമത്തിന്റെ അറ്റത്തുള്ള ഒരു കൊച്ചുകുടിലിൽ 1924 ജൂൺ 15 നാണ് 'ശിവറായ' എന്ന പേരുള്ള നിരഞ്ജന ജനിച്ചത്. ഗ്രാമത്തിന്റെ ഒഴിഞ്ഞ കോണിൽ പുല്ലു മേഞ്ഞ കുടിലായിരുന്നു അത്. അവിടത്തെ ചരൽപ്പാതകൾ കുണ്ടും കുഴിയും നിറഞ്ഞതാണ്. വീടിന്റെ പടിഞ്ഞാറുഭാഗത്തായി പഴയൊരു ക്ഷേത്രം. ചിന്നമ്മ എന്നായിരുന്നു അമ്മയുടെ പേര്. പിതാവിന്റെ പേര് ശ്രീനിവാസറായ. ചിന്നമ്മയുടെ ജീവിതകഥയിൽ പിന്നീട് വന്നുകയറിയ ഒരു കഥാപാത്രമാണ് ശ്രീനിവാസറായ.

കുളുകുന്ത ഗ്രാമത്തിലെ ദരിദ്രമായ ഒരു കുടുംബത്തിലാണ് ചിന്നമ്മ ജനിച്ചത്. വൈദികപാരമ്പര്യം കാത്തുസൂക്ഷിക്കുന്ന കുടുംബമായിരുന്നു. പെൺകുട്ടികൾക്ക് വിദ്യാഭ്യാസം അത്യാവശ്യമല്ലെന്ന് കരുതിപ്പോന്ന കാലമാണത്. ചിന്നമ്മ വീട്ടിനുള്ളിൽ അടങ്ങിക്കഴിഞ്ഞ പെൺകുട്ടിയായിരുന്നു. പെൺകുട്ടികളെ ചെറുപ്രായത്തിൽ വിവാഹം കഴിപ്പിച്ചയയ്ക്കുന്ന പതിവുമുണ്ടായിരുന്നു. ചിന്നമ്മയ്ക്കും ഇതിൽനിന്നും ഒഴിഞ്ഞുനില്ക്കാനായില്ല. എട്ടുവയസ്സ് കഴിഞ്ഞ സമയത്താണ് ചിന്നമ്മയെ അന്വേഷിച്ച് ആളെത്തിയത്. നാട്ടിൽനിന്നും നാല്പതു കിലോമീറ്ററോളം അകലത്തുള്ള കുടുംബക്കാരായിരുന്നു. മൂത്തമകനുവേണ്ടിയാണ് അന്വേഷിച്ചു വന്നത്. ആ വീട്ടിൽ പെൺകുട്ടികളില്ലായിരുന്നു. ഒരു പെൺകുട്ടിയെ ആഗ്രഹിച്ചിരുന്ന മാതാപിതാക്കൾക്ക് ചിന്നമ്മയെ വളരെ ഇഷ്ടപ്പെട്ടു. എട്ടും പൊട്ടും തിരിയാത്ത പ്രായം. വിവാഹം ഒരു കുസൃതിയായിട്ടേ അവൾക്ക് തോന്നിയുള്ളു. ഭർത്താവും വീട്ടുകാരും അവളെ അതിരറ്റു സ്നേഹിച്ചു. ഭർത്താവിന് ചിക്ക്മംഗളൂരിൽ കണക്കെഴുത്തുജോലിയായിരുന്നു. ഒഴിവുദിവസങ്ങളിലേ വീട്ടിൽ വരൂ. ചിന്നമ്മ ഭർത്തൃവീട്ടിലെ സുഖസന്തോഷങ്ങളിൽ മുഴുകിക്കഴിയുകയായിരുന്നു.

ഒരു ദീപാവലിക്കാലമാണത്. ഭർത്താവിന്റെ വരവും കാത്ത് ചിന്നമ്മ നില്ക്കുകയാണ്. നേരം ഇരുട്ടിക്കഴിഞ്ഞും ഭർത്താവ് വന്നില്ല. രാത്രിയോടെ വന്നെത്തിയത് ഇടിത്തീയായ വാർത്തയായിരുന്നു. ഭർത്താവ് പനി ബാധിച്ച് മരണപ്പെട്ടു! ജോലി ചെയ്യുന്ന സ്ഥലത്ത് മൂന്നുദിവസം പനിച്ചു കിടന്നു. മലമ്പനിയായിരുന്നു. പിടിച്ചാൽ പ്രാണൻ ബാക്കിയാക്കാത്ത പനി. വീട്ടിൽ കൂട്ടനിലവിളിയായിരുന്നു. നാട് ദീപാവലിയുടെ ഘോഷത്തിൽ നിറഞ്ഞുകിടന്നപ്പോൾ ചിന്നമ്മയുടെ ഭർത്താവിന്റെ വീട് നൊമ്പരംകൊണ്ട് നീറുകയായിരുന്നു.

ഇനി എന്ത് എന്നായി ചിന്നമ്മയുടെ ചിന്ത. ഭർത്താവ് മരിച്ചാൽ ഭാര്യ വിധവയാകും. ചിന്നമ്മയ്ക്ക് ഒമ്പതുവയസ്സ് കഴിഞ്ഞതേയുള്ളൂ. ഒമ്പതാം വയസ്സിൽ വിധവയാകുക! കഴുത്തിൽ ചരടുകെട്ടിയ പുരുഷൻ മരിച്ചതോടെ ചിന്നമ്മയുടെ ജീവിതം തകർന്നു. കൈയിലെ വളകൾ ഊരിമാറ്റി. നെറ്റിയിൽ പൊട്ട് തൊടാതായി. എന്നാൽ തല മുണ്ഡനം ചെയ്യണമെന്ന നിയമത്തിൽനിന്നും അവൾക്ക് മോചനം കിട്ടി. ചെറിയ കുട്ടിയല്ലേ... തല മുണ്ഡനം ചെയ്യേണ്ടെന്ന് വൈദികാചാര്യർ പറഞ്ഞു. എങ്കിലും മുടി

ചീകിമിനുക്കരുത്. പൂ ചൂടരുത്. മൂക്കുത്തി ധരിക്കാനും പാടില്ല. മിണ്ടാനോ പറയാനോ ഉള്ള സ്വാതന്ത്ര്യവും നിഷേധിക്കപ്പെട്ടു. ഇതിനെല്ലാം സമാന്തരമായി ചിന്നമ്മയെ കുറ്റപ്പെടുത്തുന്നവരും കുറവായിരുന്നില്ല. ചിന്നമ്മയുടെ ദോഷംകൊണ്ടാണ് ഭർത്താവ് മരണപ്പെട്ടത്... എന്നും മറ്റും ആക്ഷേപിക്കപ്പെട്ടു. ചിന്നമ്മ തളരുകയായിരുന്നു. ഒടുവിൽ ജ്യേഷ്ഠൻ വന്ന് അവളെ സ്വന്തം വീട്ടിലേക്ക് കൂട്ടിക്കൊണ്ടുപോയി. സ്വന്തം വീട്ടിൽ അവൾക്ക് രണ്ടാം ജന്മമുണ്ടായി.

വീട്ടിലെത്തിയ ചിന്നമ്മ പൊതുജീവിതത്തിന്റെ ഭാഗമാകാൻ തുടങ്ങി. കുളിച്ചും മുടിചീകിയും വസ്ത്രം മാറിയുടുത്തും അവൾ പഴയ ജീവിതം തിരിച്ചെടുക്കാൻ പരിശ്രമിച്ചു. മുത്തശ്ശിയുടെ തണലിലാണ് ചിന്നമ്മ വളർന്നത്. വർഷങ്ങൾ കടന്നുപൊയ്ക്കൊണ്ടിരുന്നു. ചിന്നമ്മയ്ക്ക് മുപ്പതിനോടടുത്ത പ്രായമായി. പ്രായം അവളുടെ രൂപഗുണത്തെ ഒട്ടും നഷ്ടപ്പെടുത്തിയില്ല. ഏതു പുരുഷന്മാരിലും ആഗ്രഹം ജനിപ്പിക്കുന്നതായിരുന്നു ആകൃതി. മറ്റൊരു വിവാഹത്തെപ്പറ്റി ചില കൂട്ടുകാരികൾ സൂചിപ്പിച്ചിരുന്നു. എന്നാൽ വിധവയെ വേൾക്കാനുള്ള ധൈര്യം ആർക്കുമുണ്ടായില്ല. രണ്ടാം വിവാഹം പാപമല്ലെന്ന ചിന്ത ഉണർന്നുകൊണ്ടിരുന്ന കാലവുമാണത്. പഴയ കാലത്താണെങ്കിൽ ഭർത്താവിന്റെ ചിതയിൽ ഭാര്യയെയും ജീവനോടെ ദഹിപ്പിക്കുമായിരുന്നു. ആ സമ്പ്രദായവും മാറിപ്പോയി.

ചിന്നമ്മ അത്തരമൊരു ജീവിതം മനസ്സിൽ സങ്കല്പിച്ചു. തന്നേക്കാൾ പ്രായം വന്നൊരു പുരുഷൻ. സുന്ദരനായിരിക്കണം. അയാൾ തന്നെ ഇഷ്ടപ്പെടണം. തനിക്കയാളെയും ഇഷ്ടപ്പെടാനാകണം. ഇത്തരം ചിന്തകൾക്കിടയിലാണ് നല്ലവനായ ശ്രീനിവാസറായ എന്നൊരാളെ പരിചയപ്പെട്ടത്. അദ്ദേഹത്തിന് വയസ്സ് കൂടുതലായിരുന്നു. ചിന്നമ്മയെ സംബന്ധിച്ചിടത്തോളം ഒരു പുരുഷന്റെ സഹായമില്ലാതെ ജീവിക്കാൻ പറ്റില്ലെന്ന നില വന്നുചേർന്നു. രാത്രികളിൽ ചിന്നമ്മയുടെ വാതിലിൽ പലരും മുട്ടിക്കൊണ്ടിരുന്നു. ഒരാളുടെ പരിരക്ഷയുണ്ടെങ്കിൽ പേടിക്കാനില്ലല്ലോ.

ശ്രീനിവാസറായ വിശാലഹൃദയനും ദയാമയനുമാണ്. നല്ല ഒത്ത ശരീരം. കാഴ്ചയ്ക്ക് സുന്ദരൻ. നാട്ടിലെ ക്ഷേത്രത്തിൽ കണക്കെഴുത്തുപണിയാണ്. ചിന്നമ്മയുടെ സങ്കടം അദ്ദേഹം മനസ്സിലാക്കിയിരുന്നു. തുഴയാനാളില്ലാതെ നീങ്ങുന്ന തോണിപോലെയാണവളുടെ ജീവിതം. തോണി കരയിലടുപ്പിക്കാൻ സഹായിക്കുന്നത് കുറ്റമാവില്ല. ശ്രീനിവാസറായയ്ക്ക് ചിന്നമ്മയെ വിവാഹം ചെയ്യാൻ നിവൃത്തിയില്ലായിരുന്നു. എന്നാൽ അവളെ സംരക്ഷിക്കാനും സുരക്ഷ ഉറപ്പുവരുത്താനും ഒരുക്കമായിരുന്നു. പൂർണ്ണമനസ്സോടെ ചിന്നമ്മ ക്ഷണം സ്വീകരിച്ചു. തന്റെ വരുതിയിലുള്ള ഒരു വീട് കണ്ടുപിടിച്ച് ചിന്നമ്മയെ അവിടെ താമസിപ്പിച്ചു. സഹായിക്കാൻ ആളെ ഏർപ്പാടാക്കി. ചിന്നമ്മ പുതിയ ജീവിതം തുടങ്ങി. ആ ജീവിതം വഴിത്തിരിവിലെത്തിച്ചുകൊണ്ടാണ് മകൻ പിറന്നത്.

കുഞ്ഞിന് പേരിട്ടത് ശ്രീനിവാസറായ തന്നെ. ജീവിതത്തിലെ പ്രതീക്ഷപോലെ കുഞ്ഞ് ചിരിച്ചപ്പോൾ ചിന്നമ്മ സംതൃപ്തയായി. പക്ഷേ,

ആ ആനന്ദം ക്ഷണികമായിരുന്നു. വിധവയായ യുവതി പ്രസവിച്ചത് നാട്ടിൽ പ്രശ്നങ്ങളുണ്ടാക്കി. കുത്തുവാക്കുകളും തുറിച്ചുനോട്ടങ്ങളും ചിന്നമ്മയെ വേട്ടയാടി. നിറംപിടിപ്പിച്ച കഥകൾ ശ്രീനിവാസറായയെക്കുറിച്ചും ഉണ്ടായി. ചിന്നമ്മയ്ക്ക് വിങ്ങിക്കരയാനേ നേരമുണ്ടായുള്ളൂ. സ്വന്തം വീട്ടിൽ നില്ക്കാനാവാതെ വന്നപ്പോൾ ചിന്നമ്മ മകനെയുംകൊണ്ട് നാടുവിട്ടു. 'കാവ്' എന്ന മറ്റൊരു ഗ്രാമത്തിൽ താമസമാക്കി. പുതുതായി താമസിക്കാനെത്തിയ അമ്മയെയും കുഞ്ഞിനെയും ചുറ്റിപ്പറ്റി ആ ഗ്രാമത്തിലും കഥകളുണ്ടായി. വിവാഹം കഴിയാതെ പ്രസവിച്ചവളാണെന്നറിഞ്ഞപ്പോൾ അവിടെയുള്ളവർക്കും സ്വസ്ഥത കെട്ടു. സാമൂഹ്യമര്യാദ തെറ്റിച്ചു നടന്നവളാണ് തങ്ങളുടെ ഗ്രാമത്തിൽ താമസിക്കാൻ വന്നതെന്ന ചിന്ത ഗ്രാമവാസികളെ പ്രകോപിപ്പിച്ചു. മാമൂൽവാദികൾ സംഘടിച്ചു. പ്രശ്നം ഗ്രാമപഞ്ചായത്തിന്റെ മുന്നിലെത്തി. പഞ്ചായത്തുചേർന്ന് ചിന്നമ്മയെ വിസ്തരിച്ചു. അവൾ സ്വന്തം കദനകഥ കണ്ണീരൊഴുക്കിക്കൊണ്ട് വിസ്തരിച്ചു. തന്നെ അപമാനിക്കരുതെന്ന് അപേക്ഷിച്ചു. എന്നാൽ അവൾ പറഞ്ഞതൊന്നും ആരും വിശ്വാസത്തിലെടുത്തില്ല. പിഴച്ചവളെന്നുതന്നെ മുദ്രകുത്തി. സ്വന്തം നാട്ടിൽ ഭ്രഷ്ട് കല്പിക്കപ്പെട്ടതുകൊണ്ടാണ് ഈ ഗ്രാമത്തിലേക്കോടിയെത്തിയത്. ഇവിടെനിന്നും ഓടിക്കാനുള്ള ശ്രമമാണോ? ചിന്നമ്മ കുഞ്ഞിനെ മാറോട് ചേർത്ത് വിങ്ങിക്കരഞ്ഞു. അച്ഛനില്ലാത്ത കുഞ്ഞിനെയുംകൊണ്ട് ഗ്രാമത്തിൽ കഴിയരുതെന്ന നിലയുണ്ടായപ്പോൾ ഒരു രക്ഷകൻ മുന്നോട്ടുവന്നു. മഞ്ചുനാഥറാവു എന്നായിരുന്നു ആ മനുഷ്യസ്നേഹിയുടെ പേര്. വിശാലമനസ്കനായ അയാൾ പഞ്ചായത്തിന്റെ മുന്നിൽ ചിന്നമ്മയ്ക്കുവേണ്ടി വാദിച്ചു. അവളുടെ സംരക്ഷണം ഏറ്റെടുക്കാമെന്നുറപ്പ് കൊടുത്തു. തകർച്ചയിൽനിന്നും തന്നെ വീണ്ടും ഒരാൾ രക്ഷപ്പെടുത്തുകയാണ്. ചിന്നമ്മ കൃതജ്ഞതയോടെ അയാളെ നോക്കി. അയാളുടെ പിന്നാലെ അവൾ നടന്നു. കാവ് ഗ്രാമത്തിന്റെ അതിർത്തിയിൽ മംഗലാപുരം-മടിക്കേരി റോഡിൽ ചെറിയൊരു കുടിൽ മഞ്ചുനാഥ ഒരുക്കിക്കൊടുത്തു. പുല്ലുമേഞ്ഞ ആ മൺകുടിലിൽ ചിന്നമ്മ മറ്റൊരു ജീവിതം തുടങ്ങി.

തല്കാല പാരവശ്യം തീർന്നപ്പോൾ ചിന്നമ്മ തന്നത്താൻ കുറ്റപ്പെടുത്തി. തെറ്റുചെയ്തത് താനാണ്. കുഞ്ഞിനെയെടുത്ത് നാലാളുടെ മുന്നിൽ നിവർന്നു നില്ക്കാമെന്നു തോന്നിയത് വ്യഥാവിലായി. ഇനിയെങ്കിലും മറ്റുള്ളവരുടെ സൗജന്യമനുഭവിക്കാതെ ജീവിക്കാൻ കഴിയണം. സ്വന്തം ആഹാരത്തിനുള്ള വക തന്നത്താൻ കണ്ടെത്തണം. അങ്ങനെയാണ് സ്വന്തം വീടിനോട് ചേർന്ന് ഒരു ചായക്കട തുടങ്ങിയത്. ചിന്നമ്മയ്ക്ക് അതൊരാശ്വാസമായി.

കുസൃതിക്കുരുന്നായി ശിവറായ വളർന്നുകൊണ്ടിരുന്നു. ചിന്നമ്മയെ സംബന്ധിച്ചിടത്തോളം സർവ്വസ്വവും കുഞ്ഞായിത്തീർന്നു. ഇവനെ നന്നായി വളർത്തണം. പഠിപ്പിച്ച് വലിയ ആളാക്കണം. ഇതുമാത്രമായി ചിന്നമ്മയുടെ ചിന്ത. തനിക്കറിയാവുന്ന കഥകൾ അവൾ മകന് പറഞ്ഞു

കൊടുത്തു. പാട്ടുകളും കേൾപ്പിച്ചു. അമ്മയുടെ മനസ്സറിഞ്ഞ് മകൻ വളരുകയായിരുന്നു.

അഞ്ചുവയസ്സ് കഴിഞ്ഞപ്പോൾ ശിവറായനെ കാവ് ലോവർ എലിമെന്ററിസ്കൂളിൽ ഒന്നാം തരത്തിൽ ചേർത്തു. അമ്മ തന്നെയാണ് മകനെയും കൂട്ടിച്ചെന്നത്. വീട്ടിൽനിന്നും നടന്നെത്താവുന്ന ദൂരത്തിലുള്ള വിദ്യാലയമാണ്. വള്ളിട്രൗസറും വെള്ളക്കുപ്പായവുമിട്ട് ഒന്നാം ക്ലാസിലെത്തിയ കുട്ടി മറ്റു കുട്ടികളുടെ ശ്രദ്ധാകേന്ദ്രമായിത്തീർന്നു. ചുറുചുറുക്കും പ്രസന്നതയുമുള്ള ബാലൻ. മുഖത്താണെങ്കിൽ അസാമാന്യ തേജസ്സ്. എന്നും കൃത്യസമയത്തു തന്നെ ക്ലാസിലെത്തും. വിഷയങ്ങൾ ആവർത്തിച്ചു പഠിക്കുന്ന ശീലം അവനില്ലായിരുന്നു. ഏതു കാര്യവും ഒരിക്കൽ കേട്ടാൽ മതി. മനസ്സിൽ ഉറച്ചുനില്ക്കും. അദ്ധ്യാപകരുടെ ചോദ്യങ്ങൾക്ക് തെറ്റാതെ ഉത്തരം പറയുന്ന ഒരേയൊരുകുട്ടി ശിവറായയായിരുന്നു. അതുകൊണ്ടുതന്നെ അവൻ അദ്ധ്യാപകരുടെ കണ്ണിലുണ്ണിയായി. അവന്റെ ഓരോ ചലനത്തിനും സവിശേഷതയുണ്ടായിരുന്നു. സഹപാഠികളെല്ലാം അവന്റെ ചങ്ങാത്തം കൊതിച്ചു. എന്നാൽ ശിവറായയ്ക്ക് കൂട്ടുകൂടി നടക്കാൻ സമയമില്ലായിരുന്നു. ക്ലാസ് തുടങ്ങാറാവുമ്പോഴേ സ്കൂളിലെത്തൂ. സ്കൂൾ വിട്ടാലുടൻ വീട്ടിലേക്കോടും. ഇത് അമ്മയെ ചായപ്പീടികയിൽ സഹായിക്കാനാണ്.

ബീഡിയുണ്ടാക്കി വില്ക്കലായിരുന്നു ശിവറായയുടെ മറ്റൊരു ജോലി. വെറ്റില മടക്കി അടയ്ക്കയും പുകയിലയും ചുണ്ണാമ്പും ചേർത്ത് കെട്ടിയുണ്ടാക്കുന്നതാണ് ബീഡ. സ്കൂളില്ലാത്തപ്പോഴെല്ലാം ബീഡകൾ ഒരു മുറത്തിൽവച്ച് ബസ്സ്റ്റാന്റിൽ വില്ക്കാൻ പോകും. ബീഡ... ബീഡ... എന്നു പറഞ്ഞ് നടക്കുന്ന ബാലൻ ബസ് യാത്രക്കാരുടെ ശ്രദ്ധാകേന്ദ്രമായിത്തീർന്നിരുന്നു. ജീവിക്കാനുള്ള വക തന്റേതായ രീതിയിലും സമ്പാദിക്കണം. ഇതായിരുന്നു ശിവറായയുടെ ചിന്ത.

ശിവറായ കലാസാഹിത്യവിഷയങ്ങളിൽ അതീവ താല്പര്യം കാട്ടിയിരുന്നു. കുട്ടിക്കാലത്ത് യക്ഷഗാനത്തോടാണ് കൂടുതൽ മമതയുണ്ടായത്. കൂട്ടുകാരോടൊപ്പം നേരത്തെ കാണാൻ ചെല്ലും. ചിലപ്പോൾ അമ്മയും വരും. യക്ഷഗാനത്തിലെ വേഷങ്ങളാണ് അവനെ ആകർഷിച്ചത്. പലതരം വർണ്ണങ്ങളിൽ മിന്നിത്തിളങ്ങുന്ന ഉടുപ്പുകളും കിരീടവും അവനെ അത്ഭുതപ്പെടുത്തി. കളി തീരുന്നതുവരെ ശിവറായ മുന്നിലിരിക്കും. ചെണ്ടയുടെ താളവും പാട്ടും അവന്റെ മനസ്സിൽ എന്തെന്നില്ലാത്ത നിർവൃതിയുളവാക്കിയിരുന്നു. യക്ഷഗാനംപോലെ തന്നെ നാടകവും. അക്കാലത്ത് പുത്തൂരിൽ ശിവറാമകാരന്ത് നാടകക്കളരി നടത്തിയിരുന്നു. കാരന്തിന്റെ നേതൃത്വത്തിലുള്ള നാടകസംഘം ഗ്രാമങ്ങളിൽ സഞ്ചരിച്ച് പരിപാടി അവതരിപ്പിച്ചിരുന്നു. കാവ് ഗ്രാമത്തിലും സംഘം വരികയുണ്ടായി. സ്കൂളിന്റെ മുറ്റത്ത് സ്റ്റേജ് കെട്ടിയാണ് നാടകം അവതരിപ്പിച്ചത്. *ഡൊമിംഗോ* എന്ന നാടകമാണ് ആദ്യം കളിച്ചത്. ശിവറായ നാടകം കാണാനും മുന്നിൽതന്നെയിരുന്നു. നാടകം കഴിഞ്ഞപ്പോൾ നാടകക്കാരനായ ഒരു യുവാവ് ശിവറായയുടെ അടുത്തുവന്നു. നാടകത്തിൽ സ്ത്രീ വേഷമെടുത്ത ആളായിരുന്നു

അത്. അയാൾ *ഡൊമിംഗോ* നാടകത്തിന്റെ കോപ്പി അവന് വായിക്കാൻ കൊടുത്തു. അടുത്ത നാടകം തുടങ്ങാനുള്ള ഒരുക്കം നടക്കുകയായിരുന്നു. ശിവറായ അവിടെയിരുന്നുതന്നെ നാടകം വായിച്ചുതുടങ്ങി. പുസ്തകം തിരികെ കൊടുക്കാനുള്ളതായിരുന്നു. അല്ലെങ്കിൽ നാലണ വിലയായി നലക്ണം. ശിവറായയുടെ കീശയിൽ പണമില്ലായിരുന്നു. അതുകൊണ്ട് പകുതിവായിച്ച് പുസ്തകം തിരികെ കൊടുക്കേണ്ടിവന്നു. നാടകത്തിനുമുമ്പ് ശിവറാമ കാറന്തിന്റെ പ്രസംഗവുമുണ്ടായിരുന്നു. ശിവറായനെ ആ പ്രസംഗവും വല്ലാതെ വശീകരിച്ചു. കുട്ടികൾക്ക് അദ്ദേഹം രചിച്ച നാടകങ്ങളിലെല്ലാം ജീവിതമൂല്യങ്ങളുണ്ടായിരുന്നു. പില്ക്കാലത്ത് കാറന്തിനെക്കുറിച്ച് നിരഞ്ജന എഴുതിയിട്ടുണ്ട്.

> പത്തുമുഖമുള്ള ഭ്രാന്ത മനസ്സുമായി പ്രതികരിച്ച വ്യക്തിയാണ് കാറന്ത്. ജീവിതകാലം മുഴുവൻ അദ്ദേഹം പഠിച്ചുകൊണ്ടിരുന്നു. പഠിച്ചതെല്ലാം മറ്റുള്ളവർക്ക് പകർന്നുകൊടുത്തു. കാറന്തിന്റെ ജീവിതം രോമാഞ്ചമുളവാക്കുന്ന യാത്രയാണ്. സമൂഹത്തിൽ ദുഷിച്ചതെന്ന് തനിക്ക് തോന്നിയ ഘടകങ്ങളെ തകർത്തെറിഞ്ഞ വിപ്ലവകാരിയാണദ്ദേഹം. കലാരംഗത്ത് പ്രായോഗിക സമീപനമാണ് അദ്ദേഹം കൈക്കൊണ്ടത്. അദ്ദേഹം നടനും നാടകകൃത്തും യക്ഷഗാനകലാകാരനുമായിരുന്നു. കോട്ടഗ്രാമത്തിൽ ജനിച്ച് കർണ്ണാടകത്തിലും ഭാരതത്തിലും പരന്നൊഴുകിയ നദിയാണ് കാറന്ത്.

കാവ് സ്കൂളിലെ പഠനത്തിനുശേഷം ശിവറായ സുള്ള്യ ഹയർ എലിമെന്ററി സ്കൂളിൽ ചേർന്നു. പത്തുവയസ്സ് കഴിഞ്ഞ ശിവറായയുടെ നടപ്പും സംസാരവും സഹപാഠികളിലും അദ്ധ്യാപകരിലും കൗതുകം ജനിപ്പിച്ചു. അന്ന് കൂടെപഠിച്ച സുള്ള്യയിലെ മുഹമ്മദ് ക്ലാസനുഭവം രേഖപ്പെടുത്തിയിട്ടുണ്ട്. സ്കൂളിൽ രണ്ടുവർഷം ഇരുവരും അടുത്തിരുന്നാണ് പഠിച്ചത്. ക്ലാസിൽ ഒന്നാംസ്ഥാനം ശിവറായനും രണ്ടാംസ്ഥാനം മുഹമ്മദിനുമായിരുന്നു. അദ്ധ്യാപകർ ഈ രണ്ടുകുട്ടികളെ അത്യധികം ഇഷ്ടപ്പെട്ടു. ശിവറായയുടെ വീടിനടുത്താണ് മുഹമ്മദിന്റെ താമസം. സ്കൂളിലേക്ക് കൈയും പിടിച്ചുള്ള യാത്രയിൽ ശിവറായ വഴിയിലെ കാഴ്ചകൾ വർണ്ണിക്കുമായിരുന്നു. ഇൻസ്പെക്ടർ കുട്ടികളുടെ നിലവാരം പരിശോധിക്കാൻ വന്നിരുന്നു. ശിവറായയുടെ ക്ലാസിൽ പതിനഞ്ചു കുട്ടികളുണ്ടായിരുന്നു. അവരിൽ രണ്ടുകുട്ടികളെ മാത്രമേ ഇൻസ്പെക്ടർ പാസാക്കിയുള്ളൂ. ഒരാൾ കുളുകുന്ത ശിവറായ, മറ്റൊരാൾ മുഹമ്മദ്.

ശിവറായ ക്ലാസ് ലീഡറായിരുന്നു. അദ്ധ്യാപകർ വരുന്നതുവരെ ക്ലാസിലെ അച്ചടക്കം ശ്രദ്ധിക്കേണ്ടത് ലീഡറാണ്. ഒരുദിവസം മുഹമ്മദ് ക്ലാസിലെത്താൻ വൈകി, അദ്ധ്യാപകൻ ക്ലാസിൽ വന്നിരുന്നില്ല. ശിവറായനോട് ചോദിച്ചുവേണം ക്ലാസിൽ കയറാൻ. എന്നാൽ ഉറ്റസുഹൃത്തായ ശിവറായനോട് അനുവാദം ചോദിക്കാൻ മുഹമ്മദിന് സങ്കോചം. അവൻ ക്ലാസിനു വെളിയിൽ നിന്നു. കുട്ടികൾ ചിരിച്ചു. ശിവറായ പെട്ടെന്നെണീറ്റ്

പുറത്തുവന്ന് മുഹമ്മദിന്റെ കൈപിടിച്ച് ക്ലാസിൽ കൊണ്ടിരുത്തി. സുള്ള്യയിലെ പഠനം കഴിഞ്ഞ് ശിവറായ നീലേശ്വരത്ത് ചെന്നപ്പോൾ മുഹമ്മദ് അച്ഛന്റെ കൂടെ കച്ചവടത്തിൽ ചേർന്നു. സുള്ള്യയിൽ ശിവറായനെ പഠിപ്പിച്ച അദ്ധ്യാപകൻ ജനാർദ്ദനെ രേഖപ്പെടുത്തിയതു നോക്കുക.

> ക്ലാസിലെ ദരിദ്രബാലനായിരുന്നു ശിവറായ. എന്നാൽ പഠനംകൊണ്ട് അവൻ സമ്പന്നനായിരുന്നു. അവന്റെ കദനകഥ ഞങ്ങൾ അദ്ധ്യാപകരെ വളരെ വേദനിപ്പിച്ചിരുന്നു. അവന്റെ അമ്മ പാവപ്പെട്ട സ്ത്രീയായിരുന്നു. വീട്ടിനടുത്ത് ചായക്കട നടത്തിയാണ് ജീവിക്കാനുള്ള വക കണ്ടെത്തിയിരുന്നത്. മറ്റുള്ളവരുടെ സൗജന്യം ആ അമ്മയും മകനും ആഗ്രഹിച്ചില്ല. ആരുടെ മുന്നിലും കൈനീട്ടിയില്ല. ശിവറായ നന്നായി പഠിച്ചു. സ്കൂളിൽ കൈയെഴുത്തുമാസികയുണ്ടായിരുന്നു. ശിവറായനാണ് അതിലെ പ്രധാന എഴുത്തുകാരൻ. അവന്റെ ലേഖനവും കവിതയും അതിൽ പ്രസിദ്ധീകരിച്ചു. ഇംഗ്ലീഷിൽ അവന് അസാമാന്യ കഴിവുണ്ടായിരുന്നു. പ്രബന്ധം നന്നായെഴുതും. ആ പ്രബന്ധം ക്ലാസിൽ വായിച്ചുകേൾപ്പിക്കും. സ്കൂളിലെ ബാലസഭയിൽ ശിവറായ മുഖ്യപ്രാസംഗികനായിരുന്നു. ഏതു വിഷയവും അവൻ കൈകാര്യം ചെയ്യും. സ്കൂളിലന്ന് പുസ്തകസംഘം രൂപീകരിച്ചിരുന്നു. ബാലസാഹിത്യം പുറമെനിന്ന് വാങ്ങിക്കൊണ്ടുവന്ന് കുട്ടികൾക്ക് വില്പന നടത്തുന്ന രീതിയാണിത്. ഒരദ്ധ്യാപകനാണ് അതിന്റെ ചാർജ്ജ്. കുട്ടികളുടെ പ്രതിനിധിയെന്ന നിലയിൽ അതിന്റെ സെക്രട്ടറി ശിവറായനാണ്.

കെ എസ് വെങ്കപ്പ ഭട്ട് എന്ന മറ്റൊരദ്ധ്യാപകൻ ഓർമ്മിക്കുന്നതും ശ്രദ്ധേയമായ കാര്യമാണ്.

> എന്റെ അയൽപക്കത്താണ് ശിവറായനും അമ്മയും താമസിച്ചിരുന്നത്. അവൻ ജനിച്ചതാവട്ടെ കുളകുന്തയിലാണ്. ചില കാരണങ്ങളാൽ കാവ് ഗ്രാമത്തിലേക്ക് മാറേണ്ടിവന്നു. ഒടുവിൽ സുള്ള്യയിൽ വന്ന് താമസമാക്കി. അവന്റെ അസാധാരണ ഓർമ്മശക്തി അദ്ധ്യാപകരെ അത്ഭുതപ്പെടുത്തി. ഏതു വിഷയമായാലും ഒരിക്കലേ കേൾക്കേണ്ടൂ. പ്രതിഭയും സത്ഗുണവുമുള്ള വിദ്യാർത്ഥിയായി അവനറിയപ്പെട്ടു. കൈയെഴുത്തുമാസിക കൂടാതെ മാസത്തിൽ കൈയെഴുത്തുപത്രവും പ്രസിദ്ധീകരിച്ചിരുന്നു. പത്രത്തിലെ പ്രധാന ലേഖനം ശിവറായന്റേതായിരുന്നു.

പുത്തൂരിൽ ശിവരാമ കാറന്ത് കുട്ടികൾക്കുവേണ്ടി സാഹിത്യസമ്മേളനങ്ങളും നാടകക്കളരിയും നടത്തിവന്ന കാലമാണതെന്ന് സൂചിപ്പിച്ചുവല്ലോ. താലൂക്കിലെ സ്കൂളിൽനിന്നും കുട്ടികൾ ആ സമ്മേളനത്തിൽ പങ്കെടുക്കും. വിദ്യാർത്ഥികൾക്കായി പലതരം മത്സരങ്ങൾ ഏർപ്പെടുത്തിയിരുന്നു. ആ മത്സരങ്ങളിൽ സുള്ള്യ സ്കൂളിനെ പ്രതിനിധീകരിച്ചത് ശിവ

റായനാണ്. മത്സരിച്ച ഇനങ്ങളിലെല്ലാം ഒന്നാംസമ്മാനം കരസ്ഥമാക്കിയത് അവൻ തന്നെ. 1934 ൽ ഗാന്ധിജി സുള്ള്യയിൽ വന്നു. ശിവറായ ഗാന്ധിജിയെ കാണാൻ ചെന്നു. അദ്ദേഹത്തിന്റെ പ്രസംഗം കേട്ടു. അല്പ വസ്ത്രധാരിയായ മെലിഞ്ഞ മനുഷ്യൻ ശിവറായനിൽ ആഴത്തിലുള്ള സ്വാധീനം ചെലുത്തി. ഗാന്ധിജിയുടെ തത്ത്വദർശനം സ്വജീവിതത്തിൽ പകർത്തണമെന്ന് അവൻ ചിന്തിച്ചു.

മുളയിലറിയാം വിളയുടെ ഗുണം എന്നത് കന്നഡ ഭാഷയിലെയും ചൊല്ലാണ്...! 'ബെളെയ സിരി മൊളകെയല്ലേ തോരിബറുത്തകെ.' ശിവ റായനെന്ന വിദ്യാർത്ഥി ഭാവിയിൽ മഹാനായിത്തീരുമെന്നതിന്റെ ലക്ഷണം അവനിൽ ദൃശ്യമായിരുന്നു. സുള്ള്യ ഗ്രാമത്തിലെ വായനശാലയിൽ പോകാറുള്ള കുട്ടിയും ശിവറായനായിരുന്നു. പുസ്തകത്തെ ജീവനുതുല്യം കൊണ്ടുനടന്നു. വായന നിത്യശീലമാക്കി. ഗുണപ്രദമായ ദർശനങ്ങൾ ജീവിതത്തിൽ പകർത്താൻ ശ്രമിച്ചു. അദ്ധ്യാപകരുടെ അകമഴിഞ്ഞ പ്രോത്സാഹനവും അമ്മയുടെ ആത്മാർത്ഥമായ പിന്തുണയും ലഭിച്ചപ്പോൾ ശിവറായ ചിറകുവിടർത്തി പറക്കുകയായിരുന്നു...

3

പത്രപ്രവർത്തകൻ

ശിവറായന് ചെറുപ്പകാലത്ത് ചെവിവേദനയുണ്ടായിരുന്നു. ചില പ്പോൾ വേദനകൊണ്ട് പുളയും. അമ്മ എണ്ണ ചൂടാക്കി ചെവിയിൽ ഒഴിച്ചു കൊടുക്കും. അതുകൊണ്ടൊന്നും വേദന ശമിച്ചില്ല. അയൽപക്കത്ത് ഒരു പരിചയക്കാരനുണ്ടായിരുന്നു. അയാൾ ശിവറായനെയുംകൂട്ടി പുത്തൂരിൽ പോയി. ഡോക്ടറെ കാട്ടി. ഡോക്ടർ ചെവിത്തോണ്ടികൊണ്ട് ചെവി തുടച്ചു. എങ്കിലും പില്ക്കാലത്തും വേദന ഇടയ്ക്കിടെ വിഷമിപ്പിച്ചുകൊ ണ്ടിരുന്നു. നീലേശ്വരത്ത് പഠിക്കുമ്പോഴും വേദനയുണ്ടായെങ്കിലും അത്ര കാര്യമാക്കിയില്ല.

പരീക്ഷ കഴിഞ്ഞപ്പോൾ കുട്ടികളെല്ലാം ജയസാദ്ധ്യത വിലയിരു ത്താൻ തുടങ്ങി. ശിവറായന് പരീക്ഷാവിജയം ഒരു പ്രശ്നമേ ആയിരു ന്നില്ല. ഒരു ജോലിക്കുവേണ്ടി അവൻ ഉഴലുകയായിരുന്നു. അങ്ങനെയാണ് ശിവറായ മംഗലാപുരത്തെത്തിയത്.

ശിവറായനെ സംബന്ധിച്ചിടത്തോളം പുതിയ നഗരം. ആദ്യം അന്വേഷി ച്ചത് നീലേശ്വരത്ത് പരിചയപ്പെട്ട പരീക്ഷാ ഉദ്യോഗസ്ഥനെയാണ്. അദ്ദേഹ ത്തിന്റെ നിർദ്ദേശപ്രകാരം *രാഷ്ട്രബന്ധു* വാരികയുടെ ഓഫീസിൽ കയറി ച്ചെന്നു.

ആ സമയം കയ്യാർ കിഞ്ഞണ്ണറൈ *സ്വദേശാഭിമാനി* പത്രത്തിൽ ജോലിചെയ്യുന്നുണ്ടായിരുന്നു. മംഗലാപുരം ശാരദാ മുദ്രണാലയ ത്തിൽനിന്നാണ് *സ്വദേശാഭിമാനി* അച്ചടിച്ചു പുറത്തിറക്കിയിരുന്നത്. വളരെ പേജുകളുള്ള ആഴ്ചപ്പതിപ്പായാണ് പുറത്തിറങ്ങിയിരുന്നത്. തലതാഴ്ത്തി യിരുന്ന് എഴുതിക്കൊണ്ടിരുന്ന കിഞ്ഞണ്ണറൈയുടെ മുന്നിലേക്ക് ചെറി യൊരു കാല്പെരുമാറ്റത്തോടെ ശിവറായ കടന്നുചെന്നു. അദ്ദേഹം ശിര സ്സുയർത്തി. ആദ്യം കണ്ടത് ഖാദിമുണ്ട്. പിന്നെ ഖാദിക്കുപ്പായം. ഒടു

വിൽ ഗാന്ധിത്തൊപ്പി. അത്ഭുതം കലർന്ന മിഴികളോടെ കിഞ്ഞണ്ണറൈ ഇരുന്നപ്പോൾ ആഗതൻ പതുക്കെ പരിചയപ്പെടുത്തി... "ഞാൻ കുളുകുന്ദ ശിവറാവ്."

"വരൂ, ഇരിക്കൂ." ആദരവോടെ സ്വീകരിച്ചു.

ആഗതൻ സമീപത്തുള്ള ഇരിപ്പിടത്തിലിരുന്നു.

കയ്യാർ കിഞ്ഞണ്ണറൈ ശിവറായനെ ആദ്യം കാണുകയാണ്. എന്നാൽ അയാളുടെ രചനകൾ വായിച്ചിട്ടുണ്ടായിരുന്നു. എഴുത്തിൽ നിശിതമായ നിലപാടുകൾ പ്രകടമായിരുന്നു. കുളുകുന്ദ, കിശോർ — എന്നിങ്ങനെയുള്ള പേരുകളിലെഴുതുന്നത് ഒരേ ആളാണെന്ന് ബോദ്ധ്യപ്പെട്ടു. എങ്കിലും ആശ്ചര്യം അവസാനിച്ചില്ല. ഇത്ര മൂർച്ചയുള്ള വാക്കുകൾ പ്രയോഗിക്കുന്ന ആൾ പ്രായം ചെന്ന ആളായിരിക്കും എന്ന് കരുതിയിരുന്നു. എന്നാൽ മുന്നിലിരിക്കുന്നത് ഇളംപ്രായക്കാരൻ. ലളിത വേഷക്കാരൻ.

ഇരുവരും വളരെനേരം സംസാരിച്ചിരുന്നു. പിന്നീടാണ് *രാഷ്ട്രബന്ധു* ആഴ്ചപ്പതിപ്പിന്റെ ഓഫീസിലേക്ക് പോയത്. അവിടെയുള്ളവർക്കും അമ്പരപ്പുണ്ടായി. ഖദർവേഷത്തിൽ വന്നുകയറിയ ചെറുപ്പക്കാരൻ തങ്ങളുടെ ആഴ്ചപ്പതിപ്പിലെ കഥയെഴുത്തുകാരനാണെന്ന് വിശ്വസിക്കാൻ ഏറെ സമയം വേണ്ടിവന്നു. ശിവറായ തന്നത്താൻ പരിചയപ്പെടുത്തുകയായിരുന്നു.

"ഞാൻ കുളുകുന്ദ ശിവറായ. നിങ്ങളുടെ ആഴ്ചപ്പതിപ്പിൽ കഥയെഴുതുന്ന ആൾ."

ശബ്ദം കേട്ട് സഹപത്രാധിപർ കൃഷ്ണറാവു കടന്നുവന്നു. അയാൾക്ക് ശിവറായയെ പരിചയമുണ്ടായിരുന്നു. നീലേശ്വരത്ത് വച്ച് ആദ്യത്തെ താലൂക്ക് സ്റ്റുഡന്റ്സ് സമ്മേളനം ചേർന്നപ്പോൾ കൃഷ്ണറാവു അത് റിപ്പോർട്ടു ചെയ്യാൻ നീലേശ്വരത്ത് ചെന്നിരുന്നു. ആ സമയം വിദ്യാർത്ഥി സംഘടനാ സെക്രട്ടറിയായ ശിവറായനോട് സമ്മേളനത്തിന്റെ വിശദാംശങ്ങൾ ചോദിച്ചറിഞ്ഞിരുന്നു. ജോലിക്കാര്യം കൃഷ്ണറാവുവിനോടും ശിവറായ സൂചിപ്പിച്ചിരുന്നു.

കൃഷ്ണറാവു ആഗതനെ ഓഫീസിലുള്ളവർക്ക് പരിചയപ്പെടുത്തിക്കൊടുത്തു. *രാഷ്ട്രബന്ധു* പത്രാധിപർ കെ ശങ്കർ ഭട്ടായിരുന്നു. മാനേജർ കെ ആർ ആചാര്യയും. *രാഷ്ട്രബന്ധു*വിൽ ചേർന്നുകൊള്ളാൻ മാനേജർ സമ്മതിച്ചു. അപ്പോൾതന്നെ അപേക്ഷ എഴുതിക്കൊടുത്തു. അടുത്ത ദിവസം ജോലിയിൽ പ്രവേശിക്കുകയും ചെയ്തു.

സാഹിത്യവും രാഷ്ട്രീയവും കൈകാര്യം ചെയ്യുന്ന വാരികയായിരുന്നു *രാഷ്ട്രബന്ധു*. ശിവറായയെ സംബന്ധിച്ചിടത്തോളം സാഹിത്യത്തിൽ കൂടുതൽ തെളിയാനും രാഷ്ട്രീയത്തിൽ ഉറച്ച നിലപാടെടുക്കുവാനും *രാഷ്ട്രബന്ധു* വാരിക സഹായകമായി. അല്പകാലം കൊണ്ടു തന്നെ പത്രലോകം ശ്രദ്ധിക്കുന്ന നിലയിലേക്ക് ശിവറായയുടെ എഴുത്ത് വളർന്നു.

മംഗലാപുരത്ത് അക്കാലത്ത് എഴുത്തുകാരുടെയും കലാകാരന്മാരുടെയും ഒരു സംഘടന പ്രവർത്തിച്ചിരുന്നു. 'മിത്രമണ്ഡലം' എന്നായിരുന്നു പേര്. പുരോഗമനചിന്ത വച്ചുപുലർത്തിയ യുവാക്കളാണ് ആ കൂട്ടായ്മയ്ക്ക് നേതൃത്വം വഹിച്ചിരുന്നത്. കന്നഡ സാഹിത്യരംഗത്ത് ശ്രദ്ധേയ പ്രവർത്തനം കാഴ്ചവയ്ക്കുവാൻ മിത്രമണ്ഡലത്തിന് കഴിഞ്ഞു.

തന്റെ സാഹിത്യവളർച്ചയെ പ്രോത്സാഹിപ്പിക്കാൻ 'മിത്രമണ്ഡല'വുമായുള്ള ബന്ധം സഹായകമായെന്ന് പില്ക്കാലത്ത് നിരഞ്ജന രേഖപ്പെടുത്തി. അനേകം പത്രപ്രവർത്തകരെയും നാടകക്കാരെയും ആ സമയം പരിചയപ്പെട്ടു. കന്നഡ സാഹിത്യത്തിലും പുരോഗമനചിന്ത ഉടലെടുത്ത സന്ദർഭമാണത്. മരിച്ചവരെ എഴുന്നേല്പിക്കാനല്ല, ജീവിച്ചിരിക്കുന്നവരെ ഉണർത്തി എഴുന്നേല്പിക്കുകയാണ് എഴുത്തുകാരന്റെയും കലാകാരന്റെയും ദൗത്യമെന്ന് ശിവറായയും തിരിച്ചറിഞ്ഞു. പഴയ സാഹിത്യത്തെ പ്രയോജനപ്പെടുത്തുകയല്ല, പുതിയത് സൃഷ്ടിക്കുകയാണ് വേണ്ടത്. കലയും സാഹിത്യവും മാനവനിർമ്മിതിയുടെ മണ്ണായിത്തീരണം.

മകന് ജോലികിട്ടിയതിൽ ഏറ്റവുമധികം സന്തോഷിച്ചത് അമ്മയാണ്. നീലേശ്വരത്തെ താമസം മതിയാക്കി അമ്മയും മകനും മംഗലാപുരത്ത് താമസമാക്കുകയും ചെയ്തു. പ്രായത്തിൽ കവിഞ്ഞ വിവേകവും ബുദ്ധിയും പ്രകടിപ്പിച്ചിരുന്ന മകനെ നോക്കി ആ അമ്മ ആനന്ദക്കണ്ണീരൊഴുക്കി. അപമാനവും ഒറ്റപ്പെടലും സഹിച്ചുവളർന്ന ആ മാതാവിന് ഒരേയൊരാശ്രയം മകനായിരുന്നു.

പത്രപ്രവർത്തനം പ്രതിബദ്ധതയോടെ നിർവ്വഹിക്കണമെന്ന് ശിവറായ ചിന്തിച്ച കാലമാണത്. *രാഷ്ട്രബന്ധു*വിൽ ജോലിചെയ്യുമ്പോൾ തന്നെ *നവഭാരത്, പ്രജാമത, ഉഷ* – തുടങ്ങിയ പത്രമാസികകളിലും ശിവറായ എഴുതിയിരുന്നു. എഴുത്തിൽ അതുവരെ കർണ്ണാടക വായനക്കാരനുഭവിക്കാത്ത ശൈലിയാണ് അദ്ദേഹം കാഴ്ചവച്ചത്.

കയ്യൂർ സംഭവം നടന്നത് ശിവറായ മംഗലാപുരത്ത് ജോലിചെയ്യവെയാണ്. കയ്യൂർ ഗ്രാമവുമായി ഉറ്റബന്ധം അദ്ദേഹത്തിനുണ്ടായിരുന്നു. അതുസംബന്ധിച്ച് അനേകം വാർത്തകൾ പത്രങ്ങളിൽ പ്രസിദ്ധീകരിച്ചു. *നവഭാരത്* പത്രം തുടങ്ങിയപ്പോൾ അതിന്റെ പ്രധാന ലേഖകനായത് ശിവറായയാണ്. *രാഷ്ട്രബന്ധു*വിൽ മാസത്തിൽ നാല് പേജ് സാഹിത്യത്തിന് നീക്കിവച്ചിരുന്നു. അത് കൈകാര്യം ചെയ്തതാകട്ടെ ശിവറായയെന്ന നിരഞ്ജനയും.

പത്രത്തിൽ ജോലിചെയ്യവെ തന്നെ പത്രപ്രവർത്തകരെ സംഘടിപ്പിക്കാനും നിരഞ്ജന മുന്നോട്ടിറങ്ങി. മംഗലാപുരത്തുവച്ച് അഖില കർണ്ണാടക പത്രപ്രവർത്തക സമ്മേളനം നടത്തുന്നതിന് മുൻകൈയെടുത്തതും അദ്ദേഹമാണ്. നിരഞ്ജനയ്ക്ക് കഥയെഴുത്തുപോലെ പത്രപ്രവർത്തനവും ഇഷ്ടമേഖലയായിരുന്നു. പത്രങ്ങൾ ജനങ്ങളിൽ ആഴത്തിൽ സ്വാധീനം ചെലുത്തുമെന്ന് അദ്ദേഹം തിരിച്ചറിഞ്ഞു. സമത്വപൂർണ്ണ

മായ ഒരു നവലോകസൃഷ്ടിയിലേക്കുള്ള പ്രവർത്തനമെന്ന നിലയിലാണ് നിരഞ്ജന പത്രപ്രവർത്തനം കൊണ്ടുനടന്നത്. ജനങ്ങളെ ഉണർത്താനും തിരുത്താനും പത്രങ്ങൾക്കു കഴിയും.

മൂന്നുനാലു വർഷംകൊണ്ടുതന്നെ ശിവറായ മംഗലാപുരത്തെ അറിയപ്പെടുന്ന വ്യക്തിയായിത്തീർന്നു. ഒഴിവുവേളകളിലെല്ലാം അദ്ദേഹം ജനങ്ങൾക്കിടയിൽ സഞ്ചരിച്ചു. തൊഴിലാളികളോടും കൃഷിക്കാരോടുമാണ് അദ്ദേഹം കൂടുതൽ അനുഭാവം പുലർത്തിയത്. അവരുടെ വിമോചനം കമ്യൂണിസത്തിലൂടെ മാത്രമേ സാദ്ധ്യമാവൂ എന്നദ്ദേഹം തിരിച്ചറിഞ്ഞ കാലവുമാണത്. തോളിൽ തുണിസഞ്ചിയും തൂക്കിയിട്ട് നടന്നുവരുന്ന നിരഞ്ജനയുടെ ഓർമ്മ പല സുഹൃത്തുക്കളും അയവിറക്കിയിട്ടുണ്ട്.

ധാർവാഡിൽ അഖില കർണ്ണാടക ഏകീകരണസമ്മേളനം നടന്നപ്പോൾ നിരഞ്ജന അതിൽ പങ്കെടുത്തിരുന്നു. അക്കാലത്ത് നടന്ന സാഹിത്യസമ്മേളനങ്ങളിലും കൗതുകത്തോടെ അദ്ദേഹം പങ്കുകൊണ്ടു. കൂടുതൽ കൂടുതൽ വായിച്ചും കേട്ടും അറിവിന്റെ നൂതനലോകം അദ്ദേഹം കൈയടക്കി. സത്യം, സമാനത, പ്രീതി, സഹൃദയത്വം എന്നതായിരുന്നു നിരഞ്ജനയുടെ മുഖമുദ്ര. ജാതി-മത ചിന്തകളൊന്നും അദ്ദേഹത്തെ സങ്കുചിതനാക്കിയില്ല. "ഞാൻ മനുഷ്യജാതിയിൽ പിറന്നവനാണ്" — നിരഞ്ജന പറയും. ദാരിദ്ര്യത്തിൽ വെന്തുരുകി വളർന്ന ആ ജീവിതം മാർക്സിസത്തിൽ ആകൃഷ്ടമായത് സ്വാഭാവികം. കയ്യൂരിലെ കർഷകരനുഭവിച്ച ദുരിതങ്ങൾ അദ്ദേഹം നേരിൽ കണ്ടതാണ്. കയ്യൂരിലുണ്ടായ സാഹസിക സംഭവങ്ങൾ ആവേശത്തോടെ അദ്ദേഹം ശ്രദ്ധിച്ചിരുന്നു.

കയ്യൂർ കേസിന്റെ വിചാരണ നടന്നത് മംഗലാപുരം കോടതിയിലായിരുന്നു. *രാഷ്ട്രബന്ധു, നവഭാരത്,* കേരളത്തിലെ *മാതൃഭൂമി* തുടങ്ങിയ പത്രങ്ങൾക്കെല്ലാം കയ്യൂർകേസ് വിചാരണ റിപ്പോർട്ട് ചെയ്തത് നിരഞ്ജനയാണ്. കയ്യൂരിന്റെ സാമൂഹ്യപശ്ചാത്തലം വിവരിച്ചുകൊണ്ടാണ് കേസ് വിചാരണ റിപ്പോർട്ട് ചെയ്തത്. കയ്യൂരിൽ നടന്ന പൊലീസ് നരനായാട്ട് റിപ്പോർട്ട് ചെയ്യണമെന്ന് അദ്ദേഹം ആഗ്രഹിച്ചിരുന്നു. അതിനുവേണ്ടി നീലേശ്വരത്തെത്തുകയുണ്ടായി. എന്നാൽ സുഹൃത്തുക്കൾ പിന്തിരിപ്പിച്ചു. ജീവൻ അപകടപ്പെടാൻ സാദ്ധ്യതയുണ്ടെന്ന് അവർ ബോദ്ധ്യപ്പെടുത്തി. *രാഷ്ട്രബന്ധു* വാരികയുടെ സഹപത്രാധിപരും നിരഞ്ജനയുടെ കൂടെ ഉണ്ടായിരുന്നു.

1941 ഡിസംബറിലാണ് മംഗലാപുരം സെഷൻസ് കോടതിയിൽ കേസ് വിചാരണ തുടങ്ങിയത്. കൊലപാതകം, ഗൂഢാലോചന, മാരകായുധം കൈവശം വെക്കൽ, സർക്കാർ ജീവനക്കാരെ ആക്രമിച്ച് മുറിവേല്പിക്കൽ, യുദ്ധവിരോധം പ്രചരിപ്പിക്കൽ, വിപ്ലവഗീതം പാടൽ, മുദ്രാവാക്യം വിളിക്കൽ എന്നിവയായിരുന്നു കുറ്റങ്ങൾ. വിചാരണ നേരിടുന്ന പ്രതികളെയെല്ലാം മംഗലാപുരം സബ്ജയിലിൽ പാർപ്പിച്ചു.

എം എസ് പാർത്ഥസാരഥി അയ്യരായിരുന്നു സെഷൻസ് ജഡ്ജി. നെറ്റിനിറയെ ഭസ്മമണിഞ്ഞ, വെള്ള തലപ്പാവുള്ള അയ്യർ ഭരണാധികാ

രികളുടെ ഇംഗിതം അറിഞ്ഞ് പെരുമാറുന്ന ന്യായാധിപനായിരുന്നു.

ജഡ്ജിയുടെ നിരീക്ഷണത്തെപ്പറ്റി നിരഞ്ജന റിപ്പോർട്ട് ചെയ്തത് നോക്കുക.

> ഈ ജില്ലയിൽ കർഷകസംഘം എന്നൊരു സംഘടന പ്രവർത്തിക്കുന്നുണ്ട്. അനേകം ഗ്രാമങ്ങളിൽ ഈ സംഘത്തിന്റെ ശാഖകളുണ്ട്. ഓഫീസുകളും പ്രവർത്തിക്കുന്നു. പേരെഴുതിയ ബോർഡും കൊടിയും സംഘടനയ്ക്കുണ്ട്. യൂണിഫോം ധരിച്ച വളണ്ടിയർമാർ ഇവർക്കുണ്ട്. ഈ സംഘടന രാഷ്ട്രീയമായി കമ്യൂണിസ്റ്റ് ഭരണം ലക്ഷ്യം വെച്ചാണ് പ്രവർത്തിക്കുന്നത്. കേസിലെ പ്രതികളെല്ലാം ആ സംഘടനയിലെ അംഗങ്ങളും വളണ്ടിയർമാരുമാണ്...

എം കെ നമ്പ്യാരായിരുന്നു പബ്ലിക് പ്രോസിക്യൂട്ടർ. പ്രതികൾക്കുവേണ്ടി വാദിക്കാനെത്തിയത് മദിരാശിയിലെ പ്രഗത്ഭ അഭിഭാഷകൻ എ കെ പിള്ളയാണ്. അദ്ദേഹത്തെ സഹായിക്കാൻ രണ്ടുപേർ വേറെയുണ്ടായിരുന്നു.

വിചാരണ റിപ്പോർട്ട് ചെയ്യാൻ മൂന്നു പത്രപ്രവർത്തകരാണ് കോടതിയിലെത്തിയത്. നിരഞ്ജനയെക്കൂടാതെ *ഹിന്ദു*വിന്റെ രാമറായ് മല്യ, *മദ്രാസ് മെയിലി*ന്റെ യു ഗോവിന്ദറാവു എന്നിവർ. വിചാരണ നടക്കാത്ത ദിവസങ്ങളിൽ നിരഞ്ജന സബ്ജയിലിൽചെന്ന് പ്രതികളെ കണ്ടിരുന്നു. കർഷകസംഘത്തെ ഇഷ്ടപ്പെടാത്ത ജന്മികളും അധികാരികളും ചേർന്ന് നടത്തിയ ഗൂഢാലോചനയാണ് കേസിന്റെ പിന്നിലുണ്ടായത്. കർഷകർ നടത്തുന്ന പ്രക്ഷോഭങ്ങൾ അടക്കിനിർത്തണമെന്ന കാര്യത്തിൽ പൊലീസധികാരികൾക്കും നിർബ്ബന്ധബുദ്ധിയുണ്ടായിരുന്നു. സാക്ഷികളെല്ലാം പൊലീസിനെ ഭയന്നാണ് കോടതിയിൽ ഹാജരായതെന്ന് പ്രോസിക്യൂഷൻ വാദിച്ചിരുന്നു. എഴുപത്തിനാലുപേരെ സാക്ഷികളായി കൊണ്ടുവന്നു. പലർക്കും ജോലിയും പണവും വാഗ്ദാനം ചെയ്തിരുന്നു.

"ഞങ്ങളുടെ ചെലവെല്ലാം പൊലീസാണ് വഹിച്ചത്" എന്ന് ഒരു സാക്ഷി പരസ്യമായി പറഞ്ഞിരുന്നു. കോടതിയിൽ പറയേണ്ട കാര്യങ്ങളെപ്പറ്റി ക്ലാസും എടുത്തിരുന്നത്രെ.

തൊണ്ടിമുതൽ ഹാജരാക്കിയത് പത്രപ്രവർത്തകരിൽ അത്ഭുതമുളവാക്കിയത്രെ. കൊയ്യൻ കുഞ്ഞിക്കണ്ണന്റെ ഡയറിയാണ് ഒന്ന്. ഡയറിയുടെ ആദ്യപേജിൽ 'ഇങ്ക്വിലാബ് സിന്ദാബാദ്' എന്നെഴുതിയിരുന്നു. മറ്റൊരു വസ്തു നൂൽനൂല്ക്കുന്ന തക്ലിയായിരുന്നു. വാർത്തകളിൽ തക്ലിയും ഡയറിയും വിശേഷരീതിയിൽ ഇടംപിടിച്ചു.

1942 ഫെബ്രുവരി ഒമ്പതിന് കേസ് വിധി പ്രസ്താവിച്ചു. അഞ്ചുപേർക്ക് മരണശിക്ഷ. അവരിലൊരാൾക്ക് പ്രായക്കുറവ് കാരണം മരണശിക്ഷയിൽനിന്ന് ഒഴിവാക്കപ്പെട്ടു. അപ്രതീക്ഷിതമായിരുന്നു വിധിപ്രസ്താവം. നിരഞ്ജനയ്ക്ക് ഉറക്കമില്ലാത്ത രാത്രിയായിരുന്നു അത്. അപ്പുവിന്റെയും ചിരുകണ്ടന്റെയും മുഖം മനസ്സിൽനിന്നും മായുന്നില്ല. അമ്മ മകനെ ആശ്വ

സിപ്പിക്കാൻ നന്നെ പ്രയാസപ്പെട്ടു.

കയ്യൂർ വീരന്മാരുടെ പ്രാണൻ സംരക്ഷിക്കാൻ കമ്യൂണിസ്റ്റ് പാർട്ടി രംഗത്തിറങ്ങി. പ്രിവി കൗൺസിലിൽ വാദമുന്നയിച്ചു. പി കൃഷ്ണ പിള്ളയും മോഹൻകുമരമംഗലും മറ്റും ഇക്കാര്യത്തിൽ മുന്നിട്ടിറങ്ങി. മംഗലാപുരത്ത് പത്രപ്രവർത്തകരും തൊഴിലാളികളും കയ്യൂർവീരർക്ക് അനുകൂലമായി പ്രകടനം നടത്തി. കെ ആർ കാരന്ത്, എൻ ജി രംഗ, കെ ബി ജിനരാജ് ഹെഗ്ഡെ, ശ്രീമതി കമലാദേവി ചതോപാധ്യായ തുടങ്ങിയവർ അനുകൂലമായി പ്രസ്താവനകളിറക്കി. ഇക്കാര്യത്തിൽ മുന്നിട്ടിറങ്ങിയത് നിരഞ്ജനയാണ്. കയ്യൂരിലെ നാലു ധീരരെ രക്ഷിക്കാനുള്ള ഉത്തരവാദിത്വം തനിക്കുകൂടിയുണ്ടെന്ന് അദ്ദേഹം തിരിച്ചറിഞ്ഞിരുന്നു.

കമ്യൂണിസ്റ്റ് പാർട്ടി സെക്രട്ടറി പി സി ജോഷി 1943 മാർച്ചിൽ കണ്ണൂർ സെൻട്രൽ ജയിൽ സന്ദർശിച്ചു. കയ്യൂർവീരരെ കാണാനാണ് അദ്ദേഹം ചെന്നത്. അതിനുശേഷം കയ്യൂരിലും ജോഷി പോവുകയുണ്ടായി. പത്രപ്രവർത്തകനായ നിരഞ്ജന ജോഷിയുടെ സന്ദർശനം റിപ്പോർട്ട് ചെയ്യാനെത്തിയിരുന്നു.

> യുവാവായിരുന്ന ഞാൻ കയ്യൂരിലെ രോമാഞ്ചജനകമായ സംഭവങ്ങളിൽ പല പ്രകാരത്തിൽ പങ്കുകൊണ്ടിട്ടുണ്ട്. പിന്നീട് ഒരു ദശകക്കാലം കയ്യൂർ വീരരുടെ കമ്യൂണിസ്റ്റ് പാർട്ടിയിലും പ്രവർത്തിച്ചു. ആ അദ്ധ്യായം അവസാനിച്ചു. ഞാൻ പൂർണ്ണമായും എഴുത്തുകാരനായി മാറി. കയ്യൂരിലെ തീപ്പൊരി എന്റെ നെഞ്ചിൽ കെടാതെ പുകഞ്ഞുകൊണ്ടിരുന്നു. കയ്യൂർ സംഭവത്തിനുശേഷം പതിനാലു വർഷം കഴിഞ്ഞപ്പോൾ നെഞ്ചിലെ തീപ്പൊരി ഒരു നോവലിന് പിറവി നല്കി. അതാണ് *ചിരസ്മരണ.*

നിരഞ്ജന 1955 ൽ എഴുതി. 1941 മാർച്ചിലാണ് നിരഞ്ജന എസ് എസ് എൽ സി എഴുതിയത്. പരീക്ഷയിൽ നല്ല വിജയംതന്നെ കൈവരിച്ചു. എന്നാൽ അദ്ദേഹം സർട്ടിഫിക്കറ്റ് വാങ്ങാൻ ചെന്നില്ല. സാമ്രാജ്യത്വത്തിന്റെ സർട്ടിഫിക്കറ്റ് തനിക്കാവശ്യമില്ലെന്ന് നിരഞ്ജന വ്യക്തമാക്കി. അതുകൊണ്ടുതന്നെയാണ് എഴുതി ജീവിക്കണം എന്ന നിശ്ചയത്തിൽ അദ്ദേഹം എത്തിച്ചേർന്നത്.

ഏതെങ്കിലും ഒരു പത്രത്തിൽ മാത്രം വാർത്തയെഴുതി കഴിഞ്ഞുകൂടാനല്ല നിരഞ്ജന തുനിഞ്ഞത്. *രാഷ്ട്രബന്ധു*വിൽ സഹപത്രാധിപരായിരിക്കെതന്നെ ഹുബ്ലിയിലെ *സംയുക്ത കർണ്ണാടക,* ബാംഗ്ളൂരിലെ *തായ്നാട്, ഡെയ്‌ലി ന്യൂസ്, ജനവാണി* — എന്നീ പത്രങ്ങളുടെയും റിപ്പോർട്ടറായി. ചില മാസികകളിൽ കോളം കൈകാര്യം ചെയ്യാനും തുടങ്ങി.

കർണ്ണാടകത്തിലും പുരോഗമന സാഹിത്യസംഘം ശക്തിപ്പെട്ടുവന്ന കാലമാണത്. മംഗലാപുരം കേന്ദ്രീകരിച്ച് അതിനു നേതൃത്വം നല്കിയത് നിരഞ്ജനയാണ്. സ്വാതന്ത്ര്യസമരകാലം തൊട്ടേ കലയിലും സാഹിത്യത്തിലും പുരോഗമനം ദൃശ്യമായിരുന്നെന്ന് അദ്ദേഹം ചൂണ്ടിക്കാട്ടി. പുരോ

ഗമനം എന്നത് ശാശ്വതമായ അവസ്ഥയാണ്. അതിന് താത്ത്വികമായ അടിത്തറയുണ്ട്. ഉർദു സാഹിത്യകാരൻ കിഷൻ ചന്ദിന്റെ വാക്കുകൾ നിരഞ്ജനയുടെ മനസ്സിൽ ആഴത്തിൽ പതിഞ്ഞതും അക്കാലത്താണ്...

> നമ്മുടെ പുരോഗമന സാഹിത്യത്തിൽ ഭൂരിഭാഗവും മദ്ധ്യവർഗ്ഗ ജീവിതം ചിത്രീകരിക്കുന്നവയാണ്. ചുറ്റുമുള്ള പരിതസ്ഥിതിയുടെ ഫലമായി മറ്റൊന്നും സാദ്ധ്യമായിരുന്നില്ല എന്നത് ശരിതന്നെ. എന്നാൽ ഇനി നാം അതിരുകൾ കടന്ന് മുന്നോട്ടു പോകണം. തൊഴിലാളികളുടെയും കൃഷിക്കാരുടെയും ജീവിതം സാഹിത്യത്തിന് വിഷയമാക്കണം. അവരുടെ ആശയും ആകാംക്ഷയും നിറവേറ്റാൻ പരിശ്രമിക്കണം. ഇതിനുവേണ്ടി നമ്മുടെ സാഹിത്യത്തിന്റെ സ്വരൂപത്തിൽ മാറ്റം വരുത്തണം. ജനങ്ങളാണ് സാഹിത്യത്തിന് അടിസ്ഥാനമായി വർത്തിക്കുന്നത്. ജനകീയ പ്രശ്നങ്ങളിൽനിന്ന് മുഖം തിരിഞ്ഞു നില്ക്കുന്നത് ശരിയല്ല.

ഒരു സ്ഥാനം കിട്ടാൻ, പേര് കിട്ടാൻ, സമ്മാനം കിട്ടാൻ കച്ചകെട്ടി നടക്കുന്നവരുടെ നാടാണിതെന്ന് നിരഞ്ജന പറയുന്നു. ജനങ്ങൾക്കിടയിലാണ് സ്ഥാനവും മാനവും പേരും ലഭിക്കേണ്ടത്. സാഹിത്യത്തിന്റെ ശീതജലത്തിനുമീതെ ഉഷ്ണജലപ്രവാഹമായി പുരോഗമനചിന്ത മാറണം. അസഹിഷ്ണുത ധർമ്മമായി കൊണ്ടുനടക്കുന്നവരുടെ നാടായി ഭാരതം മാറുകയാണെന്നും നിരഞ്ജന വെളിപ്പെടുത്തുന്നു.

4

കമ്യൂണിസ്റ്റ് പാർട്ടിയിലേക്ക്

നീലേശ്വരം രാജാസ് ഹൈസ്കൂളിൽ പഠിക്കുന്ന കാലത്താണ് നിരഞ്ജന കമ്യൂണിസത്തിലേക്ക് ആകൃഷ്ടനായത്. കെ മാധവൻ സ്കൂളിൽ ഹിന്ദിക്ലാസ് നടത്തിയിരുന്നു. നിരഞ്ജന ആ ക്ലാസിലെ വിദ്യാർത്ഥിയായിരുന്നു. നന്നായി വായിക്കുകയും പഠിക്കുകയും ചെയ്തിരുന്ന നിരഞ്ജനയോട് മാധവന് എന്തെന്നില്ലാത്ത മമത തോന്നിയിരുന്നു. അങ്ങനെയാണ് *കമ്യൂണിസ്റ്റ് മാനിഫെസ്റ്റോ* എന്ന ഗ്രന്ഥത്തിന്റെ ഇംഗ്ലീഷ് പ്രതി നിരഞ്ജനയ്ക്ക് കൊടുത്തത്.

ഗാന്ധിജിയോട് പ്രതിപത്തി പുലർത്തിയിരുന്ന നിരഞ്ജനയ്ക്ക് കമ്യൂണിസം പുതുമയുള്ള വിഷയമായിരുന്നു. അടിമത്തത്തിന്റെ അന്ത്യം കുറിച്ചുകൊണ്ട് മാനവരാശിക്ക് സ്വാതന്ത്ര്യത്തിലേക്ക് കടക്കാൻ കമ്യൂണിസം കരുത്തുനല്കുമെന്ന് അദ്ദേഹം മനസ്സിലാക്കി. സാമുവൽ മൂർ ഇംഗ്ലീഷിലേക്ക് വിവർത്തനം ചെയ്ത *കമ്യൂണിസ്റ്റ് മാനിഫെസ്റ്റോ* ഗ്രന്ഥം കാവ്യാത്മകമായ ഒരനുഭവവും നിരഞ്ജനയിലുളവാക്കി. ഉല്പാദന ബന്ധങ്ങളുടെ അടിസ്ഥാനത്തിലാണ് സമൂഹത്തിന്റെ സാമ്പത്തികഘടന നിലകൊള്ളുന്നത് എന്നദ്ദേഹത്തിന് ബോദ്ധ്യപ്പെട്ടു. നീലേശ്വരത്തെ തൊഴിലാളികളുടെയും കൃഷിക്കാരുടെയും ജീവിതത്തെക്കുറിച്ചദ്ദേഹം മനസ്സിലാക്കി.

മംഗലാപുരത്ത് പത്രപ്രവർത്തനത്തിലേർപ്പെട്ടപ്പോൾ അവിടത്തെ പുരോഗമന ചിന്താഗതിക്കാരുമായി നിരന്തരബന്ധം സ്ഥാപിക്കാൻ നിരഞ്ജനയ്ക്കു സാധിച്ചു. മംഗലാപുരത്ത് ഇന്തോ-സോവിയറ്റ് കൾച്ചറൽ സെന്റർ പ്രവർത്തിച്ചിരുന്നു. ബി വി കക്കില്ലായരായിരുന്നു അതിന്റെ സെക്രട്ടറി. എൻ കെ ഉപാദ്ധ്യായയുടെ നേതൃത്വത്തിലാണ് മംഗലാപുരത്ത് കമ്യൂണിസ്റ്റ് സെൽ പ്രവർത്തിച്ചിരുന്നത്. നിരഞ്ജന അയാളുമായി

ഉറ്റബന്ധത്തിലായി. 1943 ൽ പാർട്ടിയിൽ അംഗമായി. തൊഴിലാളികളുടെ പ്രശ്നങ്ങളിൽ ഇടപെട്ടുകൊണ്ട് പ്രവർത്തനമാരംഭിച്ചു. പത്രപ്രവർത്തകരെ സംഘടിപ്പിക്കുന്ന ചുമതലകൂടി നിരഞ്ജനയ്ക്കായിരുന്നു. കർണ്ണാടക പത്രപ്രവർത്തക സമ്മേളനം മംഗലാപുരത്ത് നടന്നപ്പോൾ സ്വാഗത സംഘം സെക്രട്ടറിയായി പ്രവർത്തിച്ചത് നിരഞ്ജനയാണ്.

ബോംബെയിൽ പുരോഗമന സാഹിത്യസമ്മേളനം ചേർന്നത്. 1943 ജൂണിലാണ്. ഇന്ത്യയിലെ പ്രമുഖ എഴുത്തുകാർ പങ്കെടുത്ത ആ സമ്മേളനത്തിൽ നിരഞ്ജനയും പങ്കെടുത്തു. പാബ്ലോ നെരൂദ മുഖ്യാതിഥിയായിരുന്നു. പ്രശസ്ത ഹിന്ദി-ഉർദു സാഹിത്യകാരൻ പ്രേംചന്ദായിരുന്നു അദ്ധ്യക്ഷനായത്. മുൽക്ക് രാജ് ആനന്ദും സജ്ജാദ് സാഹിറും യോഗത്തിൽ പങ്കെടുത്തു. സജ്ജാദ് സാഹിറിന്റെ ഒരു ലേഖനം ഇതിനുമുമ്പു തന്നെ നിരഞ്ജന വായിച്ചിരുന്നു. അതിലദ്ദേഹം ചൂണ്ടിക്കാട്ടുന്നു -

> ലോകത്തെ വിഴുങ്ങാൻ പുറപ്പെട്ട സാമ്പത്തികശക്തി അതിന്റെ വിരാട്രൂപം പ്രകടിപ്പിക്കുകയാണ്. എല്ലാ പ്രദേശങ്ങളിൽനിന്നും ഫാസിസ്റ്റ് ഭീകരതയുടെ ദുഃഖപൂർണ്ണമായ കഥകളുയർന്നു കേൾക്കുന്നു. അത്ര ദുഷ്ടശക്തികൾക്കെതിരെ ജനത ഉണർന്ന് പ്രതികരിക്കണം. ബുദ്ധിജീവികളിൽ സാംസ്കാരിക വിപ്ലവം നടക്കണം. ജർമ്മനിയിലെ മഹാസാഹിത്യകാരൻ തോമസ് മാൻ, ആർണസ്റ്റ് ടോളർ, ഐൻസ്റ്റീൻ, ഹോബർ തുടങ്ങിയ എഴുത്തുകാരും ചിന്തകരും കലാകാരന്മാരും ദേശഭ്രഷ്ടരായി അലയുന്ന കാലവുമാണിത്. ജനത ഫാസിസത്തിനെതിരെ പ്രതികരിക്കുന്നത് കണ്ട് ഈ എഴുത്തുകാരും കലാകാരന്മാരും അവർക്ക് ശക്തിപകരാൻ ശ്രമിച്ചു. കൺമുന്നിലെ കാഴ്ചകളും വാർത്തകളും നമ്മെ പുതിയവരാക്കി ത്തീർത്തു. മെല്ലെമെല്ലെ സോഷ്യലിസ്റ്റ് സിദ്ധാന്തത്തിലേക്ക് നാം ആകൃഷ്ടരായി.

ബോംബെ സമ്മേളനം ഭാരതത്തിലെ സ്ഥിതിഗതികൾ ചർച്ച ചെയ്തു. എഴുത്തുകാരും കലാകാരന്മാരും ജനപക്ഷത്ത് അണിനിരക്കേണ്ടതിന്റെ ആവശ്യകത ബോദ്ധ്യപ്പെടുത്തിക്കൊണ്ടാണ് സമ്മേളനം സമാപിച്ചത്. പുതിയ തിരിച്ചറിവുകളോടെയാണ് നിരഞ്ജന മംഗലാപുരത്ത് തിരിച്ചെത്തിയത്. പ്രകൃതിയിലായാലും സമൂഹത്തിലായാലും ചിന്തയിലായാലും നിരന്തരമാറ്റം അനിവാര്യമാണ്. പുതിയ മാറ്റങ്ങൾ കൂടി കണക്കിലെടുത്തുകൊണ്ട് സാഹിത്യത്തിലും കലയിലും സാരമായ വ്യതിയാനങ്ങളുണ്ടാവണം.

മംഗലാപുരം കേന്ദ്രീകരിച്ച് പുരോഗമന സാഹിത്യസംഘടന രൂപം കൊണ്ടപ്പോൾ അതിന്റെ നേതൃത്വം വന്നെത്തിയത് നിരഞ്ജനയിലാണ്. പുരോഗമനശീലം എന്നത് കർണ്ണാടക എഴുത്തുകാർക്ക് പുതുമയുള്ളതായിരുന്നു. ഗുജറാത്തി സാഹിത്യ സമ്മേളനത്തിൽ പങ്കെടുത്തുകൊണ്ട് ഗാന്ധിജി ചെയ്ത പ്രസംഗം നിരഞ്ജനയുടെ മനസ്സിൽ തുടിച്ചുനിന്നിരുന്നു...!

വെള്ളം കോരുന്നവർക്ക്, വണ്ടി വലിക്കുന്നവർക്ക്, വിയർപ്പൊഴുക്കി പണിയെടുക്കുന്നവർക്ക് സന്തോഷജനകവും പ്രയോജനകരവുമായ പാട്ടുകൾ രചിക്കുന്നവനാണ് വിജയം കൈവരിക്കുന്ന എഴുത്തുകാരൻ. സാഹിത്യം കൊണ്ട് ലാഭവും നഷ്ടവും ഉണ്ടാക്കാവുന്നതാണ്. ഹാനിയല്ല സാഹിത്യം കൊണ്ടുണ്ടാകേണ്ടത്. പ്രചോദനവും പ്രേരണയുമുണ്ടാക്കുന്ന സാഹിത്യവും കലയുമുണ്ടാകണം.

തൊഴിലാളിവർഗ്ഗത്തിന്റെ ജീവിതസാഹചര്യങ്ങളെക്കുറിച്ചാണ് നിരഞ്ജന എന്നും ചിന്തിച്ചത്. ആധിപത്യം നേടുന്ന അധീശവർഗ്ഗത്തിന്റെ കൈപ്പിടിയിൽനിന്നും ജനസാമാന്യത്തെ വിമോചിപ്പിക്കണം. സമൂഹത്തിന്റെ ഉല്പാദനശക്തികളുടെ നാഥന്മാരാകാൻ തൊഴിലാളിവർഗ്ഗത്തിന് കഴിയണം. മൂലധനം വ്യക്തിപരമായ ഒരു ശക്തിയല്ല, ഒരു സാമൂഹ്യ ശക്തിയാണ്. അതുകൊണ്ട് മൂലധനത്തെ പൊതുസ്വത്താക്കി മാറ്റി സമൂഹത്തിലെ എല്ലാ അംഗങ്ങളുടെയും സ്വത്താക്കി മാറ്റിത്തീർക്കുന്നതിൽ എഴുത്തുകാർക്കും കലാകാരന്മാർക്കും മുഖ്യപങ്കുണ്ടെന്നും നിരഞ്ജന തിരിച്ചറിഞ്ഞു. മാർക്സ്, എംഗൽസ്, ലെനിൻ, ഗോർക്കി, ടോൾസ്റ്റോയ്, ദസ്തേയ്വിസ്കി തുടങ്ങിയവരുടെ വിചാരധാരകളെല്ലാം അദ്ദേഹം സ്വന്തമാക്കി.

കമ്യൂണിസ്റ്റ് പാർട്ടിയുടെ പ്രചാരണവും സാഹിത്യപ്രവർത്തനവും ഒന്നിച്ചു കൊണ്ടുനടന്ന നിരഞ്ജനയുടെ ഭാഷയും ശൈലിയും തീർത്തും വിഭിന്നമായിരുന്നു. പാർട്ടിക്കും സാഹിത്യത്തിനും മംഗലാപുരത്ത് ശക്തമായ അടിത്തറ സൃഷ്ടിച്ചശേഷം നിരഞ്ജന ബാംഗ്ലൂരിലേക്ക് താമസം മാറ്റി. ഇതിനു മുമ്പുതന്നെ ബാംഗ്ളൂരിൽനിന്നും പുറത്തിറങ്ങിയിരുന്ന *തായ്നാട്, ഡെയ്‌ലിന്യൂസ്, ജനവാണി* — തുടങ്ങിയ പത്രപ്രസിദ്ധീകരണങ്ങളുടെ റിപ്പോർട്ടറായിരുന്നു. 1944 ന്റെ അവസാനത്തിൽ ധാർവാർഡിൽ നടന്ന കന്നഡ പുരോഗമന സാഹിത്യസമ്മേളനത്തിലും അദ്ദേഹം സംബന്ധിച്ചിരുന്നു.

പ്രജാമത പത്രത്തിന്റെ സബ് എഡിറ്ററായി പ്രവർത്തിച്ചുകൊണ്ടാണ് ബാംഗ്ലൂർ ജീവിതം നിരഞ്ജന തുടങ്ങിയത്. ആ പത്രത്തിൽ കോളമെഴുത്തും തുടങ്ങി. മംഗലാപുരത്തെ റോഡിലൂടെ നടന്നു നീങ്ങിയിരുന്ന ആദർശശാലിയായ നിരഞ്ജന ബാംഗ്ലൂരിലെത്തിയപ്പോൾ പോരാളിയായിത്തീർന്നിരുന്നു. സർവ്വതലത്തിലും അദ്ദേഹം ഉയർന്നു ചിന്തിച്ചു. അനീതി കണ്ടിടത്ത് ശക്തിയുക്തം ചെറുത്തു. രാഷ്ട്രീയ പ്രവർത്തനവും സാഹിത്യപ്രവർത്തനവും ഒന്നിച്ചു കൊണ്ടുപോയി എന്നതാണദ്ദേഹത്തിന്റെ സവിശേഷത.

ബാംഗ്ലൂരിലാണ് താമസിച്ചതെങ്കിലും ഹൂബ്ലി, ധാർവാർഡ്, മംഗലാപുരം കേന്ദ്രീകരിച്ച് പ്രവർത്തനങ്ങൾ നീക്കിക്കൊണ്ടിരുന്നു. ആദ്യ കഥാസമാഹാരം *അയ്യനെ* പ്രസിദ്ധീകരിച്ചത് അക്കാലത്താണ്. മാനവീയ മൂല്യങ്ങൾ ഉയർത്തിപ്പിടിക്കുന്ന കഥകളാണ് ആ സമാഹാരത്തിലുള്ളത്. മാർക്സിസം സൃഷ്ടിച്ച പുതിയ അവബോധം കഥകളിൽ പ്രകടമായിരുന്നു.

പത്രപ്രവർത്തകർക്കിടയിൽ നിരന്തരബന്ധം സ്ഥാപിച്ചിരുന്ന നിരഞ്ജന വളർന്നുവരുന്ന എഴുത്തുകാരെ പ്രോത്സാഹിപ്പിക്കാൻ സദാ ശ്രദ്ധിച്ചിരുന്നു. ആനുകാലികങ്ങളിൽ വരുന്ന കഥകൾ വായിച്ച് അഭിപ്രായങ്ങൾ എഴുതി അയയ്ക്കുന്നതും പതിവായിരുന്നു. കമ്യൂണിസ്റ്റ് പാർട്ടി പ്രവർത്തനം തുടരുമ്പോൾത്തന്നെ ഹൃദയവിശാലതയും സൗഹൃദവും മമതാബന്ധങ്ങളും തകരാതെ കാക്കുവാൻ ജാഗ്രത കാട്ടിയിരുന്നു. ബാല്യത്തിൽ അനുഭവിക്കേണ്ടിവന്ന സംഘർഷങ്ങളും നൊമ്പരങ്ങളും അദ്ദേഹത്തെ ഏറെ പാകപ്പെടുത്തിയെന്നുവേണം കരുതാൻ.

കമ്യൂണിസ്റ്റ് പാർട്ടി പ്രചാരണത്തിന് ഒരു പത്രം ആവശ്യമാണെന്ന് പാർട്ടിപ്രവർത്തകർ ചിന്തിച്ചു തുടങ്ങിയ കാലമാണത്. ബാംഗ്ലൂർ കേന്ദ്രീകരിച്ച് ആലോചന നടന്നെങ്കിലും ഹൂബ്ലിയിൽനിന്ന് പത്രം പുറത്തിറക്കണമെന്ന ധാരണയിലാണെത്തിച്ചേർന്നത്. ആദ്യം വാരികയായി ആരംഭിക്കാമെന്നും തീരുമാനമായി. പത്രത്തിന്റെ പേരിനെപ്പറ്റിയായി അടുത്ത ചർച്ച. പല പേരുകളും നിർദ്ദേശിക്കപ്പെട്ടു. ഒടുവിൽ നിരഞ്ജന നിർദ്ദേശിച്ച പേര് അംഗീകരിക്കപ്പെട്ടു. *ജനശക്തി.* ജനങ്ങളാണ് പാർട്ടിയുടെയും പ്രസ്ഥാനത്തിന്റെയും ശക്തിയായി വർത്തിക്കുന്നത്. ജനങ്ങളുടെ ശക്തി പ്രതിദ്ധ്വനിപ്പിക്കുന്ന പത്രം എന്നർത്ഥത്തിൽ പേര് എല്ലാവർക്കും സ്വീകാര്യമായി. പത്രത്തിന്റെ ചുമതല ആരെ ഏല്പിക്കണമെന്ന കാര്യത്തിൽ പാർട്ടിക്ക് ഏക അഭിപ്രായമായിരുന്നു. പത്രാധിപത്യം നിരഞ്ജന വഹിക്കണം. ബാംഗ്ലൂരിലുള്ള സൗഹൃദവലയം വിട്ടുപോകണമല്ലോ എന്ന ചിന്തയേ അദ്ദേഹത്തെ ബാധിച്ചുള്ളൂ. അതിനേക്കാൾ പ്രധാനമാണ് പാർട്ടിയോടും ജനങ്ങളോടുമുള്ള ഉത്തരവാദിത്വമെന്ന് അദ്ദേഹം വിശ്വസിച്ചു.

ലോക തൊഴിലാളിവർഗ്ഗദിനമായ മെയ് ഒന്നിന് പത്രം ആരംഭിക്കണമെന്ന് നിശ്ചയിച്ചു. നിരഞ്ജന ഹൂബ്ലിയിൽ താമസമാക്കി. ഒന്നാം ലക്കത്തിലേക്കുള്ള വിഭവങ്ങളെല്ലാം തയ്യാറാക്കി. അങ്ങനെ കർണ്ണാടകത്തിൽ കമ്യൂണിസ്റ്റ് പാർട്ടിയുടെ ആദ്യ പ്രസിദ്ധീകരണം *ജനശക്തി* വാരിക 1947 മെയ് ഒന്നിന് പുറത്തിറങ്ങി. വാരികയ്ക്ക് നല്ല പ്രതികരണമുണ്ടായി. രാഷ്ട്രീയം മാത്രമല്ല *ജനശക്തി* കൈകാര്യം ചെയ്തത്. എല്ലാ ലക്കങ്ങളിലും കഥയും കവിതയും പ്രസിദ്ധീകരിച്ചു. പുരോഗമന എഴുത്തുകാർക്കെല്ലാം കാലൂന്നാനുള്ള ഒരിടമായി ജനശക്തി വളർന്നുകൊണ്ടിരുന്നു.

*ജനശക്തി*യുടെ പത്രാധിപരായിരിക്കെത്തന്നെ പല വാരികകളിലും നിരഞ്ജന കോളങ്ങളെഴുതി. സമകാലിക പ്രശ്നങ്ങളെ വായനക്കാരിൽ എത്തിക്കുന്നതിന് കോളമെഴുത്ത് സഹായകമായി. പുതിയ പുതിയ എഴുത്തുകാരെയെല്ലാം തന്റെ കോളത്തിലൂടെ വായനക്കാർക്ക് പരിചയപ്പെടുത്തിക്കൊടുത്തു എന്നത് മറ്റൊരു സവിശേഷതയാണ്. എഴുത്തുകാരനും പ്രൊഫസറുമായ ചെന്നവീര കണവി നിരഞ്ജനയെ കണ്ടുമുട്ടിയ ഒരു രംഗം സൂചിപ്പിക്കുന്നത് നോക്കുക.

> 1947 ലാണ്. അദ്ദേഹം ഒരു ദിവസം ധാർവാഡ് മാളമഡ്ഡിയിലുള്ള എന്റെ മുറിയിൽ വന്നു. സ്റ്റൗ കത്തിച്ച് ഞാൻ ചായയുണ്ടാക്കിക്കൊടുത്തു. സുഹൃത്ത് ഗളേശ്വരനും മുറിയിലുണ്ടായിരുന്നു. ശുഭ്രമായ വെള്ള പൈജാമയും ബുഷ് ഷർട്ടുമായിരുന്നു അന്നത്തെ വേഷം. വെള്ള ശരീരത്തിന് ആ ഉടുപ്പ് നന്നേ യോജിച്ചതായിരുന്നു. ശുഭ്രതയുടെയും സുതാര്യതയുടെയും പ്രതീകമായിരുന്നു ആ വെളുപ്പ്. ആ പരിശുദ്ധി ജീവിതാന്ത്യം വരെ സൂക്ഷിച്ചുവെന്നതാണ് നിരഞ്ജനയുടെ വൈശിഷ്ട്യം. അദ്ദേഹം സിഗരറ്റ് പുകച്ചുകൊണ്ടിരുന്നു. മനസ്സിന് അതുകൊണ്ട് ആശ്വാസം കിട്ടുന്നുണ്ടാകാം. *ജനശക്തി* വാരികയിലേക്ക് ലേഖനങ്ങളും കവിതകളും കഥകളും ആവശ്യപ്പെട്ടുകൊണ്ട് അദ്ദേഹം എഴുത്തുകാരുടെ മുറികളിലെല്ലാം കടന്നു ചെന്നുകൊണ്ടിരുന്നു...

*ജനശക്തി*യുടെ ഓഫീസ് ചെറിയൊരു മുറിയായിരുന്നു. നടുക്ക് നിരഞ്ജന. ചുറ്റിലുമായി സഹപത്രാധിപരന്മാരായ ശിവേശ്വർ, കെ സദാശിവ, കെ ശ്രീധർ എന്നിവർ എഴുത്തുപണിയിലേർപ്പെടുന്നു. ഇടയ്ക്കിടെ നിരഞ്ജനയോട് ചോദിച്ച് വേണ്ട തിരുത്തലുകൾ വരുത്തുന്നു. ഈ സമയത്താണ് വല്ലവരും കാണാനെത്തുന്നതെങ്കിൽ അവർ കാത്തിരിക്കണം. എഴുത്തുപണി പൂർത്തിയാക്കിയിട്ടേ എല്ലാവരും തലയുയർത്തൂ. പിന്നെ സഹപ്രവർത്തകരെയും കാണാൻ വന്നവരെയും കൂട്ടി അടുത്ത ഹോട്ടലിലേക്ക് നടക്കും. ദോശയ്ക്കും ചായയ്ക്കും ഓർഡർ ചെയ്യും. ദോശ തിന്നുകൊണ്ടാണ് സംസാരിക്കുക. പണം കൊടുക്കുന്നത് അദ്ദേഹം തന്നെയാകും. *ജനശക്തി*യുടെ ആദ്യപ്രതി പുറത്തുവന്ന ദിവസം നിരഞ്ജനയ്ക്കുണ്ടായ ആനന്ദത്തിന് അതിരുണ്ടായിരുന്നില്ല. കമ്യൂണിസ്റ്റ് ദർശനത്തെക്കുറിച്ച് ജനങ്ങളോട് പറയാൻ ഒരു മാധ്യമം ഉണ്ടായിരിക്കുന്നു. കമ്യൂണിസ്റ്റ് പാർട്ടി മുഖപത്രമായിട്ടും നിരഞ്ജനയുടെ കൈസ്പർശംകൊണ്ട് അത് സാഹിത്യകാരന്മാർക്കുകൂടി ഇഷ്ടപ്പെട്ട വാരികയായിത്തീർന്നു.

1948 ൽ കമ്യൂണിസ്റ്റ് പാർട്ടിക്ക് നിരോധനമേർപ്പെടുത്തി. നേതാക്കളെ അറസ്റ്റ് ചെയ്ത് തടവിലിടാൻ ശ്രമം തുടങ്ങി. നിരഞ്ജനയെ പിടികൂടാൻ പൊലീസ് കിണഞ്ഞുശ്രമിച്ചെങ്കിലും അദ്ദേഹം ഒളിവിൽ പോയി. അദ്ദേഹത്തിനെതിരെ അറസ്റ്റ് വാറണ്ട് പുറപ്പെടുവിച്ചു. ഒളിവിലിരുന്നുകൊണ്ടുതന്നെ *ജനശക്തി*യുടെ പ്രവർത്തനം തുടർന്നുകൊണ്ടുപോയി. എന്നാൽ നിരഞ്ജനയെ കിട്ടാത്തതുകൊണ്ട് *ജനശക്തി*ക്ക് നിരോധനമേർപ്പെടുത്തി. പ്രസ്സും കണ്ടുകെട്ടി.

ജനശക്തി നിലച്ചതോടെ നിരഞ്ജന വീണ്ടും ബാംഗ്ലൂരിലേക്ക് താമസം മാറ്റി. ഒളിവിലിരുന്ന് പാർട്ടിപ്രവർത്തനം നടത്തി. മകൻ ഒളിവിൽ പോയപ്പോൾ അമ്മ ചിന്നമ്മ ഭയത്തോടെയാണ് കഴിഞ്ഞത്. പാർട്ടി അനുഭാവികളും പത്രപ്രവർത്തക സുഹൃത്തുക്കളും അവരുടെ സഹായത്തിനെത്തി. പൊലീസ് ഇടയ്ക്കിടെവന്ന് മകനെ അന്വേഷിച്ചിരുന്നു.

> കമ്യൂണിസ്റ്റ് പാർട്ടിയിൽ ആകൃഷ്ടനായി *ജനശക്തി*യുടെ പത്രാധിപരായി പ്രവർത്തിച്ച നിരഞ്ജന ഭരണാധികാരികൾക്കെതിരെ നിശിതവിമർശനം ഉന്നയിച്ചിരുന്നു. അതിന്റെ പേരിൽ അദ്ദേഹത്തിനനുഭവിക്കേണ്ടിവന്ന കഷ്ടനഷ്ടങ്ങൾ വളരെ വലുതായിരുന്നു. എങ്കിലും അദ്ദേഹം അധൈര്യനായില്ല. തന്റെ ഹൃദയത്തിലെ സർഗ്ഗാത്മകഭാവങ്ങളും നഷ്ടപ്പെടുത്തിയില്ല. മനുഷ്യനെക്കുറിച്ചുള്ള അദ്ദേഹത്തിന്റെ ജാഗ്രതയും പ്രീതിയും വർദ്ധിച്ചതേയുള്ളൂ.

വ്യാസരായ ബല്ലാൾ ഒരു ലേഖനത്തിൽ സൂചിപ്പിക്കുന്നു. ബോംബെയിൽ കുറേക്കാലം അദ്ദേഹം ഒളിവിൽ കഴിയുകയുണ്ടായി. അവിടത്തെ പത്രപ്രവർത്തകസുഹൃത്തുക്കളുടെ കൂടെയാണ് താമസിച്ചത്. അവിടെയുള്ള എഴുത്തുകാരുമായെല്ലാം അദ്ദേഹം ബന്ധപ്പെട്ടു. ജനങ്ങൾക്കുവേണ്ടിയുള്ള രചനകളുണ്ടാവണമെന്നാണ് നിരഞ്ജന ആവശ്യപ്പെട്ടത്. എന്നാൽ സുഹൃത്തുക്കളെ കമ്യൂണിസ്റ്റ് പക്ഷത്തേക്ക് നിർബ്ബന്ധിച്ച് കൊണ്ടുവരാനുള്ള ശ്രമങ്ങളൊന്നും അദ്ദേഹം നടത്തിയില്ല. സ്വയം തിരിച്ചറിഞ്ഞ് തത്ത്വസംഹിത ഉൾക്കൊള്ളാനാകണം എന്നാണദ്ദേഹത്തിന്റെ അഭിപ്രായം. പത്രപ്രവർത്തകനും പുസ്തകപ്രസാധകനുമായ ശങ്കർ പാഠക് രേഖപ്പെടുത്തുന്നു-

> ഞാൻ ധാർവാഡ് കോളേജിൽ പഠിക്കുന്ന കാലം. നിരഞ്ജന ഒളിവിലായിരുന്നു. ഒരു രാത്രിയിൽ അദ്ദേഹം എന്റെ മുറിയിൽ കടന്നുവന്നു. ഒളിവിലായിരുന്നു അദ്ദേഹം. 'വെങ്കട്' എന്ന രഹസ്യപ്പേര് സ്വീകരിച്ചിരുന്നു. ഞാൻ കമ്യൂണിസ്റ്റ് സഹയാത്രികനായി മാറിത്തീർന്നിരുന്നു. രഹസ്യവിവരങ്ങൾ എത്തിക്കാനുള്ള വിലാസം തന്നിട്ടാണ് അദ്ദേഹം പോയത്. നിരഞ്ജന മുറിയിലെത്തിയത് പൊലീസറിഞ്ഞു. എന്ന ചോദ്യം ചെയ്തു. അങ്ങനെയൊരാൾ വന്നിട്ടില്ലെന്ന് തറപ്പിച്ചു പറഞ്ഞു. അപകടകാരിയായ കമ്യൂണിസ്റ്റ് എന്നാണ് നിരഞ്ജന അറിയപ്പെട്ടിരുന്നത്. അദ്ദേഹത്തെ സഹായിക്കുന്നവരെയും 'ഡെയ്ഞ്ചറസ് കമ്യൂണിസ്റ്റി'ന്റെ പട്ടികയിൽ രേഖപ്പെടുത്തിയിരുന്നു.

ഒരു ദിവസം നിരഞ്ജന രാത്രി തങ്ങാനെത്തിയത് സുഹൃത്ത് മഹാബല ഭണ്ഡാരിയുടെ കോളേജ് ഹോസ്റ്റലിലാണ്. ഒളിവുജീവിതം നിരഞ്ജന വിനിയോഗിച്ചത് വിദ്യാർത്ഥികൾക്കിടയിൽ പാർട്ടിപ്രവർത്തനം വിപുലപ്പെടുത്താനായിരുന്നു. സുഹൃത്തുക്കളുടെ കോളേജ് ഹോസ്റ്റൽ മുറിയിൽ അർദ്ധരാത്രിയിലാണ് ചെല്ലുക. സമാനമനസ്കർക്ക് ക്ലാസെടുക്കും. ഭണ്ഡാരി കമ്യൂണിസ്റ്റായിരുന്നില്ല. എന്നാൽ നിരഞ്ജനയെ അതിയായി സ്നേഹിച്ചിരുന്നു. അതുകൊണ്ടുതന്നെ സ്വന്തം മുറിയിൽ താമസിപ്പിക്കുന്നതിൽ വിഷമം തോന്നിയില്ല. എന്നാൽ പൊലീസ് അപകടകാരിയായ കമ്യൂണിസ്റ്റിന്റെ നീക്കം മണത്തറിഞ്ഞു. പൊലീസ് സംഘം ഹോസ്റ്റൽ വളഞ്ഞു. ഭണ്ഡാരി നിരഞ്ജനയെ ഒളിപ്പിച്ചു. പൊലീസ് മുറി

യിൽ തള്ളിക്കയറിയെത്തിയെങ്കിലും 'അപകടകാരി'യെ പിടികൂടാനായില്ല. പൊലീസ് തിരികെ പോയതോടെ നിരഞ്ജന മുറിയിൽ വന്നു. ഇനിയും ഇവിടെ തങ്ങുന്നത് അപകടകരമാകുമെന്ന് അദ്ദേഹം പറഞ്ഞു. ഭണ്ഡാരിയോട് നന്ദിപറഞ്ഞ് ആ രാത്രി തന്നെ അദ്ദേഹം മറ്റൊരു താവളത്തിലേക്ക് മാറി.

ഒളിവുജീവിതം വിപുലമായ സൗഹൃദബന്ധത്തിന് ഇടവരുത്തിയെന്ന് നിരഞ്ജന സൂചിപ്പിക്കുന്നുണ്ട്. സാഹിത്യകാരനായ കമ്യൂണിസ്റ്റ് എന്ന സവിശേഷതയും അദ്ദേഹത്തിനുണ്ടായിരുന്നു. സിദ്ധാന്തം സർഗ്ഗാത്മകതയെ മറികടക്കാതിരിക്കാൻ അദ്ദേഹമെന്നും ശ്രമിച്ചിരുന്നു. കമ്യൂണിസ്റ്റുകാരെപ്പറ്റിയുള്ള പൊതുധാരണകൾ അദ്ദേഹം തിരുത്തിക്കുറിച്ചു. അവർ ആക്രമണകാരികളും അരാജകവാദികളുമാണെന്ന് ആക്ഷേപമുണ്ടായിരുന്നു. എന്നാൽ കമ്യൂണിസത്തിന്റെ അർത്ഥം മനുഷ്യസ്നേഹമാണെന്ന് നിരഞ്ജന തെളിയിച്ചു.

1951 ൽ പാർട്ടിയുടെ മീതെയുള്ള നിരോധനം പിൻവലിച്ചു. ബോംബെയിൽ നടന്ന ഒരു സാഹിത്യസമ്മേളനത്തിൽ അദ്ദേഹം പ്രത്യക്ഷപ്പെട്ടു. മഞ്ചേശ്വർ ഗോവിന്ദ പൈയുടെ അദ്ധ്യക്ഷതയിൽ ചേർന്ന സമ്മേളനത്തിൽ മനുഷ്യപക്ഷത്ത് എഴുത്തുകാർ നിലകൊള്ളണമെന്ന് നിരഞ്ജന പ്രസംഗിച്ചു.

ബാംഗ്ലൂർ കേന്ദ്രീകരിച്ച് സാഹിത്യപ്രവർത്തനം തുടരുന്നതിനിടയിൽ നിരഞ്ജന അറസ്റ്റിലായി. *ജനശക്തി* വാരികയിൽ നിരഞ്ജന കോളമെഴുതിയിരുന്നു. അതിലെഴുതിയ ചില പരാമർശം അന്നത്തെ ബോംബെ സർക്കാരിനെതിരാണെന്ന് വിലയിരുത്തപ്പെട്ടു. ഹുബ്ലി അന്ന് ബോംബെ സംസ്ഥാനത്തിന്റെ ഭാഗമായിരുന്നു. മൊറാർജി ദേശായിയായിരുന്നു അവിടത്തെ ആഭ്യന്തരമന്ത്രി. അദ്ദേഹം *ജനശക്തി*യുടെ പത്രാധിപർക്കെതിരെ രാജ്യദ്രോഹക്കുറ്റം ചുമത്തി കേസെടുക്കാൻ നിർദ്ദേശിച്ചു. പൊലീസ് അറസ്റ്റ് വാറണ്ട് പുറപ്പെടുവിച്ചു. ഒളിവിൽ പോയിരുന്ന നിരഞ്ജനയെ പിടികൂടാൻ കഴിഞ്ഞിരുന്നില്ല. വാറണ്ട് പിൻവലിച്ചിരുന്നില്ല. ബാംഗ്ലൂരിൽ പ്രത്യക്ഷപ്പെട്ട നിരഞ്ജനയെ ബോംബെ പൊലീസ് അറസ്റ്റ് ചെയ്ത് കാർവാർ ജയിലിൽ പാർപ്പിച്ചു. അറസ്റ്റിനെതിരെ വ്യാപകപ്രതിഷേധമുണ്ടായി. എഴുത്തുകാരന്റെ സ്വാതന്ത്ര്യത്തിനാണ് വിലങ്ങുവീണിരിക്കുന്നത്. കേസ് നിരഞ്ജന തന്നത്താൻ വാദിച്ചു. ഒടുവിൽ പിഴയടയ്ക്കാൻ ശിക്ഷിക്കുകയായിരുന്നു. പിഴയടയ്ക്കാനുള്ള പണം പത്രപ്രവർത്തകരും സാഹിത്യകാരന്മാരുമായ സുഹൃത്തുക്കൾ പിരിച്ചുനല്കി.

ജയിൽമോചിതനായ നിരഞ്ജന രാഷ്ട്രീയപ്രവർത്തനം മതിയാക്കി സാഹിത്യരചനയിൽ മുഴുകിക്കഴിഞ്ഞു. നിരഞ്ജനയെ അടുത്തറിയുന്നവർക്ക് ഇതിൽ ആശ്ചര്യമില്ലായിരുന്നു. അദ്ദേഹത്തിന്റെ മാനവീയത അതിരുകൾ ഭേദിച്ച് ഒഴുകിപ്പരക്കുന്നതായിരുന്നു.

കമ്യൂണിസ്റ്റ് പാർട്ടി പ്രവർത്തനത്തിൽനിന്നും ഒഴിഞ്ഞുനിന്നെങ്കിലും അദ്ദേഹം പാർട്ടിവിരുദ്ധത ഒരിക്കലും പ്രകടിപ്പിച്ചില്ല. കമ്യൂണിസ്റ്റ് പാർട്ടി

യിൽനിന്നും രാജിവയ്ക്കുന്നവർ പൊതുവെ മാതൃതാവളത്തിനെതിരെ വിമർശനശരങ്ങളെയ്തുവിടാറുണ്ട്. ഇന്നലെവരെ അനുഭവിച്ചതെല്ലാം തള്ളിപ്പറയുമായിരുന്നു. പക്ഷേ, നിരഞ്ജന തീർത്തും വ്യത്യസ്തനായിരുന്നു. തൊഴിലാളികളും കർഷകരുമടങ്ങുന്ന സാധാരണക്കാരെ അദ്ദേഹം കൈവെടിഞ്ഞില്ല. പുരോഗമനചിന്ത ഉപേക്ഷിച്ചില്ല. പുരോഗമന സാഹിത്യ സമ്മേളനങ്ങളിലെല്ലാം പ്രധാന സംഘാടകനായി.

1951 മുതലാണ് നിരഞ്ജന എന്ന തൂലികാനാമം അദ്ദേഹം സ്വീകരിച്ചത്. നിരഞ്ജന എന്നതിന് അർത്ഥമെന്തെന്ന് പലരും ചോദിച്ചിട്ടുണ്ട്. അദ്ദേഹത്തെ അടുത്തറിഞ്ഞവർക്ക് ആ പേരിന്റെ സാംഗത്യം ബോദ്ധ്യപ്പെടും. അദ്ദേഹം നിഷ്കളങ്കനാണ്. കറുത്ത ഒരു കുത്തുപോലും ആ മനസ്സിലില്ലായിരുന്നു. തെളിഞ്ഞ ആകാശം പോലെ പരിശുദ്ധം.

ജനനം തൊട്ടെ തീക്കനൽ തിന്ന്, തീ ചവിട്ടിനടന്ന വ്യക്തിയാണ് നിരഞ്ജന. ജീവിതാന്ത്യംവരെയും ആ ചൂട് അദ്ദേഹത്തിനനുഭവിക്കേണ്ടി വന്നു. എല്ലാ സങ്കടങ്ങളും അടക്കിവച്ച് അദ്ദേഹം പ്രതികരിച്ചു. അതുകൊണ്ടുതന്നെ ആൾക്കൂട്ടങ്ങൾക്കിടയിൽ നിരഞ്ജനയെ വേറിട്ട് കാണപ്പെട്ടു. സാമൂഹ്യ പ്രതിബദ്ധതയോടെ അദ്ദേഹം ജീവിച്ചു. പ്രശ്നങ്ങളിൽ അടിയുറച്ച നിലപാടെടുത്തു. വിനയവും എളിമയും കെടാതെ സൂക്ഷിച്ചു.

5

വിവാഹം, കുടുംബം

നിരഞ്ജന ജീവിതസഖിയെ കണ്ടെത്തിയത് ഒളിവുജീവിതകാലത്താണ്. 1950 ൽ അവിചാരിതമായി കണ്ടുമുട്ടുകയായിരുന്നു. അനുപമ എന്ന വെങ്കിടലക്ഷ്മി അന്ന് ഇന്റർമീഡിയറ്റിന് പഠിക്കുകയായിരുന്നു. കഥയെഴുതുന്ന ശീലം അവൾക്കുമുണ്ടായിരുന്നു. എന്നാൽ ഒന്നുംതന്നെ അച്ചടിച്ചിരുന്നില്ല. ഒരുദിവസം സ്നേഹിത അവളോട് പറഞ്ഞു... "ലക്ഷ്മീ, നിനക്കൊരാളെ പരിചയപ്പെടുത്തിത്തരാം. കഥാകൃത്തായ കുളുകുന്ദ ശിവറാവുവിനെ. കമ്യൂണിസ്റ്റുകാരനായ അദ്ദേഹം ഒളിവിൽ കഴിയുകയാണ്."

വെങ്കിടലക്ഷ്മിയും സഹപാഠികളുംകൂടി കോളേജ് ഹോസ്റ്റലിലെ മുറിയിൽ കടന്നുചെന്നു. കുളുകുന്ദ ശിവറാവുവിന്റെ കഥകൾ ലക്ഷ്മി വായിച്ചിരുന്നു. അനുഭവത്തിന്റെ തീക്ഷ്ണത വെളിവാക്കുന്ന ആ കഥകളെഴുതിയത് പ്രായംചെന്ന ഒരാളാകുമെന്ന് കരുതിയിരുന്നു. മുൻധാരണയോടെ കടന്നുചെന്ന അവർക്ക് അമ്പരപ്പുണ്ടായി. മുറിയിൽ കണ്ടത് സുമുഖനായ ചെറുപ്പക്കാരൻ. ഇരുപത്തിയഞ്ച് - ഇരുപത്തിയാറ് വയസ്സ് പ്രായം കാണും. വെളുത്തനിറം. ധരിച്ചതും വെള്ളനിറത്തിലുള്ളത്. പിന്നിലേക്ക് ചീകിവച്ച തലമുടി. നീണ്ട നാസിക. തീക്ഷ്ണമായ കണ്ണുകൾ.

"വെങ്കിടലക്ഷ്മി കഥയെഴുതാറുണ്ട്-" സ്നേഹിത പരിചയപ്പെടുത്തി. നിരഞ്ജന പുഞ്ചിരിയോടെ ലക്ഷ്മിയെ നോക്കി. തന്റെ മുന്നിൽ നില്ക്കുന്ന കഥയെഴുത്തുകാരിയെ അദ്ദേഹവും വീക്ഷിച്ചു. കഥകൾ അച്ചടിച്ചുവന്നിട്ടില്ലെന്ന് സ്നേഹിത അറിയിച്ചു.

നിരഞ്ജന മൃദുവായി സംസാരിച്ചു. ഓരോ വാക്കും വെങ്കിടലക്ഷ്മിയുടെ ഉള്ളിലേക്കു കടന്നുചെല്ലുകയായിരുന്നു.

"കഥകൾ അയച്ചുതരൂ - ഞാൻ ശ്രമിക്കാം -" നിരഞ്ജന പറഞ്ഞു.

അല്പസമയത്തെ കണ്ടുമുട്ടൽ. എങ്കിലും ദീർഘജീവിതത്തിലേക്ക്

അതാരംഭം കുറിച്ചു.

അന്നുരാത്രി സ്വന്തം ഡയറിയിൽ അവൾ കുറിച്ചിട്ടു... "വിവാഹം കഴിക്കുകയാണെങ്കിൽ ഇങ്ങനെയുള്ളൊരാളെ വേണം..."

ഇങ്ങനെ കുറിച്ചിട്ടുവെങ്കിലും വെങ്കിടലക്ഷ്മി സ്വയം നില വീണ്ടെടുത്തു. അദ്ദേഹവും ഞാനും തമ്മിൽ എന്തുമാത്രം വ്യത്യാസമുണ്ട്. ഒരു സാധാരണ കുടുംബത്തിലാണ് ഞാൻ ജനിച്ചത്. വിവരം കെട്ടവൾ. കഥയെഴുതുന്നു എന്നതൊഴിച്ചാൽ അദ്ദേഹവുമായി ഒരു ചേർച്ചയുമില്ല. പത്രപ്രവർത്തകൻ, കഥയെഴുത്തുകാരൻ, രാഷ്ട്രീയനേതാവ് എന്നിങ്ങനെ അറിയപ്പെടുന്ന ആളാണദ്ദേഹം. എങ്കിലും മനസ്സിൽ ആഗ്രഹം തളിരിടുന്നതിന് ഇതൊന്നും തടസ്സമല്ലല്ലോ.

വെങ്കിടലക്ഷ്മി അടുത്തദിവസംതന്നെ കഥകൾ അയച്ചുകൊടുത്തു. വടിവൊത്ത അക്ഷരത്തിലുള്ള കഥകളിൽ കണ്ണീരിന്റെ നനവുണ്ടായിരുന്നു.

"'കൺമണി' എന്ന കഥ കണ്ണീരിന്റെ പ്രവാഹമാണ്. മറ്റു കഥകളും മോശമല്ല. എങ്കിലും കൂടുതൽ പരിശ്രമിക്കണം. ചിലത് മാറ്റിയെഴുതണം. ഭാവിയിലെ ഒരു കഥാകാരിയെ ഈ രചനകളിൽ കാണുന്നുണ്ട്-" മറുപടിയിൽ അദ്ദേഹം എഴുതി. അടിയിൽ കുളുകുന്ദ ശിവറാവു എന്നെഴുതി നിരഞ്ജന എന്ന് ഒപ്പിടുകയും ചെയ്തു.

ആ മറുപടി വായിച്ച് വെങ്കിടലക്ഷ്മിയുടെ ഹൃദയം ഇളകിമറിഞ്ഞു. പിന്നീടുള്ള ദിവസങ്ങളിൽ ഇരുവരും തമ്മിൽ അറിയാതെ അടുക്കുകയായിരുന്നു. ഏതാനും ദിവസങ്ങൾക്കുശേഷം നിരഞ്ജന വീണ്ടും കോളേജ് ഹോസ്റ്റലിലെത്തി. വെങ്കിടലക്ഷ്മിയോട് കഥകളെക്കുറിച്ച് സംസാരിച്ചു. പിരിയാൻ നേരത്ത് *ഉഷ* മാസികയുടെ ഏതാനും പ്രതികൾ നല്കി. അതിൽ നിരഞ്ജനയുടെ ലേഖനങ്ങളുണ്ടായിരുന്നു. എഴുത്തിനെക്കുറിച്ചും കാഴ്ചപ്പാടിനെക്കുറിച്ചും വിവരിക്കുന്ന ലേഖനങ്ങളായിരുന്നു.

മാസികകളുംകൊണ്ട് ലക്ഷ്മി മുറിയിൽ വന്നിരുന്നു. ശ്വാസമടക്കിപ്പിടിച്ച് വായിച്ചു. ഒരു ലേഖനം ജീവിതസഖിയെപ്പറ്റിയുള്ള നിരീക്ഷണമായിരുന്നു. വെങ്കിടലക്ഷ്മി അത് പലതവണ വായിച്ചു. കാരണം അത് വെങ്കിടലക്ഷ്മിയെക്കുറിച്ച് പേര് വെളിപ്പെടുത്താതെ എഴുതിയതായിരുന്നു. ശിവറാവുവിന്റെ ഹൃദയത്തിൽ തനിക്കിടമുണ്ടെന്ന് അവൾക്ക് ബോദ്ധ്യപ്പെട്ടു.

1934 ൽ തീർത്ഥഹള്ളിയിലാണ് വെങ്കിടലക്ഷ്മി ജനിച്ചത്. അച്ഛൻ ശിവരാമയ്യർ. അമ്മ ലക്ഷ്മീദേവി. ശിവരാമയ്യർ സ്കൂൾ ഇൻസ്പെക്ടറായിരുന്നു. ഏഴുമക്കളിൽ മൂത്തവളായിരുന്നു കഥാനായിക.

അച്ഛന്റെ സഹോദരി അക്കമ്മ പറഞ്ഞുകൊടുത്ത കഥകൾ കേട്ടാണ് വെങ്കിടലക്ഷ്മി വളർന്നത്. ചെറുപ്പത്തിലേ വായനാശീലം വളരുവാൻ ഇത് കാരണമായി. ഹാർമ്മോണിയം വായനയും ശീലിച്ചിരുന്നു. കഥാപുസ്തകങ്ങൾ വാങ്ങിത്തരാനാണ് പിതാവിനോട് ആവശ്യപ്പെടാറുള്ളത്.

മകളെ പ്രോത്സാഹിപ്പിക്കുന്നതിൽ ആ വിദ്യാഭ്യാസ ഓഫീസറും കുറവ് കാട്ടിയില്ല. എങ്കിലും സ്കൂൾപഠനത്തിൽ നിഷ്കർഷ പുലർത്തണമെന്ന് അദ്ദേഹം ഉപദേശിച്ചു.

പ്രൈമറിക്ലാസിൽ പഠിക്കുമ്പോൾ ഒരിക്കൽ മൈസൂർ ദിവാൻ സ്കൂൾ സന്ദർശിക്കാൻ വന്നു. അന്ന് സ്വാഗതഗാനം ആലപിച്ചത് വെങ്കിട ലക്ഷ്മിയായിരുന്നു. ദിവാനെ ഗാനം അത്യധികം ആകർഷിച്ചു. ദിവാൻ തനിക്കു ലഭിച്ച പൂമാല ലക്ഷ്മിയുടെ കഴുത്തിലിട്ടുകൊടുത്തുകൊണ്ട് അനുഗ്രഹിക്കുകയും ചെയ്തു. പില്ക്കാലത്തെല്ലാം അഭിമാനത്തോടെ വെങ്കിടലക്ഷ്മി ഇത് അനുസ്മരിക്കുമായിരുന്നു.

ചെറുപ്പത്തിൽ തുടങ്ങിയ പുസ്തകഹരം വലുതാകുന്തോറും കൂടി വന്നതേയുള്ളൂ. വലിയ പുസ്തകങ്ങൾ കാണുമ്പോൾ നോക്കിനില്ക്കും. തനിക്കും അതുപോലൊന്ന് എഴുതണമെന്ന് ചിന്തിക്കും.

ഇന്റർമീഡിയറ്റ് പാസായതിനുശേഷം ലക്ഷ്മി മൈസൂർ മെഡിക്കൽ കോളേജിൽ ചേർന്നു. നിരഞ്ജന ബാംഗ്ലൂരിൽത്തന്നെ കഴിയുകയായിരുന്നു. എങ്കിലും ഇരുവർക്കുമിടയിൽ പ്രണയപത്രങ്ങൾ ധാരാളമായി അങ്ങുമിങ്ങും പറന്നു. ബാഹ്യമായ ആകർഷണമല്ല ഇരുവരെയും തമ്മിലടുപ്പിച്ചത്. ആന്തരികമായ സമാനതകളായിരുന്നു. കമ്യൂണിസ്റ്റ് സംസ്കാരവും ചിന്തയും വെങ്കിടലക്ഷ്മിക്കും ഇഷ്ടമായിരുന്നു. വിദ്യാർത്ഥി സംഘടനയിൽ അവൾ അംഗവുമായിരുന്നു. സ്ഥിതിസമത്വത്തിലധിഷ്ഠിതമായ ഒരു സമൂഹം അവളും സ്വപ്നം കണ്ടിരുന്നു. സാഹിത്യം ലക്ഷ്യബോധത്തോടെ നിർവ്വഹിക്കേണ്ട കർമ്മമാണ്. എഴുത്തുകാർ മാനവീയതയുടെ വക്താക്കളാകണം.

നിരഞ്ജനയുടെ വാക്കുകൾ സ്ഫുടമായിരുന്നു. ഉച്ചാരണത്തിനുപോലുമുണ്ടായിരുന്നു ആകർഷകത്വം. നിരഞ്ജനയുമായുള്ള വിവാഹത്തിന് ലക്ഷ്മിയുടെ വീട്ടുകാർ എതിരായിരുന്നു. ജാതിമാറ്റമാണ് പ്രധാന കാരണം. നിരഞ്ജനയുടെ കുടുംബനിലയും പെൺവീട്ടുകാർക്ക് യോഗ്യമായി തോന്നിയില്ല. എന്നാൽ വെങ്കിടലക്ഷ്മി സ്വന്തം കാലിൽ നില്ക്കാൻ ശീലിച്ചുകഴിഞ്ഞിരുന്നു. എം ബി ബി എസ് കോഴ്സ് പൂർത്തിയായ ഉടൻ ഇരുവരും വിവാഹകാര്യം സംസാരിച്ചു. വീട്ടുകാരുടെ സമ്മതമില്ലാത്ത നിലയിൽ സുഹൃത്തുക്കളുടെ സഹായത്തോടെ ചടങ്ങ് നടത്താൻ തീരുമാനമായി.

1956 ൽ തിരുപ്പതിയിലെ ചെറിയൊരു സത്രത്തിൽവെച്ച് നിരഞ്ജനയും വെങ്കിടലക്ഷ്മിയും വിവാഹിതരായി. ലക്ഷ്മിയുടെ മാതാപിതാക്കളും ബന്ധുക്കളും ചടങ്ങ് ബഹിഷ്കരിച്ചു. എന്നാൽ ലക്ഷ്മി അധീരയായില്ല. നിരഞ്ജന ഹൃദയം തുറന്ന് തന്നെ സ്നേഹിക്കുന്നുണ്ടെന്ന് അവൾ തിരിച്ചറിഞ്ഞിരുന്നു. മാത്രമല്ല, കന്നഡ സാഹിത്യത്തിലെ വലിയ ബന്ധുക്കൾ അദ്ദേഹത്തിന്റെകൂടെ വന്നിരുന്നു. അവർക്കിടയിലേക്കാണ് അന്യജാതിയിൽപ്പെട്ടവളെ കൈപിടിച്ച് നടന്നത്. ഈ മിശ്രവിവാഹത്തെ പുരോഗമനചിന്താഗതിക്കാരായ എഴുത്തുകാരും കലാകാരന്മാരും അഭിമാനത്തോടെ

സ്വീകരിച്ചു.

"വിവാഹത്തോടെ എന്റെ ജീവിതരീതിയേ മാറി..." അനുപമ നിരഞ്ജന എഴുതുന്നു...

> നിരഞ്ജനയുടേത് അച്ചടക്കമുള്ള ജീവിതം. എല്ലാ പ്രവൃത്തികളും കൃത്യതയോടെ നടക്കണം. ഓരോന്നും പരിപൂർണ്ണവുമായിരിക്കണം. ശുചിത്വത്തിന് അദ്ദേഹം കൂടുതൽ പ്രാധാന്യം കല്പിച്ചിരുന്നു. വീട്ടിലുള്ള ഉപകരണങ്ങളെല്ലാം വൃത്തിയായി സൂക്ഷിക്കണമെന്നു പറയും. അദ്ദേഹം എഴുതാനിരിക്കുന്ന മേശതന്നെ ഉദാഹരണം. ഒരു തുണ്ട് കടലാസുപോലും അങ്ങിങ്ങായി ചിതറിക്കിടക്കരുത്. ഞാനാണെങ്കിലോ ഈ ഗുണങ്ങൾക്കെല്ലാം പൂർണ്ണവിരോധി. പലതവണ അദ്ദേഹംതന്നെ മേശപ്പുറത്തെ പുസ്തകങ്ങൾ അടുക്കിവച്ചിരുന്നു. എന്റെ കുട്ടിക്കാലത്ത് ഇത്തരം അച്ചടക്കം എന്നെ പഠിപ്പിച്ചിരുന്നില്ല. ഇപ്പോൾ സാവധാനത്തിൽ എല്ലാം പഠിക്കാൻ തുടങ്ങി...

നിരഞ്ജന ലളിതവേഷധാരിയാണ്. ഒരു പാന്റും ഷർട്ടും മതി. ഭർത്താവ് കോട്ടും സ്യൂട്ടും ടൈയും കെട്ടി നടക്കണമെന്ന് ഭാര്യ ആഗ്രഹിക്കുമായിരുന്നു. ഇക്കാര്യം പറയുമ്പോൾ ഭർത്താവ് പൊട്ടിച്ചിരിക്കും...

"മനുഷ്യന്റെ വില നിർണ്ണയിക്കുന്നത് അവന്റെ ഉടുപ്പല്ല" അദ്ദേഹം പറയും.

ഒരേ സൂര്യനുകീഴിലാണ് നിരഞ്ജനയും അനുപമയും കഴിഞ്ഞുകൂടിയിരുന്നതെങ്കിലും ഇരുവരുടെയും രചനാരീതി ഭിന്നമായിരുന്നു. നിരഞ്ജന എഴുതാനിരുന്നാൽ പകലും രാത്രിയും ഇരുന്നെഴുതും. വെങ്കിടലക്ഷ്മിക്ക് അനുപമ എന്ന തൂലികാനാമമിട്ടതുതന്നെ നിരഞ്ജനയാണ്. അവർ സ്വന്തം ക്ലിനിക് നടത്തിയിരുന്നു. ചികിത്സകഴിഞ്ഞ് കിട്ടുന്ന ഒഴിവിലാണ് എഴുതുക. നിരഞ്ജന ചിന്തയിലും ബുദ്ധിയിലും ഏറ്റവും ഉയർന്നനിലയിൽ വർത്തിക്കുന്ന ആളായിരുന്നു. ഇടയ്ക്കിടെ ഭാര്യയെ അദ്ദേഹം ഓർമ്മിപ്പിക്കും — "ഏതുകാര്യവും അമൂലാഗ്രം തിരിച്ചറിയണം. ചിന്തിച്ച് എഴുതണം." പ്രാക്ടീസിനുപുറമെ കുട്ടികളെയും നോക്കണം. ഇതിനിടയിൽവേണം എഴുതാൻ. കൂടുതൽ ചിന്തിക്കാനോ പഠിക്കാനോ ഒന്നും സമയം കിട്ടിയിരുന്നില്ല. ഈ കുറവ് ആദ്യകാലരചനകളിൽ കാണാമായിരുന്നു.

കഥ എഴുതുന്നതിനുമുമ്പ് ഭാര്യ ഭർത്താവുമായി ചർച്ച നടത്താറില്ല. എഴുതിക്കഴിഞ്ഞശേഷം ആദ്യവായനക്കാരനാകുന്നത് നിരഞ്ജനയാണ്. ഭാര്യയുടെ കഥയാണെന്നതുകൊണ്ട് അഭിപ്രായം മയപ്പെടുത്താനൊന്നും ഭർത്താവിന് തോന്നാറില്ല. വിമർശനം കടുത്തതാകും. വിമർശനത്തിനുശേഷം കഥ തിരുത്തിയെഴുതും. അപ്പോൾ അത് ജനപ്രിയമായിത്തീരും.

മക്കളെന്നുവച്ചാൽ നിരഞ്ജനയ്ക്ക് ജീവനാണ്. രണ്ടു മക്കളാണ് ദമ്പതികൾക്കുണ്ടായത്. തേജസ്വിനി, സീമന്തിനി. ആദ്യത്തെ മകൾക്ക്

തേജസ്വിനി എന്ന പേര് വിളിക്കണമെന്നത് അദ്ദേഹത്തിന് നിർബ്ബന്ധമായി. കയ്യൂരിന്റെ ചാരത്തുകൂടെ ഒഴുകുന്ന നദിയാണ് തേജസ്വിനി. കയ്യൂരിന്റെ സ്മരണ മകളിലൂടെ നിലനിർത്താൻ അദ്ദേഹം ആഗ്രഹിച്ചു. രണ്ടാമത്തെ മകൾ പിറന്നപ്പോൾ അച്ഛൻ അവളെ നോക്കി പറഞ്ഞത് “രാജകുമാരി ജനിച്ചു” എന്നാണ്. അഭിമാനത്തോടെയുള്ള ഭർത്താവിന്റെ വാക്കുകൾ അനുപമയെ ആനന്ദം കൊള്ളിച്ചു. തന്നെപ്പോലെ അച്ചടക്കവും സമയ കൃത്യതയും സരളതയും പാലിക്കാൻ മക്കളെയും അദ്ദേഹം പഠിപ്പിച്ചു. മക്കളോടദ്ദേഹം പറയും... “ഒരിക്കലും അഹങ്കരിക്കരുത്. എന്ത് സാധിച്ചാലും ശരി വിനയം കൈവിടരുത്.”

വീടലങ്കരിക്കണമെന്ന് അനുപമ ഇടയ്ക്കിടെ പറയും. അലങ്കാരങ്ങളിലെ പ്രകടനപരതയിൽ നിരഞ്ജന വിശ്വസിച്ചിരുന്നില്ല. അന്തഃരംഗത്തിലെ പരിശുദ്ധിയാണ് പ്രധാനം.

“നാം ലളിതമായി ജീവിക്കണം. പുസ്തകങ്ങൾകൊണ്ട് വീടലങ്കരിക്കണം.” — അദ്ദേഹം പറഞ്ഞു.

മക്കൾ അച്ഛനെ അനുഗമിക്കുന്നവരായിരുന്നു. ഉടുപ്പിലും നടപ്പിലും പിതാവിനെ അനുകരിച്ചു.

“എന്നെ സംബന്ധിച്ചിടത്തോളം സ്വർഗ്ഗതുല്യജീവിതം നയിക്കുകയായിരുന്നു. നല്ല പ്രാക്ടീസ്. മെച്ചപ്പെട്ട സാഹിത്യരചന. ബുദ്ധിയുള്ള മക്കൾ. യോജിച്ചൊരു വീട്. സ്നേഹംകൊണ്ട് മൂടുന്ന ഭർത്താവ്. ഒരു സ്ത്രീക്ക് ഇതിൽപ്പരം മറ്റെന്തുവേണം? ഞാൻ ഭാഗ്യവതിയായി. പക്ഷേ, ഞങ്ങളുടെ സ്വർഗ്ഗജീവിതത്തിൽ പെട്ടെന്ന് കറുപ്പ് പടർന്നു...” അനുപമ 1971 ലുണ്ടായ ദുരന്തം ഓർമ്മിച്ചു.

1971 ലെ മാർച്ച് മാസം. നിരഞ്ജന മൈസൂർയൂണിവേഴ്സിറ്റി സെനറ്റ് യോഗത്തിൽ പങ്കെടുത്തുകൊണ്ടിരിക്കുന്നു. സഭയിൽ തന്റേതായ അഭിപ്രായം രേഖപ്പെടുത്തിയശേഷം സീറ്റിലിരിക്കുകയായിരുന്നു. പെട്ടെന്ന് ഒരു വശം തളരാൻ തുടങ്ങി. പക്ഷാഘാതമായിരുന്നു. വീഴാൻ തുടങ്ങിയ നിരഞ്ജനയെ അടുത്തിരുന്നവർ താങ്ങിപ്പിടിച്ചു. ഉടൻതന്നെ കൃഷ്ണരാജേന്ദ്ര ആസ്പത്രിയിൽ പ്രവേശിപ്പിച്ചു. ബാംഗ്ലൂരിലെ വീട്ടിൽനിന്ന് ആരോഗ്യത്തോടെ കാറിൽ പുറപ്പെട്ടതാണ്. പെട്ടെന്ന് എന്തുസംഭവിച്ചു എന്നറിയാതെ അനുപമ വിഷമിച്ചു.

വിവരമറിഞ്ഞ ഉടൻ അനുപമ മൈസൂരിലേക്ക് പുറപ്പെട്ടു. ആശുപത്രിക്കിടക്കയിൽ അർദ്ധബോധാവസ്ഥയിൽ നിരഞ്ജന കിടന്നിരുന്നു. ഭർത്താവിന്റെ അവസ്ഥകണ്ട് ഭാര്യയുടെ നെഞ്ച് പിടച്ചു. എങ്കിലും കരച്ചിലടക്കി ശുശ്രൂഷാഭാരം ഏറ്റെടുത്തു.

അടുത്ത മൂന്നുദിവസം ക്രിട്ടിക്കൽ സ്റ്റേജിലായിരുന്നു. ജീവന്മരണ പോരാട്ടം നടക്കുകയായിരുന്നു. ഊണും ഉറക്കവുമുപേക്ഷിച്ച് ഭാര്യ കാവലിരുന്നു. നാലാംദിവസം നിരഞ്ജന ജീവിതത്തിലേക്കുതന്നെ തിരിച്ചുവന്നു. പിന്നെ ചികിത്സ ബാംഗ്ലൂരിൽ കുടുംബഡോക്ടറായിരുന്ന ശിവറാമിന്റെ കീഴിലായി. ഉന്മേഷം കിട്ടിയ ഒരു സന്ദർഭത്തിൽ ഡോക്ടറോട്

നിരഞ്ജന പറഞ്ഞു... "സാവിത്രി സത്യവാനെ വീണ്ടെടുത്തതുപോലെ അനുപമ നിരഞ്ജനയെ വീണ്ടെടുത്തു..."

ഇതിനിടയിൽ നിരഞ്ജന കന്നഡ സാഹിത്യത്തിലേക്കുള്ള പല സംരംഭങ്ങൾക്കും നേതൃത്വം വഹിക്കുന്നുണ്ടായിരുന്നു. പക്ഷാഘാതം പിടിപെട്ടതോടെ ആ പ്രവർത്തനങ്ങൾ സ്തംഭിക്കുന്ന നിലവന്നു. എന്നാൽ നിരഞ്ജന പിന്മാറിയില്ല. അനോരാഗ്യത്തിനിടയിലും ഏറ്റെടുത്ത കൃത്യം പൂർത്തീകരിക്കണമെന്ന് അദ്ദേഹം നിശ്ചയിച്ചു. ഒരുപക്ഷേ, നിരഞ്ജനയ്ക്കു മാത്രമാകാം ഇങ്ങനെ ചിന്തിക്കാൻ കഴിഞ്ഞത്. ദൃഢനിശ്ചയവും ആത്മവിശ്വാസവും അദ്ദേഹത്തിന്റെ കൂടപ്പിറപ്പായിരുന്നല്ലോ.

ഒരുവശത്ത് രോഗത്തോടുള്ള പോരാട്ടം. മറുവശത്ത് ഏറ്റെടുത്ത കൃത്യം പൂർത്തീകരിക്കണമെന്ന വാശി. ഇതിനിടയിൽ മക്കൾ രണ്ടുപേരും പഠിച്ച് വലുതായി. അച്ഛനമ്മമാർക്ക് അവർ സഹായികളായി. കുടുംബത്തിന്റെ ആഹ്ലാദം പതുക്കെ തിരികെ വരികയായിരുന്നു. എന്നാൽ ദുരന്തം ആ കുടുംബത്തെ വിട്ടൊഴിഞ്ഞിരുന്നില്ല. ഇത്തവണ ദുരന്തം പിടികൂടിയത് അനുപമയെ. ക്യാൻസറായിരുന്നു. ഡോക്ടറായ ഭാര്യയുടെ പരിഭ്രമം ഭർത്താവിലേക്കും പടർന്നത് സ്വാഭാവികം. എങ്കിലും നിരഞ്ജന ധൈര്യപ്പെടുത്തി ആശ്വസിപ്പിച്ചു.

പക്ഷാഘാതം ബാധിച്ച ഭർത്താവിനെ ശുശ്രൂഷിക്കേണ്ട അവസരത്തിൽ ഭർത്താവ് ഭാര്യയെ ശുശ്രൂഷിക്കുന്ന നിലയുണ്ടായി. ഭർത്താവിന് പക്ഷാഘാതം, ഭാര്യക്ക് ക്യാൻസർ. നിരഞ്ജനാദമ്പതിമാരുടെ ദൗർഭാഗ്യത്തെ ഓർത്ത് സുഹൃത്തുക്കൾ സങ്കടപ്പെട്ടു. മറ്റുചിലർ കർമ്മഫലമെന്ന് പറഞ്ഞു. തലവിധിയെന്നും ദൈവകോപമെന്നും മറ്റും പറഞ്ഞവരുമുണ്ടാകാം. നിരഞ്ജന ഈശ്വരവിശ്വാസിയായിരുന്നില്ലല്ലോ.

നിരഞ്ജനാദമ്പതികൾ ഒന്നുകൊണ്ടും തളർന്നില്ല. ആക്ഷേപങ്ങൾക്കും വിമർശനങ്ങൾക്കും മറുപടി പറയാനും പോയില്ല. ജീവിതം നിരന്തര പോരാട്ടമാണെന്ന് ഇരുവരും തെളിയിക്കുകയായിരുന്നു. ഏതിരുളിനുശേഷവും വെളിച്ചത്തിന്റെ നാളങ്ങളുണ്ടാവും.

ഏഴുവർഷത്തിനിടെ മൂന്നുതവണ അനുപമ ക്യാൻസർ ഓപ്പറേഷന് വിധേയയായി. കഠിനമായ ചികിത്സകൾ. ഇതിൽനിന്നെല്ലാം മോചനം നേടാനുള്ള ശക്തി പകർന്നത് നിരഞ്ജനയാണ്. കൈകാലുകൾക്ക് തളർച്ച ബാധിച്ചുവെങ്കിലും നിരഞ്ജനയുടെ മനസ്സ് ദൃഢമായിരുന്നു.

അനുപമ ക്രമേണ പ്രാക്ടീസ് നിർത്തി വീട്ടിൽത്തന്നെ കഴിഞ്ഞുകൂടി. ആ സമയം അവർ അത്യധികം വിഷമമനുഭവിച്ചിരുന്നു. "നീയിനി ധാരാളം വായിക്ക്... ചിന്തിക്ക്. വാസ്തവത്തിൽ വായിക്കാനവസരം കിട്ടിയതിൽ നീ സന്തോഷിക്കയാണ് വേണ്ടത്. എഴുത്തിൽ അതിന്റെ ഗുണം കാണാതിരിക്കില്ല..." നിരഞ്ജന പറഞ്ഞു.

ഭർത്താവിന്റെ ഉപദേശം ഭാര്യ സ്വീകരിച്ചു. വളരെ കാലമായി വായിക്കാനാഗ്രഹിച്ച പുസ്തകങ്ങളെല്ലാം അനുപമ വായിച്ചുതീർത്തു. പുസ്തകങ്ങളെക്കുറിച്ച് ഭർത്താവും മക്കളുമായി ചർച്ച നടത്തി. വായന മന

സ്സിന് ശക്തിയും ആശ്വാസവും പകർന്നു കൊടുക്കുകയായിരുന്നു. എഴുത്തിന് ഇത് പുതിയ മാനം നല്കി.

അനുപമ നിരഞ്ജനയുടെ സാഹിത്യവല്ലരി തഴച്ചു പുഷ്ടി പ്രാപിച്ചത് നിരഞ്ജനയുടെ തണലിലാണ്. ജീവിതത്തെക്കുറിച്ച് പുതിയ അറിവുകളാണ് അദ്ദേഹം പകർന്നു നല്കിയത്. ജീവിതം സുഖദുഃഖസമ്മിശ്രമാണ്. വേദനയും കഷ്ടപ്പാടും നിറഞ്ഞത്. ജനതയെ ചൂഷണം ചെയ്ത് തടിച്ചുകൊഴുക്കുന്ന ഒരു വിഭാഗമുണ്ടെന്നും അവർക്ക് ബോദ്ധ്യമായി.

"ഏതു കൃതിയും അർത്ഥവത്തും ആഴത്തിലുള്ളതുമാകണം. ചിന്തിക്കാൻ വകനല്കുന്നതുമാകണം" — അനുപമ എഴുതി.

ഇരുൾ നിറഞ്ഞ ചേരികളിലെ ജീവിതം അവർ കണ്ടറിഞ്ഞു. *ചേരികളുടെ വിലാപം* എന്ന പേരിൽ ഒരു നോവലെഴുതി. നിന്ദിതരുടെയും നിരാലംബരുടെയും ചൂഷിതരുടെയും കദനകഥകളാണ് നോവൽ അനാവരണം ചെയ്യുന്നത്. ഉപരിവർഗ്ഗം തങ്ങളുടെ സുഖസൗകര്യങ്ങൾ വർദ്ധിപ്പിക്കാൻ കീഴാളരെ പലവിധത്തിലും ദ്രോഹിച്ചുകൊണ്ടിരിക്കുന്നുണ്ടെന്ന് അനുപമ നിരഞ്ജന നോവലിൽ വ്യക്തമാക്കുന്നു.

"ഒരു സ്ത്രീയും സ്വയം വേശ്യാവൃത്തിയിൽ ഏർപ്പെടാറില്ല. കള്ളനെന്ന പേര് സമ്പാദിക്കാനായി ആരും മോഷണം നടത്താറില്ല. സാഹചര്യമാണ് മനുഷ്യനെ കള്ളനും കൊലപാതകിയും വ്യഭിചാരിയുമാക്കിത്തീർക്കുന്നത്. ഉപരിവർഗ്ഗത്തിന്റെ സൃഷ്ടിയാണ് ആ സാഹചര്യം" — അനുപമ ചൂണ്ടിക്കാട്ടുന്നു.

ചേരികളുടെ വിലാപം (*കൊളച്ചെ കൊപ്പെയ ദാനിഗളു* - എന്ന് കന്നട നാമം) എന്ന നോവലിൽ നാഗരാജ് എന്ന കഥാപാത്രം പ്രസംഗിക്കുന്നതു നോക്കുക...

> ചേരിയിൽ കഴിയുന്നവർ കള്ളന്മാരും കുടിയന്മാരും വൃത്തികെട്ടവരുമാണെന്നാണ് ആക്ഷേപം. വാസ്തവത്തിൽ നിങ്ങളെ ഈ നിലയിലെത്തിച്ചവരാരാ? പട്ടിണികിടന്ന് ചാകണമെന്നത് നിങ്ങളുടെ വിധിയാണോ? ഇതെല്ലാം പണക്കാരുടെ തട്ടിപ്പിന്റെ ഭാഗമാണ്. പാവങ്ങളെ ഒതുക്കിനിർത്താനും കഴുതകളാക്കാനും വേണ്ടി അവരിങ്ങനെയൊക്കെ പറയുന്നു. ചേരിനിവാസികളും മനുഷ്യരാണ്. മനുഷ്യന്റെ സ്വാതന്ത്ര്യവും അവകാശങ്ങളും അവർക്കും കിട്ടണം. നിങ്ങൾ പണിയെടുക്കുന്നവരാണ്. നിങ്ങളെഴുന്നേറ്റുനിന്നാൽ ഈ ലോകം തന്നെ താങ്ങാനുള്ള കരുത്തുണ്ടാവാം. അദ്ധ്വാനിക്കുന്നവർക്കേ ഇവിടെ മാറ്റങ്ങളുണ്ടാക്കാനാവൂ...

കർണ്ണാടകത്തിൽ അനേകം സ്ത്രീ എഴുത്തുകാരുണ്ടെങ്കിലും അനുപമ അവരിൽനിന്നെല്ലാം വ്യത്യസ്തയായിരുന്നു. ഇതിനു പ്രധാന കാരണം നിരഞ്ജനയിൽനിന്നും പകർന്നു കിട്ടിയ സമത്വചിന്തയാണ്. ഭർത്താവിന്റെ പ്രേരണയാൽ അവർ മഹിളാസമ്മേളനങ്ങളിൽ പങ്കു

കൊണ്ടു. കൃഷിയിടങ്ങളിലും തൊഴിൽശാലകളിലും ജോലിചെയ്യുന്ന സ്ത്രീകളുമായി അവർ ബന്ധപ്പെട്ടു. സ്ത്രീ പുരുഷന്റെ അടിമയായി കഴിയേണ്ടവളല്ലെന്ന് അനുപമ പറഞ്ഞു. പെണ്ണെഴുത്തെന്ന പേരിൽ വേർതിരിവ് സൃഷ്ടിക്കുന്ന സമീപനത്തെയും അവരെതിർത്തു. ലിംഗ ഭേദം നോക്കിയല്ല കൃതിയുടെ മാറ്റുരയ്ക്കേണ്ടത്. കൃതിയിലെ പ്രതിപാദ്യവും അതുയർത്തുന്ന സാമൂഹ്യപ്രശ്നവും വിലയിരുത്തിയാകണം.

അർബ്ബുദം ബാധിച്ചപ്പോഴും അനുപമ ചിന്തിച്ചത് എഴുതി ജീവിക്കണം എന്നാണ്. പ്രതിസന്ധികളെ ചിരിച്ചുകൊണ്ട് നേരിടണം. സ്നേഹത്തിന്റെ മുന്നിൽ തകർന്നുവീഴാത്ത മതിലുകളുണ്ടാവില്ല.

മലയാളികളെയും മലയാള സാഹിത്യത്തെയും അനുപമ വളരെ ഇഷ്ടപ്പെട്ടിരുന്നു. ഭർത്താവ് തന്നെയാണ് ഈ മലയാളബന്ധത്തിനും കാരണമായത്. തകഴിയുടെ നോവലുകളുടെ പരിഭാഷകൾ വായിച്ചതായി അവർ പറഞ്ഞിരുന്നു. *ചെമ്മീൻ* നോവലാണ് അവർക്ക് ഏറെ ഇഷ്ട പ്പെട്ടത്. ഭർത്താവിന്റെകൂടെ അവർ കേരളത്തിൽ വന്നിരുന്നു.

1975 ൽ ബർലിനിൽ ചേർന്ന അന്താരാഷ്ട്ര മഹിളാ കോൺഗ്രസിൽ ഇന്ത്യയെ പ്രതിനിധീകരിച്ച് അനുപമ പങ്കെടുക്കുകയുണ്ടായി.

ഇന്ത്യൻ സാഹിത്യത്തിലെതന്നെ അപൂർവ്വ ദമ്പതിമാരാണ് നിരഞ്ജ നയും അനുപമയും. ജീവിതത്തിലും സാഹിത്യത്തിലും അവർ യാഥാ സ്ഥിതികത്വത്തെ വെല്ലുവിളിച്ചു. ബാഹ്യപ്രപഞ്ചത്തിലുള്ള വിശ്വാസമാണ് മനുഷ്യനെ നിലനിർത്തുന്നതെന്നവർ തിരിച്ചറിഞ്ഞു. അതുകൊണ്ടുതന്നെ മനുഷ്യന് പ്രപഞ്ചത്തെ സ്നേഹിക്കാനും ഗുണപരമായി മാറ്റിപ്പണിയാനും കഴിയണം. എഴുത്തുകാർ ഇതൊരു കടമയായി ഏറ്റെടുക്കുമ്പോഴാണ് അവരുടെ രചനകൾ സാർവ്വലൗകികമായിത്തീരുന്നത്.

ജീവിതം കയ്പും മധുരവും നിറഞ്ഞതാണ്. രണ്ടും ഒരുപോലെ അനുഭവിക്കണം. അനുപമയുടെ ഓർമ്മക്കുറിപ്പുകളുടെ പേരും *ഓർമ്മ, കയ്പും മധുരവും* എന്നാണ്. സുഖത്തിൽ ആ കുടുംബം മതിമറന്നില്ല. ദുഃഖത്തിൽ നിരാശയിലാണ്ടതുമില്ല. കൊടുങ്കാറ്റിനിടയിൽ ഭാര്യയും ഭർത്താവും മക്കളും അടിപതറാതെ പിടിച്ചുനിന്നു. ആധുനിക കന്നഡ സാഹിത്യത്തിൽ മാത്രമല്ല, ഇന്ത്യൻ സാഹിത്യത്തിൽ തന്നെ അക്ഷയ ചരിത്രമായി ആ കുടുംബകഥ മാറുന്നു. നിരഞ്ജന സ്വന്തം വീടിനിട്ട പേര് 'കഥ' എന്നാണ്. ദമ്പതികളുടെ ജീവിതവും കഥപോലെയായി ത്തീർന്നു.

നിരഞ്ജന കണ്ട ജപ്പാൻ ചലച്ചിത്രത്തെപ്പറ്റി ഒരിക്കൽ സുഹൃത്തി നോട് സംസാരിച്ചിരുന്നു. കുട്ടികളുടെ സിനിമയാണ്. അതിൽ പെൺകുട്ടിയെ അമ്മ അടിക്കുമ്പോൾ "അയ്യോ" എന്ന് നിലവിളിക്കുന്നു ണ്ടായിരുന്നു. അമ്മ വീണ്ടും വീണ്ടും അടിച്ചപ്പോൾ "അയ്യയ്യോ" എന്ന് നിലവിളിച്ചു. ഭയവും പരിഭ്രമവും ദുഃഖവുമുണ്ടാകുമ്പോൾ നമ്മളും വിളി ക്കുന്നത് "അയ്യയ്യോ" എന്നാണെന്ന് നിരഞ്ജന സൂചിപ്പിച്ചു - "വികാര ങ്ങളുടെ ഭാഷ എല്ലായിടത്തും ഒന്നുതന്നെയാണ്."

ജീവിതസായാഹ്നം കുടുംബത്തെ സംബന്ധിച്ചിടത്തോളം പ്രയാസം നിറഞ്ഞതായിരുന്നു. പക്ഷാഘാതം ബാധിച്ച കുടുംബനാഥൻ. ക്യാൻസർ പിടിപെട്ട കുടുംബനാഥ. വിപദിധൈര്യത്തോടെ മുന്നോട്ട് നീങ്ങവെ നിരഞ്ജനയെ തനിച്ചാക്കി ആദ്യം വിടപറഞ്ഞുപോയത് അനുപമ. 1991 ഫെബ്രുവരി 14 ന് അനുപമ നിരഞ്ജന നിര്യാതയായി. മൂത്തമകൾ ഭർത്താവിന്റെ കൂടെയായിരുന്നു. അച്ഛന് തുണയായി ഇളയ മകൾ സീമന്തിനി വീട്ടിൽ തങ്ങി. പഠനവും പിതൃശുശ്രൂഷയും അവൾ ഒന്നിച്ചുകൊണ്ടുപോയി. എന്നാൽ അനുപമ മരണപ്പെട്ട് ഒരുവർഷം കഴിഞ്ഞപ്പോൾ 1992 മാർച്ച് 13 ന് നിരഞ്ജനയും കഥാവശേഷനായി. പോരാടിക്കൊണ്ടാണ് അദ്ദേഹം ജനിച്ചത്. പോരാടിക്കൊണ്ടുതന്നെ മരിക്കുകയും ചെയ്തു. ദീനത നിറഞ്ഞതായിരുന്നു ബാല്യം. വാർദ്ധക്യം അവശത കലർന്നതും. എങ്കിലും ജീവിതത്തെ ആവുംവിധം മുന്നോട്ടുകൊണ്ടുപോയി. സദാ ചടുലമായി പ്രതികരിച്ചു. തൂലിക അദ്ദേഹം താഴത്തുവച്ചതേയില്ല. ജീവിതത്തിലും എഴുത്തിലും മാമൂൽവാദത്തെ ചെറുത്തുകൊണ്ട് ജീവിച്ച നിരഞ്ജനയും അനുപമയും പുരോഗമന സാഹിത്യ പ്രവർത്തകർക്ക് എന്നും പ്രചോദനമാണ്.

6

കഥാപ്രപഞ്ചം

ആധുനിക സാഹിത്യത്തിലെ ശക്തമായ ശാഖയായി ചെറുകഥ വളരുന്ന കാലമാണിത്. പഠനാർഹവും മൗലികവുമായ അനേകം ആശയങ്ങൾ ഇന്ന് കഥകൾ പ്രതിഫലിപ്പിക്കുന്നുണ്ട്. സാമൂഹ്യവ്യവസ്ഥിതിയോടുള്ള അമർഷവും എതിർപ്പും അവയിൽ പ്രകടവുമായേക്കാം. ഒറ്റ ഇരുപ്പിൽ വായിച്ചു തീർക്കാവുന്നതാണ് ചെറുകഥയെന്ന് പറയാറുണ്ട്. നിരഞ്ജന തന്നെ പറയുന്നത് നോക്കുക.

> ചെറുകഥയെന്ന് പറഞ്ഞാലെന്താ? അത് ചിലപ്പോൾ മൂന്നു പേജിലൊതുങ്ങുന്നതാകാം. മുപ്പതു പേജിലേക്ക് നീളുന്നതുമാകാം. കഥയുടെ വലുപ്പച്ചെറുപ്പമല്ല പ്രധാനം. അതിൽ പ്രതിഫലിക്കുന്ന പ്രമേയമാണ് മുഖ്യം. കഥ വികാരങ്ങളുടെ സൂക്ഷ്മസ്വരൂപമാകണം. ചിലപ്പോൾ ബ്രഹ്മാണ്ഡം മുഴുവൻ അതിൽ പ്രതിഫലിച്ചുവെന്നും വരാം. കാലത്തെ ഒരു ബിന്ദുവിലൊതുക്കുന്ന മായികവിദ്യയാണ് ചെറുകഥയിൽ തുടിക്കേണ്ടത്. ചെറുകഥയെഴുത്ത് ഒരെളുപ്പപ്പണിയല്ല. അത് വളരെ ശ്രദ്ധിച്ചും അദ്ധ്വാനിച്ചും നടത്തേണ്ട കർമ്മമാണ്. ചെറുകഥാരചനയും ഒരു ശില്പവിദ്യ തന്നെ. യാഥാർത്ഥ്യത്തിന്റെ അടിത്തറമേൽ മെനഞ്ഞെടുക്കുന്ന ശില്പം.

നിരഞ്ജനയുടെ ജീവിതവും ചെറുകഥകളും വേർതിരിച്ച് കാണാനാവില്ല. അപമാനവും നിന്ദയും വേദനയും പരിഹാസവും ഒപ്പം വാത്സല്യവും അനുഭവിച്ചു വളർന്ന അദ്ദേഹത്തിന്റെ രചനകളിലെല്ലാം ഈ സങ്കടങ്ങൾ നിഴലിച്ചിരുന്നു. അതുകൊണ്ടദ്ദേഹം ചൂണ്ടിക്കാട്ടി... " കഥ ജീവിതത്തിന്റെ പ്രതിഫലനമാണ്. ഒരേ ഇരുപ്പിലിരുന്ന് ശ്വാസം വിടാതെ വായിച്ചു തീർക്കാവുന്നത്."

കുവെംപു, ശിവറാമകാരന്ത്, ബേന്ദ്രെ, മാസ്തി വെങ്കടേശ അയ്യങ്കാർ തുടങ്ങിയ കന്നഡ ചെറുകഥാകൃത്തുക്കളുടെ വഴിയിൽനിന്നും തെന്നിമാറി നടന്ന എഴുത്തുകാരനാണ് നിരഞ്ജന. അദ്ദേഹം എന്നും പരിവർത്തനത്തിനുവേണ്ടി ദാഹിച്ചു. പുതുയുഗം നെയ്തെടുക്കാൻ പ്രയത്നിച്ചു.

കേരളത്തിൽ തകഴിയും കേശവദേവും എസ് കെ പൊറ്റെക്കാടും എന്നപോലെയാണ് കർണ്ണാടകത്തിൽ നിരഞ്ജനയെ കൊണ്ടാടുന്നത്. കുട്ടിക്കാലം തൊട്ടേ ബഹിഷ്കൃതജീവിതം അലോസരപ്പെടുത്തിയ മനസ്സുമായാണ് നിരഞ്ജന തൂലിക കൈയിലെടുത്തത്. അതും പതിമൂന്നാമത്തെ വയസ്സിൽ. തുളു ഭാഷയിലാണ് കഥകളെഴുതിയിരുന്നത്. എന്നാൽ 1937 ൽ കന്നഡത്തിൽ ആദ്യത്തെ കഥയെഴുതി - *രാഷ്ട്രബന്ധു* മാസികയുടെ ജൂലൈ ലക്കത്തിൽ കഥ അച്ചടിച്ചുവന്നു. പേര് *മോഹജാല.* എഴുതിയത് 'കിശോർ'. നിരഞ്ജനയുടെ ആദ്യത്തെ തൂലികാനാമമാണ് 'കിശോർ.' രണ്ടുപേർ തമ്മിൽ കത്തെഴുതുന്ന തരത്തിലാണ് കഥ ആഖ്യാനം ചെയ്തിരിക്കുന്നത്. പ്രണയം നടിച്ച് അടുത്തുകൂടി പണം മോഷ്ടിക്കാൻ ശ്രമിച്ച ഉമാനാഥറാവു എന്ന ചെറുപ്പക്കാരന്റെ കഥയാണിത്. മോഷണത്തിന്റെ പേരിൽ അയാളെ ഒരു വർഷത്തെ തടവിന് ശിക്ഷിക്കുന്നു. ഒരു പത്രവാർത്തയോടെയാണ് കഥ അവസാനിക്കുന്നത്... "കഴിഞ്ഞദിവസം രാത്രി രാഘവപുരത്തെ കോളജ് വിദ്യാർത്ഥിനിയുടെ വീട്ടിൽ അതിക്രമിച്ചു കടന്ന ഉമാനാഥ് റാവു എന്ന ചെറുപ്പക്കാരനായ വിദ്യാർത്ഥി സ്നേഹഭാവം നടിച്ച് ആയിരത്തിയഞ്ഞൂറു രൂപയുടെ കെട്ട് കവർന്നെടുക്കാൻ ശ്രമം നടത്തി. അപരാധിക്ക് സിറ്റി മജിസ്ട്രേറ്റ് ഒരു വർഷത്തെ കഠിനതടവിന് ശിക്ഷിച്ചു..."

ആദ്യരചനയിൽ കഥയുടെ ലക്ഷണങ്ങൾ പൂർണ്ണമായെന്നു പറയാനാവില്ല. എങ്കിലും കഥയെഴുത്ത് വശമുണ്ടെന്ന് അത് ബോദ്ധ്യപ്പെടുത്തി. കഥ അച്ചടിച്ചുവന്ന മാസിക നോക്കി നിരഞ്ജന അഭിമാനംകൊണ്ടു. ആദ്യകഥ ആദ്യം വായിച്ചത് അമ്മ ചിന്നമ്മ. സ്കൂളിലെ കൂട്ടുകാരും അദ്ധ്യാപകരും വായിച്ചഭിനന്ദിച്ചു. കഥയെഴുത്തിന്റെ വഴി തുടരാൻ ഇതെല്ലാം പ്രേരണയായി.

സാമൂഹ്യജീവിയായ മനുഷ്യനെ സംബന്ധിച്ചിടത്തോളം കഥപറയുന്നതിൽ സ്വാഭാവികമായ വിരുതുണ്ടാകും. കഥപറയുന്ന മനുഷ്യൻ ജീവിതത്തെ പ്രത്യേകരീതിയിൽ നോക്കിക്കാണുമ്പോൾ അതിന് സാർവ്വലൗകികത കൈവരുന്നു. ജീവിതത്തിന്റെ വ്യാഖ്യാനമാണ് കഥയും നോവലുമെന്ന് നിരഞ്ജന വ്യക്തമാക്കുന്നു. അനുഭവിച്ചറിഞ്ഞത് ചാരുതയോടെ പറഞ്ഞുകൊടുക്കുന്നു എന്നുമാത്രം. അതിന് അടുക്കും ചിട്ടയും ഉണ്ടാകാം. ചുരുക്കത്തിൽ കഥയും വിളിച്ചുപറയുന്നത് ജീവിതത്തിലെ മഹാസത്യങ്ങൾ തന്നെ. 1945 ൽ ആദ്യകഥാസമാഹാരം *അയ്യനെ*യുടെ ആമുഖത്തിൽ നിരഞ്ജനയെഴുതി –

രാഷ്ട്രീയദൃഷ്ടിയിലുള്ള, ഒന്നിനൊന്ന് മെച്ചപ്പെട്ടതും ബന്ധപ്പെട്ട തുമായ ആറു കഥകൾ ഈ സമാഹാരത്തിലുണ്ട്. ഇത് യുദ്ധസാഹിത്യമെന്നു പറഞ്ഞാലും ശരിതന്നെ. എല്ലാ പ്രചാരാത്മക കഥകളെക്കുറിച്ചും എന്നും ആരെങ്കിലും ഇങ്ങനെ പറയാൻ മതി. ഓരോ കഥയിലും ഓരോ ലക്ഷ്യമുണ്ട്. അതുകൊണ്ടുതന്നെ അതിന് പ്രചാരണസ്വഭാവമുണ്ട്. അത് സത്യമാണെന്ന് ഞാനുറച്ചുവിശ്വസിക്കുന്നു. അത് തുറന്നുപറയുകയും ചെയ്യുന്നു. വിശാലദൃഷ്ടിയിൽ നോക്കിയാൽ ലോകത്തിലെ ഓരോ കൃതിയും കലാരൂപവും ഓരോ തരത്തിൽ പ്രചാരണം നിർവ്വഹിക്കുന്നുണ്ടെന്ന് സമ്മതിക്കേണ്ടിവരും.

നിരഞ്ജനയുടെ കഥകൾ സമാഹരിച്ച് *ധ്വനി* എന്ന പേരിൽ രണ്ടു വാല്യങ്ങളിലായി പ്രസിദ്ധീകരിച്ചിട്ടുണ്ട്. 156 കഥകൾ അവയിൽ സമാഹൃതമായിട്ടുണ്ട്. ചെറുകഥകളെ മൂന്നു ഭാഗങ്ങളാക്കി തിരിച്ചാണ് നിരൂപകർ വിലയിരുത്താറുള്ളത്. ബാല്യം, കൗമാരം, യൗവനം എന്നു വേണമെങ്കിൽ ഈ ഭാഗങ്ങൾക്ക് പേരിടാം. നിരഞ്ജനക്കഥകളെ പൂർണ്ണമായും മനസ്സിലാക്കണമെങ്കിൽ അദ്ദേഹത്തിന്റെ ജീവിതത്തെക്കുറിച്ചുള്ള അറിവ് അനിവാര്യം. പതിമൂന്നാം വയസ്സിൽ തുടങ്ങി പതിനെട്ടിലെത്തുന്നതുവരെയെഴുതിയ മുപ്പത് കഥകൾ ഒന്നാമത്തെ വിഭാഗത്തിൽപ്പെടുന്നു. 'കിശോർ' എന്ന പേരിലാണ് ആ കഥകളെഴുതിയത്. ഭ്രാന്തമനസ്സുമായി അലഞ്ഞുനടന്ന ഒരു ദരിദ്രബാലന്റെ നിസ്സഹായതയും വിധവയായ മാതാവിന്റെ ദൈന്യതയും ഈ കഥകളിൽ നിഴലിക്കുന്നു. അച്ഛന്റെ സ്നേഹമെന്തെന്ന് ആ ബാലനറിഞ്ഞിട്ടില്ല. സമൂഹത്തിന്റെ തിരസ്കാരത്തിലും ബഹിഷ്കരണത്തിലും വെന്തുനീറുന്ന അമ്മ. ബസ് സ്റ്റാന്റിൽ ബീഡി വിറ്റുനടന്ന ഒരു കുട്ടിയുടെ നിസ്സഹായത. ഇതിനിടയിലും ഗാന്ധിജിയെ കണ്ടു. ശിവറാമകാരന്തിന്റെ നേതൃത്വത്തിലുള്ള കുട്ടികളുടെ സംഘത്തിൽ പങ്കെടുത്തു. നാടിന്റെ സ്വാതന്ത്ര്യം പ്രധാനപ്പെട്ട ഒരു വികാരമായി വളർന്നു. പത്രങ്ങളും പുസ്തകങ്ങളും തലച്ചോറിൽ പ്രകാശം വിതറി. ജാതി, പണം, പദവി തുടങ്ങിയവയുടെ നിയന്ത്രണമില്ലാതെ ആ കഥാപ്രതിഭ പ്രതിഫലിച്ചു.

സുള്ള്യ ഹയർ എലിമെന്ററി സ്കൂളിൽ പഠിക്കവെയാണ് കഥാരംഗത്തേക്ക് ഞാൻ കാലൂന്നിയത്. വീട്ടിൽ അമ്മ സംസാരിച്ചത് തുളുവിലാണ്. ചുറ്റുവട്ടത്തുള്ളവരും തുളുവിൽതന്നെ സംസാരിക്കുന്നു. *തുളുനാട്* എന്ന മാസികയും ആ സമയത്ത് വായിക്കാൻ കിട്ടിയിരുന്നു. ഞങ്ങളുടെ വ്യവഹാരഭാഷയിൽ ആദ്യമായി കഥയെഴുതി. അത് *തുളുനാട്* മാസികയിലേക്കയച്ചു. കഥയയക്കാൻ കവറും സ്റ്റാമ്പും വാങ്ങിത്തന്നത് സഹപാഠികളാണ്. *തുളുനാട്* മാസികയിൽ കഥ അച്ചടിച്ചുവന്നപ്പോൾ സന്തോഷം പങ്കിട്ടതും കൂട്ടുകാർ തന്നെ. അതുകൊണ്ട് ചിലപ്പോൾ കൂട്ടുകാരുടെ പേരുകളിലും കഥകളെഴുതി...

നിരഞ്ജന പില്ക്കാലത്ത് അനുസ്മരിച്ചു.

ആദ്യകാലത്തെഴുതിയ മുപ്പതു കഥകൾ ആത്മചരിത്രാംശം ഉൾക്കൊള്ളുന്നതാണ്. ബഹിഷ്കരിക്കപ്പെട്ട ജീവിതത്തിന്റെ വേദനകളും സങ്കടങ്ങളും ആ കഥകളിൽ നിഴലിക്കുന്നു. വിഷയങ്ങൾ തേടി നിരഞ്ജനയ്ക്ക് യാത്ര ചെയ്യേണ്ടി വന്നിട്ടില്ല. കഥാസ്വരൂപത്തിന് ചേർന്ന ഭാഗങ്ങൾ ജീവിതത്തിൽതന്നെ ധാരാളമുണ്ടായിരുന്നു. അത് മനസ്സിലിട്ട് മിനുക്കിയെടുക്കുകയേ വേണ്ടൂ. ജീവിതത്തിലുടനീളം അദ്ദേഹം ചിന്താശീലനായിരുന്നു. ആ ചിന്തയാകട്ടെ വൈയക്തികമല്ല. സമൂഹത്തെക്കുറിച്ചുള്ളതാണ്. വിശാലവും ആഴത്തിലുമുള്ളതാണ്.

ബഹിഷ്കൃത, ഒന്തു ഹിഡി ഹുല്ലു (ഒരുപിടി പുല്ല്), ചർക്ക, പതിനൊന്നിന്റെ തപാൽവണ്ടി, ഗുരുവായൂരിലെ അമൂല്യവസ്തു, ദേവാലയത്തിൽ പാദരക്ഷ, അവർ എന്നിവ ആദ്യകാലകഥകളിൽ പ്രധാനപ്പെട്ടവയാണ്. *ബഹിഷ്കൃത* എന്ന കഥ അവസാനിക്കുന്നതിങ്ങനെ –

> സമൂഹത്തിൽനിന്നും ബഹിഷ്കരിക്കപ്പെട്ട ശ്യാമയെന്ന വിധവ അവളുടെ വീടിനടുത്തുള്ള ഒരു കിണറ്റിൽ ചാടി ആത്മഹത്യ ചെയ്തിരിക്കുന്നു. ഒരുമാസം പ്രായമുള്ള കുഞ്ഞിനെയുമെടുത്താണ് കിണറ്റിൽ ചാടിയത്. കിണറ്റിൽ ചാടുന്നതിനു മുമ്പ് അവളെഴുതിവച്ച കത്തിൽ ഇങ്ങനെ പറയുന്നു... "ക്രൂര സമൂഹമേ, നിനക്കെത്ര നരബലി വേണം? പറ... ഞങ്ങൾ രണ്ടുപേരുടെ ബലിതന്നെ അവസാനമായിരിക്കട്ടെ. മരിച്ചവരുടെ ആത്മാക്കൾക്ക് ദൈവം ശാന്തിനല്കട്ടെ എന്നു പറയുന്നവരുണ്ടാവും.

കഥയിൽ നിരഞ്ജന ചോദിക്കുന്നു... "ബഹിഷ്കൃതയായ ശ്യാമയുടെ വാക്കുകൾ ജനഹൃദയങ്ങളിൽ പ്രതിഫലിക്കാതിരിക്കുമോ?"

ചങ്ങമ്പുഴ 'വാഴക്കുല' എന്ന കവിതയുടെ ഒടുവിലും ചോദിക്കുന്നത് ഇതേ ചോദ്യമാണ്... 'ഇതിനൊക്കെ പ്രതികാരം ചെയ്യാതടങ്ങുമോ, പതിരരേ നിങ്ങൾ തൻ പിന്മുറക്കാർ?' ചൂഷണത്തോട് കലഹിക്കുക മാത്രമല്ല, ചൂഷണവ്യവസ്ഥയ്ക്കെതിരെ പ്രതികരിക്കാനുള്ള ശക്തി ജനങ്ങൾക്ക് പകരാനും എഴുത്തുകാർക്ക് ഉത്തരവാദിത്വമുണ്ട്. വാഴ വയ്ക്കുകയും വളമിടുകയും വെള്ളമൊഴിക്കുകയും ചെയ്തവർക്ക് കുല വെട്ടിത്തിന്നാൻ കഴിയാത്തതെന്തുകൊണ്ടെന്ന ചങ്ങമ്പുഴയുടെ ചോദ്യം തന്നെയാണ് നിരഞ്ജനയും ഉന്നയിക്കുന്നത്.

മനുഷ്യനും ദൈവത്തിനും തമ്മിലുള്ള ബന്ധമെന്തെന്ന് നിരഞ്ജന ചോദിക്കുന്നുണ്ട്. കുട്ടിക്കാലം തൊട്ടേ ചില ചോദ്യങ്ങൾ അദ്ദേഹത്തെ വേട്ടയാടിത്തുടങ്ങിയിരുന്നു. മഹാദേവന്റെ മണിമകുടം എന്ന പേരിലുള്ള കഥ അന്ധവിശ്വാസത്തെ ചോദ്യം ചെയ്യുന്നതാണ്. ക്ഷേത്രത്തിലെ ദൈവത്തിന്റെ സ്വർണ്ണ കിരീടം കാണാതാവുകയാണ്. ദൈവത്തിന്റെ കൈയിലെ ത്രിശൂലവും അപ്രത്യക്ഷമായി. പൂജാരിയെ മർദ്ദിച്ച് കെട്ടിയിട്ടശേഷമാണ് കവർച്ച നടത്തിയത്. പൂജാരിയായ ഭട്ടർ ആ രംഗം ഇങ്ങനെ വിവരിക്കുന്നു...

> ഞാൻ രാവിലെ വന്ന് ദീപാരാധന നടത്താൻ തുടങ്ങുകയായിരുന്നു. ആരുടെയോ കാലൊച്ച കേട്ട് തിരിയുന്നതിനുള്ളിൽ തന്നെ ഒരാൾവന്ന് എന്റെ കഴുത്തിൽ കുത്തിപ്പിടിച്ചു. എനിക്ക് നിലവിളിക്കാനായില്ല. വന്നവർ എന്റെ വായയിൽ തുണി തിരുകി കൈകാൽ ബന്ധിച്ചു. എന്നെ അടിച്ചിട്ട ശേഷം കിരീടവും ശൂലവും കൊണ്ട് ഓടിപ്പോയി.

ദേവാലയത്തിനടുത്ത് സോമൻ എന്ന ദരിദ്രൻ കുടിൽ കെട്ടി താമസിക്കുന്നുണ്ടായിരുന്നു. അമ്പലത്തിൽനിന്നും കിട്ടുന്ന നൈവേദ്യം കൊണ്ടാണ് വിശപ്പടക്കിയിരുന്നത്. കിരീടം മോഷ്ടിക്കപ്പെട്ടപ്പോൾ എല്ലാവരും സംശയിച്ചത് സോമനെ. സോമനെ പിടികൂടി ചോദ്യം ചെയ്തു. അവന്റെ കുടിൽ പരിശോധിച്ചു. കിരീടം കിട്ടിയില്ല. താൻ കട്ടിട്ടില്ലെന്ന് അവൻ ആണയിട്ടു പറഞ്ഞു. എന്നിട്ടും ആരും വിശ്വസിച്ചില്ല. ക്രൂരമർദ്ദനവും അനുഭവിക്കേണ്ടിവന്നു. സോമനെ പൊലീസ് കോടതിയിൽ ഹാജരാക്കി വിചാരണ നടത്തി. ഒന്നരവർഷത്തെ കളവിന് ശിക്ഷിച്ചു. ഇതിനിടയിൽ കഥാകൃത്ത് ഒരുദിവസം നാട്ടിലെ സ്വർണ്ണപ്പണിക്കാരന്റെ പീടികയിൽ ചെന്നു. അയാളുടെ സാധനങ്ങൾക്കിടയിൽ ഒളിച്ചുവച്ച നിലയിൽ ദേവന്റെ കിരീടം കണ്ടെത്തി. സോമനെ ചൂരൽകൊണ്ടടിച്ച് ചോദ്യം ചെയ്ത നാട്ടിലെ പ്രമാണിയായിരുന്നു കിരീടം സ്വർണ്ണപ്പണിക്കാരന് വിറ്റത്.

'ദരിദ്രർക്കെന്നും പീഡനം ഏറ്റുവാങ്ങേണ്ടിവരുന്നു' എന്ന് നിരഞ്ജന എഴുതുന്നു. പുതിയ എഴുത്തുകാർക്ക് എതിരിടേണ്ടിവരുന്ന പ്രശ്നങ്ങൾ ഒന്നോ രണ്ടോ അല്ല. സവർണ്ണ മേധാവിത്വമാണ് പ്രധാനം. പണവും അധികാരവും കൊണ്ട് സമൂഹത്തെ ജയിക്കാൻ പുറപ്പെട്ടവരിൽനിന്നും സാധാരണ ജനതയെ വിമോചിപ്പിക്കുകയെന്നത് എഴുത്തുകാരന്റെ ദൗത്യമാണ്.

നീലേശ്വരത്ത് പഠിക്കുന്ന കാലത്തെ ഒരനുഭവം നിരഞ്ജന വിവരിക്കുന്നുണ്ട്.

> അവിടെ ക്ഷേത്രത്തിൽ ഉത്സവം നടക്കുകയാണ്. നിരഞ്ജനയും സുഹൃത്തും ഉച്ചയ്ക്ക് ക്ഷേത്രത്തിൽ ഉണ്ണാൻ ചെന്നു. അദ്ദേഹം ഉണ്ണാനിരുന്നതിന്റെ സമീപത്തായി വേറൊരു നമ്പൂതിരി ഇരുന്നിരുന്നു. വേഷ്ടി പുതച്ച അയാളുടെ മടിയിൽ ഒരു പൊതിയുണ്ടായിരുന്നു. തുണിയിൽ പൊതിഞ്ഞതായിരുന്നു. നിരഞ്ജനയും സുഹൃത്തും ആ പൊതി ശ്രദ്ധിച്ചു. അത് ചെരുപ്പായിരുന്നു. ക്ഷേത്രത്തിനകത്ത് ചെരുപ്പ് കടത്താൻ പാടില്ലായിരുന്നു. എന്നാൽ കാലത്ത് നടതുറക്കാൻ വരുന്ന പൂജാരി ചെരുപ്പിട്ടുതന്നെ അകത്ത് കടക്കുമായിരുന്നു. ഈ യാഥാർത്ഥ്യം ഒരു കഥയെഴുതാൻ പ്രചോദനമേകി - *ദേവാലയത്തിൽ പാദരക്ഷ*

ഗുരുവായൂരിലെ അമൂല്യവസ്തു എന്ന കഥയും ഇക്കാലത്തെഴുതി

യതാണ്. ഗുരുവായൂരിലേക്ക് പോകുമ്പോൾ സ്വാമി പറഞ്ഞു "അമൂല്യമായ ഒരു വസ്തു കൊണ്ടുവരാം. നിരഞ്ജനയ്ക്ക് പ്രത്യേക താല്പര്യമൊന്നും തോന്നിയില്ല. അയാൾ കൊണ്ടുകൊടുത്തത് ഒരു ചന്ദനഗുളികയായിരുന്നു. നിരഞ്ജനയ്ക്ക് ആ ചന്ദന ഗുളികയിൽ പ്രത്യേകതയൊന്നും തോന്നിയില്ല. എന്നാൽ അമ്മ ഭക്തിയോടെ അത് വാങ്ങി വിളക്കിനരികിൽ വച്ചു.

നിരഞ്ജനയുടെ ജീവിതം പരീക്ഷണമായിരുന്നുവെന്ന് വിലയിരുത്താം. വിധിയോ വിശ്വാസമോ ഒന്നും ആ ജീവിതത്തെ ബാധിച്ചില്ല. നീലേശ്വരത്ത് പഠിക്കുമ്പോൾ അദ്ദേഹം പൂണൂൽ പൊട്ടിച്ചെറിഞ്ഞ് ദൈവത്തോട് പറഞ്ഞത് "ഞാൻ നിന്നെ ഉപദ്രവിക്കില്ല, നീ എന്നെയും ഉപദ്രവിക്കണ്ട" എന്നാണ്. കുടുമ മുറിച്ച് വിപ്ലവം സൃഷ്ടിച്ചതും നീലേശ്വരത്തെ വാസകാലത്തു തന്നെ. അദ്ദേഹം ഓർമ്മിക്കുന്നത് നോക്കുക –

> കുട്ടിക്കാലത്ത് എനിക്ക് കുടുമയുണ്ടായിരുന്നു. തലമുടിയിൽ എണ്ണ പുരട്ടി ചീകിക്കെട്ടിത്തരുന്നത് അമ്മയുടെ ഇഷ്ടകാര്യമായിരുന്നു. സഹപാഠികളിൽ പലരും ക്രോപ്പ് ചെയ്തവരായിരുന്നു. ക്രമേണ കുടുമ തലയുടെ നടുക്ക് മാത്രമായി. മുന്നിലും പിന്നിലും ക്രോപ്പ്. ഗാന്ധിത്തൊപ്പി കൊണ്ട് കുടുമ മറയ്ക്കുകയും ചെയ്തു. ഒരുദിവസം ബാർബർ പറഞ്ഞു "എന്തിനാ നടുവിൽ മാത്രം കുറച്ച് മുടി... മുറിച്ചു കളയാം." ഊം എന്ന് മൂളി. ക്രോപ്പാക്കിയതോടെ തൊപ്പി ഇടേണ്ടി വന്നില്ല. അമ്മ അത്യധികം വിഷമിച്ചുവെന്നത് നേര്...

ഒന്നാം വിഭാഗത്തിലെ മുപ്പതാം കഥ 'സ്വാതന്ത്ര്യത്തിന് ഭയാനക യുദ്ധം' എന്നതാണ്. 1940 ആഗസ്തിൽ പ്രസിദ്ധീകരിച്ചതാണിത്. ലണ്ടൻ ചാമ്പലാക്കപ്പെട്ടുവെന്നതിന്റെ പേരിൽ ഹിറ്റ്ലറെ പുകഴ്ത്തുന്ന കാലം കഴിഞ്ഞു. ഫാസിസത്തെക്കുറിച്ചുള്ള ഭയവും ഇല്ല. ഗാന്ധിനിഷ്ഠയെന്ന ചെറുദീപം കൊടുങ്കാറ്റിനായി കാത്തിരിക്കുന്നു. ഡച്ചുകാരും ഭാരതീയരും സമാന ദുഃഖിതരാണ്. പാരതന്ത്ര്യത്തിന്റെ പ്രതീകം'. നിരഞ്ജന കഥയുടെ ആമുഖത്തിൽ കുറിച്ചിടുന്നു. കഥയിൽ വിവരിക്കുന്നു...

> ഡച്ച്! ഡച്ച്! നാമിരുവരും സമാനർ. നീ പാരതന്ത്ര്യത്തിൽ കുടുങ്ങിക്കിടക്കുന്നു. ഞാനും കൂടി. രാഷ്ട്രത്തിന്റെ വിമോചനത്തിനായി ആയുധം കൊണ്ട് നീ പോരാടുന്നു. ഞാനാണെങ്കിൽ ദേശീയ സ്വാതന്ത്ര്യത്തിനായി ആയുധമില്ലാതെ പോരാടാൻ നിർബ്ബന്ധിതനാണ്. ശോഭനമായ ദിനങ്ങൾ മുന്നിലുണ്ട്. വേഗംതന്നെ എന്റെ ജന്മരാജ്യം വിമോചിതയാകും. നമ്മൾ നമ്മുടെ രാജ്യത്തിന്റെ അധികാരികളായിത്തീരും. പ്രജകളായിത്തീരും...

ആദ്യഘട്ടത്തിലെ കഥകളിൽ വൈയക്തികമായ വേദനകളാണ് തുടിച്ചുനില്ക്കുന്നത്. ഒപ്പംതന്നെ ദേശസ്നേഹത്തിന്റെ കൊടികൾ

പാറിക്കാനും നിരഞ്ജന ശ്രദ്ധിച്ചു. വിധിവിശ്വാസങ്ങളെ തള്ളിപ്പറഞ്ഞ് യുക്തിചിന്തയോടൊപ്പം ശാസ്ത്രീയ ബോധത്തോടെയും പ്രതികരിക്കാനുള്ള നീക്കവും ഇക്കാലത്ത് കാണുന്നു. ഗുരുവായൂരിലെ അമൂല്യവസ്തു എന്ന കഥയിൽ ഗോപാലസ്വാമി തന്റെ ലക്ഷ്യം സൂചിപ്പിക്കുന്നു- "നാട്ടിലെ ഹിന്ദുക്കുട്ടികളെയെല്ലാം ഒന്നിപ്പിച്ച് ഒരു സംഘമുണ്ടാക്കണം. കുട്ടികൾ കുടുമ മുറിച്ചുകളയരുത്. എല്ലാവരെയും നിത്യേന ക്ഷേത്രത്തിൽ കൂട്ടിക്കൊണ്ടുപോകണം —" ഇതിനു മറുപടിയായി നിരഞ്ജന പറയുന്നു... "മഹാത്മജിയാണെങ്കിൽ ഹിന്ദുമതത്തിലെ കളകൾ പറിച്ചുനീക്കാൻ നോക്കുന്നു. നിങ്ങളാണെങ്കിൽ മതത്തിലെ കളകൾ പരിപാലിക്കാൻ ശ്രമിക്കുന്നു."

വിശ്വാസവും യാഥാർത്ഥ്യവും തമ്മിലുള്ള വൈരുദ്ധ്യം നിരഞ്ജയുടെ പല കഥകളിലും നിഴലിച്ചു നില്ക്കുന്നത് കാണാം.

ദ്രുതപരിവർത്തനത്തിന്റെ ശംഖൊലി മുഴക്കിക്കൊണ്ടാണ് രണ്ടാമത്തെ വിഭാഗം കഥകൾ പിറന്നുവീണത്. പതിനേഴാം വയസ്സു മുതൽ ഇരുപത്തിയാറു വരെയുള്ള കാലത്ത് 'കുളകുന്ദ ശിവറായ' എന്ന പേരിലെഴുതിയ കഥകളിൽ സാമൂഹ്യപ്രതിബദ്ധതയും പുരോഗമന ചിന്തയും കമ്യൂണിസ്റ്റ് കർശനവും പ്രതിഫലിക്കുന്നു. ആദ്യവിഭാഗത്തിൽ ഒരു ബാലന്റെ സ്വതന്ത്രചിന്തകളാണുള്ളത്. രണ്ടാംഘട്ടമെത്തിയപ്പോൾ സാമൂഹ്യപ്രതിബദ്ധത തന്റെ ദൗത്യമെന്ന നിലയിൽ നിരഞ്ജന ഏറ്റെടുക്കുന്നു. താനൊരു കമ്യൂണിസ്റ്റാണെന്ന് സ്ഥാപിച്ചെടുക്കാനുള്ള ത്വരയും ഈ ഘട്ടത്തിൽ കാണാം. സാമ്രാജ്യത്വവും ജന്മിത്തവും ചേർന്ന് ജനതയെ ചൂഷണം ചെയ്യുകയാണെന്ന സത്യത്തെ വെളിപ്പെടുത്താനുള്ള വെമ്പലും അനുഭവപ്പെടുന്നു. കുട്ടിക്കാലം തൊട്ടേ കഷ്ടപ്പാടും കണ്ണീരുമായി കഴിഞ്ഞുകൂടിയ ഒരാൾക്ക് വന്നുചേരാവുന്ന സ്വാഭാവിക വളർച്ചയാണ് നിരഞ്ജനയിലും ദൃശ്യമായത്.

'രക്തസരോവർ', 'വിളക്ക് തെളിഞ്ഞു', 'കരളിന്റെ നിലവിളി', 'നാലു യോദ്ധാക്കൾ', 'ഏകപ്രവാഹം', 'അന്നപൂർണ്ണ', 'രണ്ടുനേതാക്കൾ', 'യുദ്ധം', 'മൃതശില', 'എണ്ണ-ചിമ്മിണി എണ്ണ', 'കാനഹള്ളിയിലെ കോമ്രേഡ്', 'അവസാനിക്കാത്ത പോരാട്ടം' — എന്നിങ്ങനെ ശക്തവും സാമൂഹ്യപ്രചോദിതവുമായ കഥകൾ പിറവിയെടുത്തത് രണ്ടാം കാലഘട്ടത്തിലാണ്.

1946 ലാണ് കാർവാർ കേന്ദ്രീകരിച്ച് കർഷകസംഘം പ്രവർത്തനം തുടങ്ങിയത്. എൻ എൽ ഉപാദ്ധ്യായ, ബി എസ് ധാർവാഡ്കർ, എം എസ് ഹളദീപുർ എന്നിവരാണ് കൃഷിക്കാരെ സംഘടിപ്പിക്കാൻ മുന്നിട്ടിറങ്ങിയത്. ഇവർ കമ്യൂണിസ്റ്റ് പാർട്ടിയുടെ സംഘാടകരുമായിരുന്നു. കർഷകസംഘത്തിന്റെ പ്രവർത്തനത്തിന് തടയിടാൻ സർക്കാർ ശ്രമം നടത്തി. പ്രദേശത്തെ കർഷകസംഘം പ്രവർത്തകരായ ഹൈദർ സാഹിബ്, പുരുഷോത്തമനായക് — എന്നിവരെ ധാർവാഡ് ജില്ലയിൽനിന്നും സർക്കാർ പുറത്താക്കി. അവർ ജില്ലയിൽ കടക്കരുതെന്ന് ഉത്തരവിട്ടു. അന്ന് *ജനശക്തി*

വാരികയുടെ പത്രാധിപരായിരുന്ന നിരഞ്ജനയെ ഈ സംഭവം അത്യധികം പ്രകോപിപ്പിച്ചു. രണ്ടു നേതാക്കൾക്കും നിരഞ്ജന ഹൂബ്ലിയിൽ ആശ്രയം നല്കി. ഒരു വൈകുന്നേരം ഹൂബ്ലിയിൽ കർഷകരുടെയും തൊഴിലാളികളുടെയും പൊതുയോഗം സംഘടിപ്പിച്ച് ഇരുവർക്കും സ്വീകരണം നല്കി. ആ സ്മരണയിൽ നിന്നാണ് 'രണ്ടു നേതാക്കൾ' (ഇബ്ബറു ഗുണ്ടമ) എന്ന കഥ പിറന്നത്.

'നാലുയോദ്ധാക്കൾ' (നാല്വറു യോദ്ധറു) കയ്യൂർ സഖാക്കളെ അനുസ്മരിച്ചു കൊണ്ടെഴുതിയ കഥയാണ്. കയ്യൂരിലെ കർഷക മുന്നേറ്റത്തെ അടിച്ചമർത്താൻ പൊലീസുകാർ ചങ്ങാടത്തിൽ തേജസ്വിനി പുഴ കടക്കുകയാണ്. പുഴയുടെ മദ്ധ്യത്തിലെത്തിയപ്പോൾ ചങ്ങാടം മറിയുന്നു. പൊലീസുകാർ പുഴയിൽ വീണു. ഒരു വിധത്തിൽ അവർ തിരികെ നീന്തിയെത്തി. ചങ്ങാടം തുഴഞ്ഞിരുന്നവർ നാലുപേരും അക്കരെയെത്തിയിരുന്നു. ആ നാലു വീരയോദ്ധാക്കളും പൊലീസുകാരെ തടയുന്നതിൽ വിജയിച്ചു. പക്ഷേ, പിന്നീട് പൊലീസ് കൂടുതൽ കരുത്തോടെ കയ്യൂരിലെത്തി. പ്രവർത്തകരെയെല്ലാം പിടികൂടി. ആ നാലുയോദ്ധാക്കളും അറസ്റ്റിലായി. പൊലീസുകാരെ പുഴയിൽ മുക്കിക്കൊല്ലാൻ ശ്രമിച്ചെന്ന കുറ്റം ചുമത്തി അവരെ വിചാരണ ചെയ്തു. കഠിനശിക്ഷ വിധിച്ച് ജയിലിലിലടച്ചു. ജനകീയ പോരാട്ട ചരിത്രത്തിൽ ആ നാലുപേരുടെ നാമവും തിളങ്ങിനില്ക്കുമെന്ന് നിരഞ്ജന ചൂണ്ടിക്കാട്ടുന്നു.

'ഏകപ്രവാഹ' മറ്റൊരു ശ്രദ്ധേയ കഥയാണ്. മംഗലാപുരത്ത് പത്രപ്രവർത്തകരെ സംഘടിപ്പിച്ച നിരഞ്ജന പത്രപ്രവർത്തക യൂണിയൻ സമ്മേളനവും നടത്തി. ആ ഓർമ്മയിലാണ് കഥ പിറന്നുവീണത്. കഥയിലെ നായകൻ പുട്ടണ്ണയാണ്. ഒരു ദിവസം അയാൾ റോഡിൽ നില്ക്കുകയായിരുന്നു. ഇങ്കിലാബ് സിന്ദാബാദ് വിളിച്ചുകൊണ്ട് ഒരു ജാഥ കടന്നു വരുന്നത് അയാൾ കണ്ടു. സ്ത്രീകളും കുട്ടികളും ജാഥയിലുണ്ട്. ബോണസ് വേണമെന്ന് ജാഥാംഗങ്ങൾ ആവശ്യപ്പെട്ടുകൊണ്ടിരുന്നു. പുട്ടണ്ണ അല്പസമയം ജാഥ നോക്കിനിന്നു. ജാഥയിലുയർന്ന മുദ്രാവാക്യങ്ങൾ അയാളുടെ നെഞ്ചിൽ തറച്ചു. അവർ വിളിച്ചു പറയുന്നത് തന്റെയും കൂടി കാര്യമാണെന്ന് പുട്ടണ്ണയ്ക്കു തോന്നി. പിന്നെ താമസിച്ചില്ല. അയാളും ജാഥയിൽ ചേർന്നു.

ആഗ്രഹങ്ങളെല്ലാം തന്റെ തൂലികകൊണ്ട് പ്രാവർത്തികമാക്കാൻ കഴിയില്ലെന്ന് നിരഞ്ജന പറയുന്നു. എന്നാൽ എഴുത്തുകാരന്റെ കടമ നിർവ്വഹിക്കുകതന്നെ വേണമെന്ന് അദ്ദേഹം കൂട്ടിച്ചേർത്തു. വൈയക്തികമായ നിലനില്പിന് ഒരു തത്ത്വദർശനം അനിവാര്യമാണെന്ന് അദ്ദേഹം ചിന്തിച്ചിരുന്നു. അതുകൊണ്ടുതന്നെ കഥകൾ ജനപ്രിയവും സൈദ്ധാന്തികവുമായിത്തീരാൻ അദ്ദേഹം ശ്രദ്ധിച്ചു. തൊഴിലാളികളോടും കർഷകരോടുമുള്ള പ്രതിബദ്ധതയാണ് സൗന്ദര്യശാസ്ത്രത്തിന്റെ അടിത്തറയായി നിരഞ്ജന സ്വീകരിച്ചത്. അദ്ധ്വാനത്തിൽ അഭിമാനം കൊള്ളണം. അദ്ധ്വാനിക്കുന്നവരെ സ്നേഹിക്കുകയും അവരുടെ പ്രശ്നങ്ങളിൽ

ഇടപെടുകയും വേണം. ചൂഷണത്തിനും വിവേചനത്തിനുമെതിരെയുള്ള സർഗ്ഗാത്മക പ്രവർത്തനങ്ങൾ തന്റെയും ബാദ്ധ്യതയാണെന്ന് അദ്ദേഹം തിരിച്ചറിഞ്ഞു. 'കരളിന്റെ നിലവിളി' എന്ന ചെറുകഥ നോക്കുക. 'യുദ്ധം' എന്ന പേരിൽ ആ കഥ മലയാളത്തിലേക്ക് പരിഭാഷപ്പെടുത്തിയിട്ടുണ്ട്. ദരിദ്രനും നിരുപദ്രവിയും തൊഴിലാളിയുമായ കണ്ണന്റെ ജീവിതത്തെ ഒരു യുദ്ധം എങ്ങനെ ബാധിക്കുന്നു എന്ന് കഥ വ്യക്തമാക്കുന്നു. യുദ്ധത്തിനെതിരെ ഗ്രാമങ്ങളിലുള്ളവർ പ്രതികരിക്കണോ എന്നത് പ്രധാന ചോദ്യമാണ്. യുദ്ധത്തിന്റെ പേരിൽ കണ്ണന്റെ ഭൂമിയിൽ കുറവ് വരുത്തി. കച്ചവടക്കാരനാണെങ്കിൽ സാധനങ്ങൾക്ക് വില കൂട്ടി. പതിവായി കൊടുക്കുന്ന പണത്തിന് ആളുകൾക്ക് ലഭിച്ചത് സാധാരണ കിട്ടുന്നതിന്റെ പാതി അരി. യുദ്ധം തുടർന്നുകൊണ്ടിരുന്നു. തൊഴിലാളികൾക്കാണെങ്കിൽ കൂലി കുറയുകയുണ്ടായി. ജീവിതം പ്രതിസന്ധിയിലെത്തി. സഹിച്ചു സഹിച്ചു മടുത്ത ജനത സാഹസികരായി ഉണർന്നെണീറ്റു. മേല്ക്കോയ്മ അടിച്ചേല്പിച്ച അടിമത്തത്തിനെതിരെ ജനം തെരുവിലിറങ്ങി. ജനങ്ങളുടെ മുന്നേറ്റത്തെ നേരിടാൻ പൊലീസ് രംഗത്തെത്തി. ലാത്തിച്ചാർജ്ജ്...! വെടിവയ്പ്! പിടിച്ചെടുത്ത അരി വീടുകളിൽ വിതരണം ചെയ്തിരുന്നു. കണ്ണന്റെ വീട്ടിൽ അരി എത്തിച്ചപ്പോൾ അമ്മ പറഞ്ഞു... "മോനേ, നമുക്കിത് വേണ്ട." ആ അമ്മ വീട്ടിലെ മൺകുടുക്കയിലുള്ള നാണയങ്ങൾ പുറത്തെടുത്തു. മകന്റെ കൈവശം കൊടുത്ത് അരിവാങ്ങിക്കൊണ്ടുവരാൻ പറഞ്ഞു. കണ്ണൻ പീടികയിലേക്കോടിച്ചെന്നു. അവിടെ ബഹളം നടക്കുന്നു. കണ്ണൻ അരിവാങ്ങാൻ നാണയങ്ങളും കൊണ്ട് മുന്നോട്ട് നീങ്ങി. പെട്ടെന്ന് പൊലീസിന്റെ വെടിയേറ്റ് അയാൾ നിലത്തുവീണു. അയ്യോ! എന്ന് നിലവിളിച്ചു. ആരും അത് കേട്ടില്ല. ബഹളം ശമിച്ചപ്പോൾ ആ റോഡരികിൽ കണ്ണന്റെ മൃതദേഹവും ചിതറിയ നാണയങ്ങളും മാത്രം.

ജീവിതത്തിലും കഥകളിലും നിരഞ്ജനയ്ക്ക് ഉറച്ച നിലപാടുണ്ട്. തൊഴിലാളിവർഗ്ഗ പക്ഷപാതവും ജനാധിപത്യവിശ്വാസവും സംരക്ഷിക്കണമെന്ന ചിന്ത അദ്ദേഹത്തിനുണ്ടായിരുന്നു. എഴുത്തിലെ നവചരിത്രത്തെക്കുറിച്ചാണ് അദ്ദേഹം ചർച്ച ചെയ്തത്. വരേണ്യ വിഭാഗത്തിന് സംതൃപ്തി നല്കുന്നതല്ല സാഹിത്യമെന്നദ്ദേഹം ചൂണ്ടിക്കാട്ടി. ജനപ്രിയ കലയും സാഹിത്യവും ഉണ്ടാകണം. രാഷ്ട്രീയം സംബന്ധിച്ച അഭിരുചിയും സാംസ്കാരിക ബോധവും തമ്മിൽ ഉറ്റബന്ധമുണ്ട്. തങ്ങൾക്ക് ആത്യന്തികമായി തങ്ങളോടു മാത്രമേ ഉത്തരവാദിത്വമുള്ളൂ എന്ന ബുദ്ധിജീവികളുടെ വാദത്തെ നിരഞ്ജന തള്ളിക്കളയുന്നു. യുദ്ധവെറിക്കും അടിമത്തത്തിനും ചൂഷണത്തിനുമെതിരെ എഴുത്തുകാരും രംഗത്തിറങ്ങണമെന്നദ്ദേഹം നിർദ്ദേശിച്ചു. ആഭിജാത്യത്തിന്റെയും സമ്പത്തിന്റെയും മദ്ധ്യത്തിൽനിന്നും കലാകാരന്മാരും എഴുത്തുകാരും ഇറങ്ങിവരണമെന്നും അദ്ദേഹം ഉദ്ബോധിപ്പിച്ചു. കരുത്തുറ്റ തൂലികയും കലങ്ങാത്ത മനസ്സും സാഹിത്യകാരന്മാർക്കുണ്ടാകണം.

ഇരുപത്തിയാറുവയസ്സിനു ശേഷമെഴുതിയ കഥകൾ മൂന്നാംവിഭാഗത്തിൽ പെടുന്നു. തൊഴിലാളിവർഗ്ഗത്തെ വിപ്ലവബോധത്തോടെ വളർത്തിയെടുക്കാൻ തുനിഞ്ഞ നിരഞ്ജന ജീവിതത്തെ സ്വതന്ത്രമായി നോക്കിക്കാണാനും മനുഷ്യസ്നേഹത്തെ മഹത്വവല്കരിക്കാനും നടത്തുന്ന ശ്രമങ്ങൾ പില്കാല കഥകളിൽ ദൃശ്യമാണ്. പ്രമേയത്തിലെന്നപോലെ ശൈലിയിലും മാറ്റം വരുത്തിക്കൊണ്ടാണ് ഇക്കാലത്ത് അദ്ദേഹം കഥകളെഴുതിയത്.

'നമ്പർ 208' ഉം 'നീലബുഷ്കോട്ടും', 'സ്വസ്തിപാന', 'ഒറ്റനക്ഷത്രം ചിരിച്ചു', 'ഏതു ജന്മത്തിലെ ശാപം', 'ധ്വനി', 'അമരൻ', 'ടി സി കൊണ്ടയ്യ', 'അവസാനത്തെ ആവശ്യക്കാരൻ' — എന്നിങ്ങനെ ശക്തവും മൂല്യവത്തുമായ കഥകൾ ഇരുപത്താറു വയസ്സിനു ശേഷമാണെഴുതിയത്. നോവലിസ്റ്റെന്ന നിലയിലും ഇക്കാലത്ത് നിരഞ്ജന അറിയപ്പെട്ടിരുന്നു. വർഗ്ഗപക്ഷപാതം ഉപേക്ഷിക്കാതെതന്നെ വിശ്വമാനവീയത ഉയർത്തിപ്പിടിക്കാൻ അദ്ദേഹം ശ്രമിക്കുന്നു.

ഫോർത്ത് ഫോം വരെ പഠിച്ച ശാരദ വീട്ടിലെ ദാരിദ്ര്യംമൂലം പഠിപ്പ് നിർത്തി. ഗാർമെന്റ്സ് കമ്പനിയിൽ തൊഴിലാളിയായി. അവളുടെ അനുജന് നീല ബുഷ്കോട്ട് വളരെ ഇഷ്ടമാണ്. ഒരു നീല ബുഷ്കോട്ട് അവന് കൊണ്ടുക്കൊടുക്കണമെന്ന് അവളാഗ്രഹിച്ചു. കൈയിൽ പണമില്ലാത്തതു കൊണ്ട് വാങ്ങിക്കൊടുക്കാനായില്ല. അനുജന് ഇതിനിടയിൽ സുഖക്കേടും ഉണ്ടായി. ഒരുദിവസം ശാരദ ചോറ്റുപാത്രത്തിൽ ബുഷ്കോട്ട് തിരുകിവച്ച് പുറത്തുകടന്നു. അല്പം നടന്നപ്പോൾ ശാരദയ്ക്ക് പശ്ചാത്താപമുണ്ടായി. കമ്പനിയിൽനിന്നും കുപ്പായം കട്ടെടുത്തത് തെറ്റായിപ്പോയി. അനുജന്റെ മോഹത്തേക്കാൾ വലുതാണ് സത്യസന്ധത. അവൾ തിരികെ കമ്പനിയിൽ ചെന്ന് മാനേജരോട് തെറ്റ് ഏറ്റുപറഞ്ഞു. മാനേജർ ക്രൂരനായിരുന്നില്ല. അവളുടെ കുടുംബനില ചോദിച്ചു മനസ്സിലാക്കിയശേഷം അയാൾ ആ മാസത്തെ ശമ്പളം മുൻകൂട്ടിനല്കി. അനുജന് കോട്ട് വാങ്ങിക്കൊടുക്കാൻ നിർദ്ദേശിക്കുകയും ചെയ്തു. 'നമ്പർ 208 ഉം നീല ബുഷ്കോട്ടും' എന്ന കഥയിലെ പ്രമേയമിങ്ങനെ. ആഗ്രഹവും സത്യസന്ധതയും തമ്മിലുള്ള സംഘർഷം ഈ കഥയിൽ നിഴലിക്കുന്നു. ദരിദ്രയായ ശാരദയുടെ ഹൃദയോന്നതി കഥയെ ആസ്വാദ്യകരമാക്കുന്നു.

സൈദ്ധാന്തിക നിലപാടുകളിൽ അടിയുറച്ച് നില്ക്കുമ്പോഴും ഉത്തമ രചനകൾ നടത്തണമെന്ന് അദ്ദേഹം ആഗ്രഹിച്ചു. സിരകളിൽ അലിഞ്ഞുചേർന്ന ആദർശം പെട്ടെന്ന് ഇല്ലാതാകുന്നതല്ലല്ലോ. അത് ഇടയ്ക്കിടെ പ്രേരണയായി മുന്നോട്ടു വന്നുകൊണ്ടിരിക്കും. നിരഞ്ജനയെ സംബന്ധിച്ചും ഇതുതന്നെ ബാധകം. അദ്ദേഹം 1940 തൊട്ട് കമ്യൂണിസ്റ്റ് സഹയാത്രികനായി മാറി. 1943 ൽ പാർട്ടി അംഗമായി. പാർട്ടിക്കു വേണ്ടി മുഖപത്രം തുടങ്ങി. അതിന്റെ പത്രാധിപരും പ്രചാരകനുമായി. ലേഖനമെഴുതിയതിന് ജയിലിൽ കിടക്കേണ്ടിവന്നു. ഒടുവിൽ രാഷ്ട്രീയ പ്രവർത്തനം മതിയാക്കി സാഹിത്യരചനയിൽ ആണ്ടിറങ്ങി. എങ്കിലും ഒരു ദശകക്കാലം

നെഞ്ചിലെ ആവേശമായിക്കൊണ്ടുനടന്ന മാർക്സിസത്തിന്റെ അലകൾ അടങ്ങാതെ അവിടെ കിടന്നിരുന്നു.

1952 ൽ നിരഞ്ജന വഴുക്കിവീണ് വലതു കൈക്ക് ഫ്രാക്ചർ സംഭവിച്ചിരുന്നു. പ്ലാസ്റ്ററിട്ട് വീട്ടുതടവിൽ കഴിയേണ്ടിവന്നു. ആറാഴ്ച കഴിഞ്ഞാണ് പ്ലാസ്റ്റർ അഴിച്ചത്. പിന്നീട് വിരലുകൾ ചലിപ്പിച്ചുതുടങ്ങി. പെന്ന് പരിശീലിക്കുകയും ചെയ്തു. ക്രമേണ എഴുത്തു തുടങ്ങി. വലതുകൈക്ക് പരിക്കേറ്റ സന്ദർഭത്തിലാണ് ബാംഗ്ലൂരിൽ കിങ്കോങ് വന്നത്. വളരെ തടിച്ച ദേഹം. ജാക്‌ലണ്ടന്റെ കഥാസമാഹാരത്തിൽ കിങ്കോങ്ങിന്റെ കഥയുണ്ടായിരുന്നു. കിങ്കോങ്ങിന്റെ ഗുസ്തി കാണാൻ ധാരാളംപേർ സന്നിഹിതരായിരുന്നു. പ്ലാസ്റ്ററിട്ട കൈയുമായി തിരക്കിൽ പോകാൻ നിരഞ്ജന മടിച്ചു. അതുകൊണ്ട് വീട്ടിൽ തന്നെ ക്ഷമിച്ചിരുന്നു. കിങ്കോങ്ങിന്റെ കഥ പതുക്കെ പരിഭാഷപ്പെടുത്തി. ഗുസ്തിമത്സരം നിരഞ്ജന സങ്കല്പത്തിൽ കാണുകയായിരുന്നു.

ഒരു പ്രതീകത്തിലൂടെ ജീവിതത്തിന്റെ മുന്നേറ്റത്തെ സമർത്ഥമായി ചിത്രീകരിക്കാനുള്ള ശ്രമം 'ഒറ്റ നക്ഷത്രം ചിരിച്ചു' (ഒണ്ടി നക്ഷത്ര നക്കിത്തു) എന്ന കഥയ്ക്ക് ജന്മം നല്കി. നാട്ടിൽ കെട്ടിയുയർത്തുന്ന വലിയ അണക്കെട്ടാണ് കഥയിലെ പ്രതീകം. തുഗംഭദ്രാനദിക്ക് കുറുകെയാണ് അണക്കെട്ട് പണിതുകൊണ്ടിരുന്നത്. നിരഞ്ജന ആ രംഗം വളരെ സമയം നോക്കിനിന്നു. ക്യാമറയിലെന്നതുപോലെ രംഗം മനസ്സിൽ പതിഞ്ഞിരുന്നു. ആയിരക്കണക്കിന് തൊഴിലാളികളാണ് അദ്ധ്വാനിച്ചത്. 1956 ൽ ഡൽഹിയിൽ ആകാശവാണിയുടെ ആഭിമുഖ്യത്തിൽ കഥാസമ്മേളനം നടന്നു. അതിൽ വായിക്കാനെഴുതിയതാണ് ഈ കഥ.

ആദ്യം മനുഷ്യൻ, പിന്നെ വാക്ക് എന്നു പറഞ്ഞത് കാരന്താണ്. നിരഞ്ജന തന്റെ ലേഖനത്തിൽ ഇക്കാര്യം ഉദ്ധരിക്കുന്നുണ്ട്. മനുഷ്യനെ ആദ്യം പൂജിക്കണം. പുത്തൻ സ്വർണ്ണം കൊണ്ട് പൂശിയ രൂപമല്ലേ മനുഷ്യനുള്ളത്? നൈസർഗ്ഗികതയുടെ മടിത്തട്ടിൽ, സമൂഹത്തിന്റെ ശരീരത്തിൽ പിറന്നുവീഴുന്ന രണ്ടു കാലുള്ള, രണ്ടു കൈയുള്ള ജീവി മനുഷ്യൻ രാക്ഷസനുമായിത്തീരാം. ദൈവവുമായിത്തീരാം. മനുഷ്യനിലുള്ള ദേവത്വത്തെ രൂപീകരിക്കാനുള്ള പ്രയത്നമാണ് എഴുത്തുകാർ നടത്തേണ്ടത്.

കുട്ടിക്കാലത്ത് ഒന്നിച്ചു പഠിച്ചവരുടെ സ്മരണകൾ മനസ്സിലെന്നും സുഖകരമായ അനുഭവങ്ങൾ പ്രദാനം ചെയ്തുകൊണ്ടിരിക്കും. അത്തരം അനുഭവങ്ങളും കഥകളായിത്തീർന്നിട്ടുണ്ടെന്ന് നിരഞ്ജന പറയുന്നു. നീലേശ്വരം രാജാസ് ഹൈസ്കൂളിൽ ഒന്നിച്ചുപഠിച്ച പലരും പല മേഖലകളിൽ ചെന്നെത്തിയതായി അദ്ദേഹം സൂചിപ്പിക്കുന്നു. രാജാസ് ഹൈസ്കൂളിനടുത്തുകൂടെയാണ് റെയിൽപാളം നീളുന്നത്. റെയിൽവേ സ്റ്റേഷനും അടുത്തുതന്നെ. ഒഴിവുസമയങ്ങളിൽ തീവണ്ടിനോക്കിയിരിക്കുന്നത് നിരഞ്ജനയ്ക്കും കൂട്ടുകാർക്കും ഹരമായിരുന്നു. അങ്ങനെയുള്ള ഒരു തീവണ്ടിയിൽ ഗാന്ധിജി മംഗലാപുരത്തേക്ക് പോകുന്നുണ്ടെ

ന്നറിഞ്ഞു. നിരഞ്ജനയും കുട്ടികളും ഗാന്ധിജിയെ കാണാൻ റെയിൽവേ സ്റ്റേഷനിൽ ചെന്നു. ധാരാളം കോൺഗ്രസ് പ്രവർത്തകർ സ്റ്റേഷനിൽ എത്തിയിരുന്നു. തീവണ്ടി സ്റ്റേഷനിൽ നില്ക്കുമെന്നും ഗാന്ധിജി ജനങ്ങളെ നോക്കി പ്രസംഗിക്കുമെന്നും നിരഞ്ജന പ്രതീക്ഷിച്ചിരുന്നു. എന്നാൽ ഗാന്ധിജി കയറിയ മെയിൽവണ്ടി നിർത്താതെ പതുക്കെ ഓടിച്ചുപോവുകയായിരുന്നു. ഗാന്ധിജി തീവണ്ടിയുടെ വാതില്ക്കൽനിന്ന് കൈ വീശിക്കാണിച്ചു. ദൂരെ നിന്നിരുന്ന നിരഞ്ജനയ്ക്ക് ഗാന്ധിജിയെ കാണാൻ പറ്റിയില്ല. സ്കൂളിലെ കുട്ടികൾ അദ്ദേഹത്തോട് ഗാന്ധിജിയെ കണ്ടുവോ എന്നു ചോദിച്ചു. ഗാന്ധിജി കയറിയ വണ്ടി കണ്ടു എന്നായിരുന്നു മറുപടി. ഈ സംഭവം പരാമർശിച്ച് 'പതിനൊന്നിന്റെ മെയിൽവണ്ടി' എന്നൊരു കഥ അദ്ദേഹമെഴുതി.

മഹാബല ഭണ്ഡാരി നീലേശ്വരത്ത് ഒന്നിച്ചു പഠിച്ച സുഹൃത്താണ്. അയാൾ എഴുത്തുകാരനും സാമൂഹ്യപ്രവർത്തകനുമായി വളർന്നു. ഒളിവുജീവിതകാലത്ത് നിരഞ്ജന അയാളുടെ മുറിയിൽ കഴിഞ്ഞിട്ടുണ്ട്. നീതിക്കുവേണ്ടി ഉറച്ചു പ്രവർത്തിച്ച ഭണ്ഡാരിയുടെ ഒരു കൃതിയുടെ പേര് *ദൈവം നടത്തിയ കൊല* എന്നാണ്. സാമൂഹ്യപ്രതിബദ്ധതയുള്ള ശില്പിക്ക് ജീവിതം എന്നത് അമൃതശിലയാണെന്ന് ഭണ്ഡാരി തിരിച്ചറിഞ്ഞിരുന്നു.

ചെറുകഥകൾ കേവലം പ്രഖ്യാപനമല്ല എന്നും നിരഞ്ജന തിരിച്ചറിഞ്ഞിരുന്നു. സൗന്ദര്യശാസ്ത്രം കഥകൾക്കും ബാധകമാണ്. എന്നാൽ ആ സൗന്ദര്യശാസ്ത്രം തൊഴിലാളികളുടെയും കൃഷിക്കാരുടെയും ജീവിതബന്ധങ്ങളിൽനിന്നും രൂപം കൊള്ളുന്നതാകണം. അദ്ധ്വാനത്തിൽ അഭിമാനവും അദ്ധ്വാനിക്കുന്നവരോട് അനുഭാവവും എഴുത്തുകാർക്കുണ്ടാകണം.

നിരഞ്ജനയുടെ കഥകൾ വിലയിരുത്തിയ നിരൂപകരിൽ പലരും ചൂണ്ടിക്കാട്ടിയ വസ്തുതകളുണ്ട്. നിരഞ്ജന പത്രപ്രവർത്തകനായിരുന്നല്ലോ. ആർജ്ജവം നിറഞ്ഞ ഒരു പത്രഭാഷ അദ്ദേഹത്തിന് സ്വായത്തമായുണ്ട്. ആ ശൈലിതന്നെ പലപ്പോഴും കഥകളിലേക്ക് കയറിവന്നു. കഥകൾക്ക് പത്രവിവരണശൈലി ഉചിതമല്ലെന്ന് നിരൂപകർ അഭിപ്രായപ്പെടുന്നു. എന്നാൽ നോവലുകളിൽ ഈ ശൈലി ഫലവത്താകുമെന്നും വിമർശകർ ചൂണ്ടിക്കാട്ടുന്നു. അതുകൊണ്ടുതന്നെ നിരഞ്ജനയുടെ മാധ്യമം നോവലാണെന്ന് അവർ പറയുന്നു.

നിരഞ്ജനയുടെ കഥകളിൽ ഏറെ ശ്രദ്ധിക്കപ്പെട്ട ഒരു കഥകൂടി ഈ അദ്ധ്യായത്തിൽ പരാമർശിക്കാതെ തരമില്ല. 1951 ലെഴുതിയ 'കോനെയ ഗിരാകി' എന്നാണ് കഥയുടെ പേര്. അവസാനത്തെ ആവശ്യക്കാരൻ എന്ന പേരിൽ അത് മലയാളത്തിലേക്ക് വിവർത്തനം ചെയ്തിട്ടുണ്ട്. കഥയുടെ ആമുഖത്തിൽ നിരഞ്ജന എഴുതുന്നു...! എന്റെ ഒളിവുജീവിതത്തിന്റെ അവസാനവർഷം - 1950. മല്ലേശ്വരം ഹൈസ്കൂളിനടുത്തുള്ള ഒരു സർക്കിൾ. ചുറ്റും രണ്ടടി വീതിയിലും ഉയരത്തിലും സ്റ്റെപ്പുകൾ. ഒരുദിവസം രാത്രി ഒമ്പതുമണിയായിക്കാണണം. തൂക്കുസഞ്ചി മടിയിൽവച്ച് ഞാനിരി

ക്കുന്നു. പത്തരമണിയോടെ ജാല ഹള്ളിയിൽനിന്ന് ആരെങ്കിലും വരും. മടിയിലെ സഞ്ചി അയാളെ ഏല്പിക്കണം. പത്രത്തിൽ അച്ചടിക്കേണ്ട വിഷയങ്ങളെപ്പറ്റി അല്പം സംസാരിക്കണം. അതിനുശേഷം സ്ഥലം വിടണം. ഞാൻ ദൂരേക്ക് നോക്കിയിരിക്കയാണ്. ആ സമയം ഒരു സ്ത്രീ നടന്നുവന്ന് സർക്കിളിനരികത്തായി നിന്നു. അവളുടെ പിന്നാലെ രണ്ടു മൂന്ന് പുരുഷന്മാർ വന്നു. സ്ത്രീ സമീപത്തെ പൊന്തകൾക്കിടയിലൂടെ നീങ്ങി. പുരുഷന്മാർ പിന്തുടർന്നു. കുറച്ചു കഴിഞ്ഞപ്പോൾ അവളുടെ നിലവിളി കേട്ടു. ഒളിവിൽ കഴിയുന്ന ഞാൻ സഖാവിനെ കാത്തിരിക്കുക യായിരുന്നു. നിലവിളി എന്നെ അലോസരപ്പെടുത്തി. പക്ഷേ, ഞാൻ നിസ്സഹായനായിരുന്നു. എങ്കിലും ആ നിലവിളി ഹൃദയത്തിൽ തുളച്ചു കയറി. ഒരു വർഷം കഴിഞ്ഞ ശേഷമാണ് കഥയെഴുതുന്നത്. ആ സ്ത്രീക്ക് 'മാണി' എന്ന് പേരിട്ടു. ഊമയായ യുവതിയെ സ്നേഹം നടിച്ച് യുവാവ് നഗരത്തിലേക്ക് കൊണ്ടുവരികയായിരുന്നു. അവളുടെ മാനം പിശാചുക്കൾ കടിച്ചുകീറുകയായിരുന്നു. ഒടുവിൽ അവൾ മരണപ്പെട്ടു. വികൃതമായി മരിച്ചു കിടക്കുന്ന അവളുടെ മൃതദേഹത്തിൽ അവസാനത്തെ ആവശ്യക്കാരനായി കഴുകൻ പറന്നെത്തുന്നു.

7

നോവലുകൾ

ജീവിതസമസ്യക്ക് ഉത്തരം കണ്ടെത്താൻ ശ്രമിച്ച സാമൂഹ്യ പ്രവർത്തകനും ഉത്തമനായ എഴുത്തുകാരനുമായ നിരഞ്ജന നോവലിസ്റ്റ് എന്ന നിലയിലാണ് ഏറെ പ്രതിഷ്ഠ നേടിയത്. കന്നഡ നോവൽ സാഹിത്യ ചരിത്രത്തിൽ കുവെംപുവിന്റെയും കാരന്തിന്റെയും കൂടെ നിരഞ്ജനയും പരിഗണിക്കപ്പെടുന്നു. സർവ്വകലാശാല ബിരുദം നേടിയ കോളേജ് അദ്ധ്യാപകനായിരുന്നില്ലല്ലോ നിരഞ്ജന. നീറുന്ന ജീവിത പ്രശ്നങ്ങളിൽ വെന്തുരുകിയ മനസ്സുമായാണ് അദ്ദേഹം തൂലിക കൈയിലെടുത്തത്. 1953 ൽ ആദ്യ നോവലെഴുതി...! *വിമോചനെ.* അന്നദ്ദേഹത്തിന് മുപ്പതുവയസ്സ്. അതിനുശേഷം അദ്ദേഹം സാഹിത്യപ്രവർത്തകനായതല്ലാതെ രാഷ്ട്രീയ പ്രവർത്തനത്തിലേർപ്പെട്ടില്ല. വിപ്ലവാംശം തുടിക്കുന്നതും ജനങ്ങളുടെ പോരാട്ടങ്ങൾക്ക് പ്രേരണ ചെലുത്തുന്നതുമായ കൃതികളെല്ലാം നിരഞ്ജന രചിച്ചത് രാഷ്ട്രീയ പ്രവർത്തനം മതിയാക്കിയ ശേഷമാണ്.

നിരഞ്ജനയുടെ നോവലുകൾക്കും സവിശേഷതകളുണ്ട്. പ്രമേയ സ്വീകരണമാണ് പ്രധാനം. *ചിരസ്മരണ, മൃത്യുഞ്ജയൻ, സ്വാമി അപരംപാര, റംഗമ്മയുടെ വാടകപ്പറമ്പ്, ബനശങ്കരി, മിന്നൽ* — തുടങ്ങിയവയെല്ലാം വിഭിന്ന രാഷ്ട്രീയ - സാമൂഹ്യ പശ്ചാത്തലം ഉൾക്കൊള്ളുന്നവയാണ്. എഴുത്തുകാരന്റെ പ്രതിബദ്ധതയും പുരോഗമന കാഴ്ചപ്പാടും ഈ നോവലുകളിലെല്ലാം ദൃശ്യമാവുന്നു. സാധാരണക്കാരുടെ ജീവിതത്തിന് ഗുണപരമായ മാറ്റം അനിവാര്യമാണെന്ന് നിരഞ്ജന വിശ്വസിക്കുന്നു. പൊതുസമൂഹം മാറ്റി നിർത്തിയ വിഭാഗത്തെയാണ് അദ്ദേഹം നെഞ്ചോട് ചേർത്തുപിടിച്ചത്.

നിരഞ്ജന ജീവിതത്തിലുടനീളം ചിന്താശീലനായിരുന്നു. ആ ചിന്തയാകട്ടെ മോക്ഷത്തിനായുള്ള വഴിയന്വേഷണമായിരുന്നില്ല. അദ്ധ്വാനിക്കുന്ന

ജനവിഭാഗത്തിന്റെ വിമോചന വഴികളെയാണ് അദ്ദേഹമന്വേഷിച്ചത്. നോവലെഴുതുമ്പോൾ അതിലെ പ്രമേയത്തിന്റെ ചരിത്ര പശ്ചാത്തലം വിശദമായി അദ്ദേഹം അന്വേഷിച്ചറിഞ്ഞിരുന്നു. കഥാപാത്രങ്ങളെ സൃഷ്ടിക്കുന്നതിലുമുണ്ട് ഈ അവധാനത. ക്രിയാശീലരും മാതൃകാജീവിതം നയിക്കുന്നവരുമായ അനേകം കഥാപാത്രങ്ങളെ അദ്ദേഹം അവതരിപ്പിക്കുന്നു. അവരെല്ലാം പച്ചമണ്ണിൽ കാലൂന്നി നിന്നുകൊണ്ട് സമൂഹത്തിന്റെ അഭ്യുന്നതിക്കുവേണ്ടി പരിശ്രമിക്കുന്നു. പൂർവ്വാർജ്ജിത പാരമ്പര്യവും സംസ്കാരവും വിസ്മരിച്ചുകൊണ്ട് എഴുത്തുകാർക്ക് രചന നടത്താനാവില്ലെന്നദ്ദേഹം സൂചിപ്പിക്കുന്നു. മാർക്സിസത്തോടൊപ്പം ശ്രീബുദ്ധന്റെയും ബസവേശ്വരന്റെയും അംബേദ്കറുടെയും രാം മനോഹർ ലോഹ്യയുടെയും ചിന്താധാരകളെ ഉൾക്കൊള്ളാൻ നിരഞ്ജന ശ്രമം നടത്തിയിരുന്നു.

ആദ്യനോവൽ *വിമോചനെ* (മോചനം) വർഗ്ഗസമരത്തിന്റെ തീവ്രത തുടിക്കുന്ന കൃതിയാണ്. റഷ്യൻ, പോളിഷ് ഭാഷകളിൽ വിവർത്തനം ചെയ്യപ്പെട്ട ഈ നോവലിന്റെ ലക്ഷത്തോളം കോപ്പികൾ സോവിയറ്റുറഷ്യയിൽ വിറ്റഴിക്കപ്പെട്ടു. ജനങ്ങളുടെ പ്രശ്നം അവർക്ക് മനസ്സിലാകുന്ന ഭാഷയിൽ എഴുതാനാണ് നിരഞ്ജന ശ്രദ്ധിച്ചത്. ഒരു തിങ്കളാഴ്ച ആരംഭിച്ച് അടുത്ത തിങ്കളാഴ്ച അവസാനിക്കുന്ന തരത്തിൽ 208 പേജുകളിൽ നീളുന്ന നോവലാണിത്. സംഭവങ്ങൾ ഫ്ളാഷ്ബാക്കായി അവതരിപ്പിക്കുകയാണ്. ഇതൊരുതരം രചനാതന്ത്രമാണ്. ചന്ദ്രശേഖരനാണ് കഥാപാത്രം.

മനുഷ്യനായി ജീവിക്കണം എന്നാണ് ചന്ദ്രശേഖരൻ ആഗ്രഹിക്കുന്നത്. എന്നാൽ അത് സുലഭമായി ഫലിക്കുന്നില്ല. മനുഷ്യനാകാനുള്ള ശ്രമത്തിൽ അനേകം ജീവിതസന്ദർഭങ്ങൾ അഭിമുഖീകരിക്കേണ്ടിവരുന്നു. ദരിദ്ര പശ്ചാത്തലത്തിലാണ് ചന്ദ്രശേഖരൻ ജനിക്കുന്നത്. ജീവിതത്തിന്റെ അഭിവൃദ്ധി തേടി അലഞ്ഞുതിരിഞ്ഞ് ഒടുവിൽ ആത്മസുഹൃത്തായ ശ്രീകണ്ഠനുവേണ്ടി അയാളുടെ കുറ്റം സ്വയം ഏറ്റെടുത്ത് മരണം വരിക്കുന്നു. തടവിൽ കഴിയുന്ന ചന്ദ്രശേഖരന്റെ ഡയറിക്കുറിപ്പുകളിലൂടെയാണ് സംഭവങ്ങൾ ഇതൾ വിടർത്തുന്നത്. നോവലിലെ നായകകഥാപാത്രത്തെ സ്വന്തം ആത്മാംശം കലർത്തിയാണ് നിരഞ്ജന സൃഷ്ടിച്ചത്. അതുകൊണ്ടുതന്നെ ചന്ദ്രശേഖരന്റെ വാക്കുകൾ പലപ്പോഴും നിരഞ്ജനയുടെ ശബ്ദമായിത്തീരുന്നു. സമരത്തെക്കുറിച്ച് നോവലിലെ പരാമർശം നോക്കുക... "ഇത് വർഗ്ഗ സമരം! ഈ സമരത്തിൽ ഉപയോഗിക്കാതിരിക്കുന്ന അസ്ത്രമേ ഇല്ല" മറ്റൊരു സന്ദർഭത്തിൽ ചന്ദ്രശേഖരൻ ചൂണ്ടിക്കാട്ടുന്നു... "പരസ്പരം അഭിമുഖമായി നില്ക്കുന്ന രണ്ടു ശക്തികൾ. പണക്കാരുടെ വർഗ്ഗത്തിനാണ് കൂടുതൽ ശക്തിയെന്ന് ഞാൻ ധരിച്ചിരുന്നു. അത് ശരിയല്ല. ഇവിടെ മറ്റൊരു ശക്തി വളരുന്നു... പണമില്ലാത്ത വർഗ്ഗത്തിന്റെ ശക്തി..."

വർഗ്ഗസമരം എന്നത് കാൾ മാർക്സിന്റെ കണ്ടെത്തലാണ്. ഉള്ളവരും ഇല്ലാത്തവരും തമ്മിലുള്ള അകലം കൂടിക്കൊണ്ടിരുന്നാൽ അവിടെ

സംഘട്ടനം അനിവാര്യമായിത്തീരും. സമൂഹമാകെ രണ്ടുവർഗ്ഗമായി വിഭജിക്കപ്പെടുമ്പോൾ പിന്നെ മൂന്നാമതൊരു വർഗ്ഗത്തിന് പ്രസക്തിയില്ലല്ലോ. ഞാൻ മൂന്നാം വർഗ്ഗക്കാരനാണെന്ന് പറയുന്നവരെ കരുതിയിരിക്കണം എന്ന് നിരഞ്ജന ഓർമ്മിപ്പിക്കുന്നു.

ബനശങ്കരി

1954 ൽ പുറത്തിറങ്ങിയ നോവലാണ് *ബനശങ്കരി.* ബനശങ്കരി എന്നതിന് വനദേവത എന്നാണർത്ഥം. ജീവനഹള്ളിയിലെ വൈദികകുടുംബത്തിൽ ജനിച്ച 'അമ്മി' എന്ന പെൺകുട്ടിയുടെ കദനകഥയാണിത്. അവളുടെ ജീവിതത്തിന്റെ സാഹസിക കഥകൂടിയാണ് ബാലവിധവയായിത്തീർന്ന അമ്മിയുടെ ദുരന്തകഥ എന്നും പറയാം. അമ്മി ജനിക്കുന്നതിനുമുമ്പേ പിതാവ് മരണപ്പെട്ടിരുന്നു. പ്രസവത്തോടെ അമ്മയും മരിച്ചു. മുത്തശ്ശിയാണ് അമ്മിയെ പോറ്റിയത്. പതിനൊന്നാമത്തെ വയസ്സിൽ വിവാഹിതയായി. ചിക്ക്മംഗ്ലൂരിൽ ജോലി ചെയ്യുന്ന റായനഹള്ളിയിലെ രാമചന്ദ്രനാണ് ഭർത്താവ്.

ഭർത്തൃവീട്ടിലെത്തിയ അമ്മിയുടെ പുതിയ പേര് 'ബനശങ്കരി' എന്നായി. ഭർത്താവിന്റെ മാതാപിതാക്കളുടെ സ്നേഹവാത്സല്യങ്ങൾ ആവോളം നുകർന്ന് ബനശങ്കരി കഴിഞ്ഞുകൂടി. ഭർത്താവ് രാമചന്ദ്രൻ പനിപിടിച്ച് മരണപ്പെടുന്നതാണ് നോവലിലെ വഴിത്തിരിവ്. പതിനൊന്നു വയസ്സുകഴിഞ്ഞ ചെറിയ പെൺകുട്ടി വിധവയായി. അമ്മിയെ ജ്യേഷ്ഠൻ രാമകൃഷ്ണൻ സ്വന്തം വീട്ടിലേക്ക് കൂട്ടിക്കൊണ്ടുവന്നു. വിധവയായാൽ തലമുണ്ഡനം ചെയ്യണമെന്ന് നിയമമുണ്ട്. വെള്ളവസ്ത്രം ധരിച്ച് വീട്ടിലൊതുങ്ങിക്കൂടണം. എന്നാൽ അമ്മി തല മുണ്ഡനം ചെയ്തില്ല. വെള്ളവസ്ത്രം ധരിച്ച് വീട്ടിലൊതുങ്ങിക്കൂടിയില്ല. ഭർത്താവ് മരിച്ച് ആറുമാസം കഴിഞ്ഞ ശേഷമാണ് അമ്മി ഋതുമതിയാകുന്നത്. ദുരന്തം അവളെ വിട്ടൊഴിഞ്ഞില്ല. ജ്യേഷ്ഠൻ രാമകൃഷ്ണനും അകാലത്തിൽ മരണപ്പെടുകയാണ്. തീർത്തും അവശയായിത്തീർന്ന അമ്മിക്ക് ഏകാശ്രയം മുത്തശ്ശിയായിത്തീർന്നു. ബനശങ്കരിയുടെ പില്കാല ജീവിതകഥയാണ് നോവലിൽ വർണ്ണിക്കുന്നത്. മുപ്പതു വയസ്സിലെത്തിയ ബനശങ്കരി ഒരു പുരുഷന്റെ ആശ്രയം സ്വീകരിക്കുന്നു. അതിൽ മക്കൾ പിറക്കുന്നു. ഒടുവിൽ കൂട്ടുകാരി കാവേരിയുടെ വീട്ടിൽവച്ച് അവളുടെ ജീവിതവും അവസാനിക്കുന്നു.

ഇരുപത് അദ്ധ്യായങ്ങളിലാണ് നിരഞ്ജന ഈ നോവലെഴുതിയത്. ആഴമേറിയ ജീവിതാനുഭവങ്ങൾകൊണ്ട് വായനക്കാരെ വികാരം കൊള്ളിക്കുന്ന നോവൽ നിരഞ്ജനയുടെതന്നെ ജീവിതത്തിന്റെ പ്രതിഫലനമാണ്. സ്വന്തം മകൻ വലിയ നിലയിലെത്തുന്നതുകണ്ട് മരണമടയണമെന്നാണ് ബനശങ്കരി ആഗ്രഹിക്കുന്നത്. നിരഞ്ജനയുടെ മാതാവ് ചിന്നമ്മ ആഗ്രഹിച്ചതും ഇതുതന്നെ. ധാർമ്മികതയുടെ ചട്ടക്കൂടിൽ ഒതുങ്ങിക്കഴിയാൻ ആ മാതാവാഗ്രഹിച്ചില്ല. വേലി തകർത്തുകൊണ്ട് അവർ ജീവിതത്തിന്റെ ഏറുമാടത്തിൽ കുടിയേറി. പാപം, നരകം തുടങ്ങിയ ഘടക

ങ്ങളൊന്നും അമ്മിയെ ഭയപ്പെടുത്തിയില്ല. ധാർമ്മികതയുടെ വേലിപ്പടർപ്പിനുള്ളിൽ ഉണങ്ങിക്കരിയാനുള്ളതല്ല പെൺജീവിതമെന്നവർ ചിന്തിച്ചു. അത് തഴച്ചു വളരണം. അതിന് ഒരു പുരുഷന്റെ ആശ്രയം അനിവാര്യം തന്നെ. എന്നാൽ ഭാര്യയും മക്കളുമുള്ള ഒരാളുടെ ആശ്രയം സ്വീകരിച്ചത് നാട്ടിൽ ചലനങ്ങളുണ്ടാക്കി. അയാളിൽനിന്നു പിറന്ന മകനെയെടുത്തുകൊണ്ട് ബനശങ്കരി ക്ഷേത്രത്തിൽ ചെന്നതോടെ പ്രശ്നം രൂക്ഷമാവുന്നു. ഒടുവിൽ ഭ്രഷ്ട് കല്പിക്കപ്പെട്ട് നാട് വിടേണ്ടിവരുന്നു. ബാളെഹണ്ണൂരിലും ബംഗളൂരുവിലുമായി ബനശങ്കരി ജീവിക്കുന്നു. മക്കൾ വലുതായി നല്ല നിലയിലെത്തുന്നു. ബനശങ്കരിയെ സംബന്ധിച്ചിടത്തോളം മറ്റൊരു ദുരന്തത്തിനുകൂടി ഇരയാവുന്നു. ആദ്യം വിധവയായത് പതിനൊന്നാം വയസ്സിൽ. പില്ക്കാലത്ത് അന്യപുരുഷൻ നാരായണറായയുമായാണ് ബന്ധം സ്ഥാപിച്ചത്. ഒടുവിൽ അദ്ദേഹം മരിച്ച വാർത്ത അവർക്ക് കേൾക്കാനിടയാവുന്നു. അവസാനകാലത്തും ബനശങ്കരി വിധവയായി. രണ്ടുതവണ വിധവയാകുന്ന സ്ത്രീത്വത്തിന്റെ ഉടമയായിത്തീരുന്നു ബനശങ്കരി. ചെറുപ്പത്തിൽ വിധവയായപ്പോൾ ബനശങ്കരി തലമുണ്ഡനം ചെയ്തിരുന്നില്ല. എന്നാൽ പ്രായം ചെന്ന ബനശങ്കരി നാരായണറായ മരിച്ചെന്നറിഞ്ഞപ്പോൾ തലമുണ്ഡനം ചെയ്ത് പ്രത്യേകജീവിതം നയിക്കുന്നു. മനസ്സാക്ഷിയുടെ പ്രേരണയാലുള്ള പ്രായശ്ചിത്തം എന്നാണ് ബനശങ്കരി പറയുന്നത്.

ചിരസ്മരണ

കേരളത്തിന്റെ പോരാട്ടവഴിയിൽ ചോരകൊണ്ടടയാളപ്പെടുത്തിയ നാടാണ് കയ്യൂർ. നിരഞ്ജന നീലേശ്വരത്ത് പഠിക്കുമ്പോൾ കയ്യൂർ ഗ്രാമവുമായി ബന്ധപ്പെട്ടിരുന്നു. കയ്യൂർ കേസ് വിചാരണ മംഗലാപുരം കോടതിയിൽ നടന്നപ്പോൾ നിരഞ്ജന കോടതിയിൽ ഹാജരായിരുന്നു. ഒഴിവുദിവസങ്ങളിൽ ജയിലിൽ ചെന്ന് പ്രതികളുമായി സംസാരിക്കുകയും ചെയ്തു. സംഭവം നടന്ന് പതിന്നാലുവർഷത്തിനുശേഷം 1955 ലാണ് *ചിരസ്മരണ* എന്ന പേരിൽ കയ്യൂരിന്റെ ചരിത്രം നോവലായത്. സി രാഘവൻ പരിഭാഷപ്പെടുത്തിയ നോവൽ മലയാളത്തിലിറങ്ങിയതാവട്ടെ 1974 ലും.

ചിരസ്മരണ വിലയിരുത്തിക്കൊണ്ട് കേരളത്തിന്റെ മുൻമുഖ്യമന്ത്രി ഇ കെ നായനാർ നിരീക്ഷിക്കുന്നു...

> എന്റെ മനസ്സിനോട് ചേർന്നു നില്ക്കുന്ന കഥാകാരനാണ് നിരഞ്ജന. അദ്ദേഹത്തിന് കർണ്ണാടകത്തിൽ കിട്ടിയതിനേക്കാൾ വലിയ സ്വീകരണം കേരളത്തിലെ വായനക്കാരിൽനിന്നാണ് കിട്ടിയത്. പതിമൂന്നാം വയസ്സിൽ എഴുതിത്തുടങ്ങിയ നിരഞ്ജന ദരിദ്രരുടെ ജീവിതകഥകളാണ് ആവിഷ്കരിച്ചത്. അധഃസ്ഥിത ജനലക്ഷങ്ങളോട് കൂറ് പ്രഖ്യാപിച്ചതു കൊണ്ടാവണം നിരഞ്ജനയ്ക്ക് യാഥാ

സ്ഥിതിക സാഹിത്യസദസ്സുകളിൽനിന്ന് വേണ്ടത്ര അംഗീകാരം ലഭിച്ചില്ല. നാല്പതുകളുടെ തുടക്കത്തിൽ നടന്ന കയ്യൂർ സമരകഥയാണ് *ചിരസ്മരണ*. കർഷകപ്രസ്ഥാനത്തിന്റെ ഹൃദയരക്തം പുരണ്ട അദ്ധ്യായമാണ് കയ്യൂർ സമരം. ധീരതയോടെ രക്തസാക്ഷിത്വത്തിലേക്ക് നടന്നുകയറിയ അനശ്വരവിപ്ലവകാരികളുടെ ചരിത്രം സാമ്രാജ്യത്വവിരുദ്ധ സംസ്കാരത്തിന്റെ വിലപ്പെട്ട ഈടുവയ്പാണ്. വടക്കൻ കേരളത്തിലെ കർഷകസമരത്തെ ആധാരമാക്കി ഒരു കൃതി രചിക്കാൻ കേരളത്തിൽ ആരുമുണ്ടായില്ല എന്നത് ദുഃഖകരമാണ്.

ഭാവിയും ഭദ്രതയുമില്ലാത്ത ദരിദ്രജനതയുടെ ഉയിർത്തെഴുന്നേല്പാണ് *ചിരസ്മരണ*യിലെ പ്രമേയം. ദുരിതം തിന്നുതീർക്കേണ്ടിവരുന്ന ജനത ഇടതടവില്ലാതെ സംഘർഷത്തിലേർപ്പെടുന്നു. തേജസ്വിനിപ്പുഴയുടെ തീരത്തുള്ള ഫലിഭൂയിഷ്ഠമായ നാട് കടുത്ത ചൂഷണത്തിലും അടിമത്തത്തിലുമായിരുന്നു. ബ്രിട്ടീഷാധിപത്യവും അവരുടെ ഒത്താശയോടെയുള്ള ജന്മി-നാടുവാഴിമാരുടെ തേർവാഴ്ചയുമാണ് ഒരു വശത്ത്. മറുവശത്ത് ഭൂമിക്കും കൂലിക്കും ഭക്ഷണത്തിനും വേണ്ടി പാടുപെടുന്ന പട്ടിണിപ്പാവങ്ങൾ. ഇവർക്കിടയിലേക്ക് പ്രതീക്ഷയുടെ വിളക്കുമായി പണ്ഡിറ്റും മാസ്റ്ററും കടന്നുവരുന്നു. അടിമച്ചങ്ങല പൊട്ടിച്ചെറിഞ്ഞ് അടർക്കളത്തിലിറങ്ങിയാൽ ചൂഷകവർഗ്ഗത്തെ തോല്പിക്കാനാവുമെന്ന് അവർ ജനങ്ങളെ ബോദ്ധ്യപ്പെടുത്തി.

പണ്ഡിറ്റിന്റെ വാക്കുകൾ കയ്യൂരിന്റെ മനസ്സിൽ തീപ്പൊരി ചിതറി. അദ്ധ്വാനവർഗ്ഗം സംഘടിക്കേണ്ടതിന്റെ ആവശ്യത്തെപ്പറ്റി അവർ ബോധവാന്മാരായി. ചെളിപ്പാടങ്ങളിൽ വിയർപ്പൊഴുക്കി പണിയെടുക്കുന്നത് ജന്മിയുടെ പത്തായം നിറയ്ക്കാൻ അല്ലെന്ന് ജനം തിരിച്ചറിഞ്ഞു. ചിരുകണ്ടനും അപ്പുവുമാണ് പ്രധാന കഥാപാത്രങ്ങൾ. ഇരുവരും ഒന്നിച്ച് നടക്കുകയും പ്രവർത്തിക്കുകയും ചെയ്യുന്നവരാണ്. ബോട്ടുകടവിൽ അപ്പുവിന് ചായപ്പീടികയുണ്ട്. പ്രവർത്തകർ അവിടെയാണൊത്തുകൂടുക.

ആധിപത്യത്തെ ചെറുത്തുകൊണ്ടാണ് നോവൽ വളരുന്നത്. പോരാട്ടത്തിന്റെയും പോരാട്ടം നടത്തുന്നവരുടെയും കഥകൾ ഇതിൽ അനാവൃതമാകുന്നു. കയ്യൂരിന്റെ മണ്ണിൽ കർഷകസംഘം ഉടലെടുക്കുന്നതിന് ചില സംഭവങ്ങൾ പ്രേരണയാകുന്നുണ്ട്. അക്ഷരാഭ്യാസത്തെ മേലാളർക്ക് മാത്രമുള്ളതാക്കിവയ്ക്കാനുള്ള ശ്രമം ജന്മിമാർ നടത്തുന്നുണ്ട്. പത്രവും പുസ്തകവും വായിക്കണമെന്നത് പണ്ഡിറ്റിന്റെ നിർദ്ദേശമാണ്. അദ്ദേഹത്തിന്റെ നേതൃത്വത്തിൽ നിശാപാഠശാലകൾ ആരംഭിക്കുന്നുണ്ട്. അക്ഷരം പഠിച്ച് അറിവുനേടിയ ജനത പുതിയ പുതിയ ചോദ്യങ്ങളുന്നയിച്ച് ആധിപത്യത്തോടേറ്റുമുട്ടുന്നു. സാമ്രാജ്യത്വവും ജന്മിത്തവും നശിക്കണം എന്നവർ വിളിച്ചു പറഞ്ഞു. തളിപ്പറമ്പിനടുത്ത് ബക്കളത്ത് കർഷകസമ്മേളനം ചേർന്നപ്പോൾ അപ്പുവും ചിരുകണ്ടനുമടക്കമുള്ളവർ അതിൽ സംബന്ധിക്കുന്നു. ജന്മിമാരെ ചൊടിപ്പിക്കാൻ ഇത്തരം അനേകം സംഭവങ്ങളു

ണ്ടാകുന്നുണ്ട്. കർഷകസംഘത്തെയും അതിന്റെ പ്രധാന പ്രവർത്തകരെയും ഇല്ലാതാക്കാൻ ഉപായമെന്ത് എന്ന് ജന്മിമാരും പൊലീസധികാരികളും ചിന്തിക്കുന്നു.

പക്ഷേ, കയ്യൂരിലെ ജനത പുതിയ ചരിത്രം സൃഷ്ടിക്കുകയായിരുന്നു. സാമൂഹ്യപ്രതിബദ്ധതയാണവരെ പ്രചോദിപ്പിച്ചത്. കൊടികുത്തി വാഴുന്ന മേലാള ആശയങ്ങൾ തുടച്ചുനീക്കി അവിടെ തൊഴിലാളിവർഗ്ഗ ദർശനം സ്ഥാപിക്കാനുള്ള ശ്രമത്തിലായിരുന്നു കയ്യൂർ ജനത. അടങ്ങാത്ത ആവേശത്തോടെ അവർ അണിചേർന്നു. സാഹസികവൃത്തിയിൽ ഏർപ്പെടാൻ അവർ സന്നദ്ധരായി. ചിമ്മിണി വിളക്കിന്റെ പുകനിറഞ്ഞ വെളിച്ചത്തിൽ വട്ടമിട്ടിരുന്ന് അവർ കയ്യൂരിന്റെ ഭാവിയെപ്പറ്റി ചർച്ച ചെയ്തു. കർഷകർ നട്ടെല്ലില്ലാത്ത അടിമകളല്ലെന്ന് അവർ പ്രഖ്യാപിക്കുകയായിരുന്നു. അപമാനകരമായ ദാസ്യജീവിതത്തേക്കാളും ശ്രേഷ്ഠം സ്വാതന്ത്ര്യസമരരംഗത്തെ ജീവത്യാഗമാണെന്നവർ തിരിച്ചറിഞ്ഞിരുന്നു. നാലു ധീരയോദ്ധാക്കളെ തൂക്കിലേറ്റിയ വാർത്ത കയ്യൂരിന് താങ്ങാനാവുന്നതായിരുന്നില്ല. അന്നവിടത്തെ കുടിലുകളിൽ ദീപമെരിഞ്ഞില്ല. പിരിഞ്ഞുപോയവരെ ഓർത്ത് ജനം ഇടനെഞ്ച് പൊട്ടിക്കരഞ്ഞു. എങ്കിലും ആ നാലുപേർ നാലു നക്ഷത്രങ്ങളായി ആകാശത്ത് പ്രഭചൊരിഞ്ഞുകൊണ്ടിരിക്കും.

ചിരസ്മരണ നോവലിൽ നിരഞ്ജന ചില പ്രതീകങ്ങൾ അവതരിപ്പിക്കുന്നുണ്ട്. കയ്യൂരിന്റെ വളർച്ചയെ ഈ ഘടകങ്ങൾ ത്വരിതപ്പെടുത്തുന്നു. പത്രം, ടോർച്ച്, തോണി, വടി - എന്നിവയാണാ പ്രതീകങ്ങൾ. അപ്പുവിനോടും ചിരുകണ്ടനോടും പണ്ഡിറ്റ് പറയുന്നു... "പത്രവും പുസ്തകവുമെല്ലാം വായിക്കണം. വായിക്കുന്തോറും അറിവ് വർദ്ധിക്കും. വായിച്ച് വായിച്ച് ചിന്തിക്കണം ശരിയാണോ എന്ന്. ശരിയെങ്കിൽ എന്തുകൊണ്ട് ശരി? അല്ല തെറ്റാണെന്നു തോന്നിയാൽ എന്തുകൊണ്ട് തെറ്റ്? ഇതൊക്കെ ചിന്തിക്കണം."

കയ്യൂരിൽ ആദ്യം വരുന്നത് *മാതൃഭൂമി* പത്രം. അന്നന്ന് പത്രം കിട്ടില്ല. ഒരു ദിവസം കഴിഞ്ഞേ കിട്ടൂ. എങ്കിലും കയ്യൂരിന് പത്രം പുതുമയുള്ളതുതന്നെ. ചിരുകണ്ടൻ മനസ്സിരുത്തി പത്രം വായിച്ച് കാര്യങ്ങൾ മനസ്സിലാക്കി. അജ്ഞതയുടെ പുകപടലങ്ങൾ ഇല്ലാതാക്കാൻ വായനയ്ക്ക് കഴിയുമെന്ന് പണ്ഡിറ്റ് പറയുന്നുണ്ട്. നിശാപാഠശാലയിൽ പത്രം വായിച്ചു കേൾപ്പിക്കുന്നുണ്ട്. ജന്മിയായ നമ്പ്യാർ പത്രവായനയെ എതിർത്തു സംസാരിക്കുന്നുണ്ട്. പത്രം പുതിയ അറിവും കഴിവും പ്രദാനം ചെയ്തുകൊണ്ടിരുന്നു.

ടോർച്ചാണ് ശക്തമായ മറ്റൊരു പ്രതീകം. അപ്പുവിന് അമ്മ ടോർച്ചും ചെരിപ്പും വാങ്ങിക്കൊടുത്തിരുന്നു. രാത്രി പുറത്തിറങ്ങുമ്പോൾ അപ്പു ടോർച്ചുപയോഗിക്കും. മങ്ങിക്കത്തുന്ന ടോർച്ച് കണ്ടാൽ അപ്പുവാണെന്ന് നാട്ടുകാർ മനസ്സിലാക്കും. എങ്കിലും രഹസ്യമായ കാര്യത്തിന് പുറത്തിറങ്ങുമ്പോൾ അപ്പു ടോർച്ചുപയോഗിച്ചില്ല. ചെരിപ്പും ധരിച്ചില്ല. ചെരിപ്പിട്ട് നടക്കുമ്പോൾ ഒച്ചയുണ്ടാവും. അത് അപകടം വരുത്തിവെക്കും.

സാഹസികയാത്രയിൽ ടോർച്ച് പ്രയോജനം ചെയ്യുമെന്ന് ചിരുകണ്ടൻ പറയുന്നുണ്ട്. അതുപോലെ ഓരോരാളുടെയും കൈയിൽ ഓരോ വടികൂടിവേണം. ഇരുട്ടത്ത് വഴിനടക്കാൻ ടോർച്ച് വെളിച്ചം ഉപകരിക്കും. ടോർച്ച് പ്രകാശം പരത്തുന്നതാണ്. ഇരുളിനെ വകഞ്ഞുമാറ്റാനുള്ളത്. അടിയുറച്ച ആദർശത്തിൽനിന്നുണ്ടാകുന്ന ജ്ഞാനത്തിനു പകരമാണ് ടോർച്ച് എന്ന പ്രതീകം നിരഞ്ജന ഉപയോഗിച്ചത്. തത്ത്വദർശനം കൊണ്ടുള്ള തിരിച്ചറിവാണത്. വർത്തമാനകാലത്ത് ജീവിക്കുന്നവർക്ക് നിരഞ്ജനയുടെ നിർദ്ദേശം ബാധകമാണ്. സമൂഹത്തിൽ അന്ധവിശ്വാസത്തിന്റെയും അനാചാരത്തിന്റെയും അരാജകചിന്തകളുടെയും താൻപോരിമയുടെയും ഇരുട്ട് വ്യാപിച്ചിരിക്കുന്നു. ആദർശരാഹിത്യം എല്ലാവരിലും അപചയം സൃഷ്ടിക്കുന്നു. ജീവിതത്തെ പുരോഗമനപ്രദവും ഗുണപരവുമാക്കി മാറ്റിയെടുക്കേണ്ട സർവ്വരംഗങ്ങളിലും ജാതീയതയും പണാധിപത്യവും പടരുന്നു. സമൂഹത്തെ മുന്നോട്ടുനയിച്ച പാതയിലെ ദീപസ്തംഭങ്ങൾ മങ്ങിപ്പോകുന്നുണ്ട്. വിവാദങ്ങളും ആക്രോശങ്ങളും കൊണ്ട് അന്തരീക്ഷം മുഖരിതമാവുന്നു. ഇവിടെ ജനങ്ങൾക്ക് തിരിച്ചറിവിന്റെ ടോർച്ചുണ്ടാകണമെന്ന് നിരഞ്ജന ഓർമ്മിപ്പിക്കുന്നു. ബാറ്ററികൊണ്ട് തെളിയുന്ന ടോർച്ചിനെക്കുറിച്ചല്ല നിരഞ്ജന സൂചിപ്പിക്കുന്നത്. ആദർശത്തിന്റെ അസാമാന്യ ഊർജ്ജവും വെളിച്ചവും പകരുന്ന തത്ത്വശാസ്ത്രത്തിന്റെ സാന്നിദ്ധ്യത്തെക്കുറിച്ചാണ്. ആ ദർശനം മുന്നോട്ടുള്ള യാത്രയിൽ വെളിച്ചം പകരും. കൈയിലൊരു വടി വേണമെന്ന് ചിരുകണ്ടൻ പറയുന്നുണ്ട്. വടി പ്രതികരണത്തിന്റെ ഉപകരണമാണ്. പ്രതികരണശേഷി കൈവരിക്കണമെന്ന് സാരം. കൃഷ്ണപിള്ളയും ഇ എം എസും എ കെ ജിയും മറ്റും നെഞ്ചിൽ ടോർച്ചുള്ളവരും കൈവശം വടിയുമുള്ളവരുമായിരുന്നു.

നോവലിൽ 'തോണി' മറ്റൊരു ബിംബമായി വരുന്നുണ്ട്. അപ്പുവിനും ചിരുകണ്ടനും പാർട്ടിക്ലാസിൽ പങ്കെടുക്കാൻ അക്കരെയെത്തണം. പുഴ കടക്കാൻ തോണിവേണം. സമീപത്തെ വീട്ടിൽനിന്ന് അവർ സംഘടിപ്പിച്ചത് ഓട്ടത്തോണി. ദ്വാരത്തിലൂടെ വെള്ളം കയറിക്കൊണ്ടിരുന്നു. ഇതുകണ്ട് ചിരുകണ്ടൻ പറയുന്നു... "നീ തുഴയുമെങ്കിൽ ഞാൻ വെള്ളം കോരിമാറ്റാം..." സമർത്ഥനായ തുഴക്കാരനാണ് അപ്പു. തോണി ബാണം പോലെ പാഞ്ഞു. ചിരുകണ്ടൻ കുത്തിയിരുന്ന് വെള്ളം മാറ്റി. ഇരുവരും കരപറ്റി. നമ്മുടെ ജീവിതം ഓട്ടത്തോണി പോലെയാണെന്ന് നിരഞ്ജന ഓർമ്മിപ്പിക്കുന്നു. ഓട്ടയിലൂടെ അനാശാസ്യ പ്രവണതകൾ തള്ളിക്കയറിക്കൊണ്ടേയിരിക്കും. അത് തേവിക്കളഞ്ഞ് കാലപ്രവാഹത്തിലൂടെ തുഴഞ്ഞുപോവാൻ പൊതുപ്രവർത്തകർക്ക് സാധിക്കണം. സമൂഹവിരുദ്ധവും സദാചാരബോധത്തിന് നിരക്കാത്തതുമായ വിശ്വാസങ്ങൾ തള്ളിക്കയറിയാൽ തോണി മുങ്ങിപ്പോവും. അതുകൊണ്ട് ആദർശധീരത ചോർന്നുപോകാത്ത ജാഗ്രത കൈക്കൊള്ളണമെന്ന് നിരഞ്ജന ഓർമ്മിപ്പിക്കുന്നു.

പണ്ഡിറ്റ്, മാസ്റ്റർ എന്നീ കഥാപാത്രങ്ങളും പ്രതീകങ്ങൾ തന്നെ.

തൊഴിലാളികളുടെയും കൃഷിക്കാരുടെയും ഹൃദയങ്ങളിൽ പ്രതീക്ഷകൾ അങ്കുരിപ്പിച്ചുകൊണ്ട് വളരുന്ന രോഷത്തിന്റെ പ്രതിരൂപങ്ങളായി ഇരുവരും പ്രതികരിക്കുന്നു. രാഷ്ട്രീയം, പോരാട്ടം, കുടുംബം, മനുഷ്യബന്ധം, സ്നേഹം — തുടങ്ങിയവയിലെല്ലാം വേറിട്ട ചിന്തയും കർമ്മപരിപാടിയും ഇരുവർക്കുമുണ്ട്. വ്യക്തിയും സമൂഹവും തമ്മിലുള്ള ബന്ധം നൈസർഗ്ഗികമായി വളരുമ്പോൾ അവിടെ ഭാവനയോ സങ്കല്പമോ അല്ല തെളിഞ്ഞു നില്ക്കേണ്ടത്. യുക്തിചിന്തയും ശാസ്ത്രീയ ബോധവുമാണ്. പണ്ഡിറ്റ് എന്ന പദത്തിന് ധാരാളം പഠിച്ചയാൾ എന്നർത്ഥമുണ്ട്. വൈദ്യർ എന്ന അർത്ഥത്തിലും ഈ പദം തെക്കൻ കർണ്ണാടകത്തിൽ ഉപയോഗിക്കാറുണ്ട്. *ചിരസ്മരണ*യിലെ പണ്ഡിറ്റ് ചികിത്സിക്കുന്നത് വ്യക്തിയെയല്ല, സമുദായത്തെയാണ്. നമ്മുടെ കുട്ടികൾ അപ്പുവിനെയും ചിരുകണ്ടനെയും പോലെ ധീരരും ദീർഘവീക്ഷണമുള്ളവരുമാകണമെന്ന് പണ്ഡിറ്റും മാസ്റ്ററും ഉപദേശിക്കുന്നു.

സങ്കല്പലോകത്ത് ജീവിക്കുന്നവരല്ല *ചിരസ്മരണ*യിലെ കഥാപാത്രങ്ങൾ. സംഘർഷങ്ങളിൽ ചടുലത പുലർത്തുന്നവരാണ്. സമ്പത്തും അധികാരവും കൈയൂക്കും സൃഷ്ടിച്ച പരുക്കൻ അന്തരീക്ഷത്തോടാണ് കയ്യൂരിലെ ജനങ്ങൾ ചെറുത്തുനിന്നത്. പണവും പദവിയും അധികാരവുമില്ലെങ്കിലും അവരുടെ ഹൃദയങ്ങൾ മനുഷ്യസ്നേഹത്തിന്റെ നിറകുടങ്ങളായിരുന്നു. നിരക്ഷരത, അന്ധവിശ്വാസം, തീരാത്ത കടബാദ്ധ്യത, കുടിയൊഴിപ്പിക്കൽ എന്നിങ്ങനെയുള്ള ക്രൂരതകൾ സാധാരണക്കാരുടെ ജീവിതത്തെ എങ്ങനെ ബാധിക്കുന്നു എന്ന് നോവൽ കാട്ടിത്തരുന്നു.

വിപ്ലവകാരികൾക്ക് വിവാഹം, കുടുംബം എന്നിവ പാടുണ്ടോ എന്ന ചോദ്യം നോവൽ ചർച്ച ചെയ്യുന്നുണ്ട്. വിപ്ലവ പ്രവർത്തനത്തിലേർപ്പെടുന്നവരും സാധാരണ മനുഷ്യരാണെന്ന് മാസ്റ്റർ പറയുന്നു. അയാൾക്കും സ്നേഹം വേണം. ആശ്വസിപ്പിക്കാനാളുണ്ടാകണം. സമൂഹം വിപ്ലവകാരിയെ സ്നേഹിക്കും. എങ്കിലും വ്യക്തിപരമായി സ്നേഹിക്കയും ശുശ്രൂഷിക്കയും ചെയ്യുന്ന ഒരാളുടെ സാന്നിദ്ധ്യം അത്യാവശ്യമാണ്. വിപ്ലവകാരിയായ ഒരു സ്ത്രീയിൽനിന്ന് അയാൾക്കിത് ലഭിക്കണം. അപ്പു വിവാഹം കഴിച്ചാൽ കർഷകസംഘത്തിന് ഒരു മഹിളാപ്രവർത്തകയെ കിട്ടും എന്നാണ് പണ്ഡിറ്റും മാസ്റ്ററും അഭിപ്രായപ്പെടുന്നത്. മനുഷ്യസഹജമായ വികാരവിചാരങ്ങൾക്ക് മഹത്തരമായൊരു തലം ഇവിടെ കൈവരുന്നു. ഈ രീതിയിൽ മനുഷ്യന്റെ അന്തഃകരണവുമായി ബന്ധപ്പെട്ട വിഷയങ്ങളും ലക്ഷ്യപ്രാപ്തിയിലേക്കുള്ള ഒരു പശ്ചാത്തലമായി നോവലിൽ ഇടംതേടുന്നു. കല്യാണം കഴിക്കാത്ത ഒറ്റയാന്റെ ജീവിതത്തിന് സമുദായം വിലകല്പിക്കില്ലെന്നും മാസ്റ്റർ പറയുന്നു. ഇതൊക്കെയാണെങ്കിലും വിപ്ലവകാരിയുടെ ദാമ്പത്യത്തിന് പരിമിതികളുണ്ട്.

സ്നേഹമെന്നാൽ ആണും പെണ്ണും തമ്മിലുള്ള ആസക്തി മാത്രമല്ല. ആദർശലക്ഷ്യം പൂർത്തീകരിക്കാനുള്ള പോരാട്ടത്തിലെ ശക്തിയും ആവേശവുമായി സ്നേഹബന്ധം പ്രയോജനപ്പെടണം. കയ്യൂർ ഗ്രാമ

ത്തിൽ ആരുടെയെങ്കിലും വിവാഹം നടക്കണമെങ്കിൽ ജന്മിയുടെ സമ്മതം വാങ്ങണമായിരുന്നു. അതാണ് സമ്പ്രദായം. ക്ഷണിക്കാൻ ചെല്ലുമ്പോൾ കെട്ടുകാഴ്ച വയ്ക്കണം. എന്നാൽ അപ്പു ആ സമ്പ്രദായം തെറ്റിച്ചു. വിവാഹത്തിനുമുമ്പ് ജന്മിയോട് അനുവാദം ചോദിച്ചില്ല. കെട്ടുകാഴ്ച വച്ചില്ല. ഗ്രാമത്തിലുള്ള എല്ലാവരെയും എന്നപോലെ ജന്മിയെയും ക്ഷണിച്ചെന്നു മാത്രം. ചെങ്കൊടി തൂക്കിയിട്ട പന്തലിലാണ് അപ്പുവിന്റെ വിവാഹം നടന്നത്. ചടങ്ങിന്റെ ഭാഗമായി സംഘം കെട്ടിടഫണ്ടിലേക്ക് പത്തുരൂപ അപ്പു സംഭാവന ചെയ്തു. ഭാര്യ ജാനകിയുടെ പേരിലും അത്രതന്നെ തുക വാഗ്ദാനം ചെയ്തു.

മണ്ണും മനുഷ്യനും തമ്മിലുള്ള ബന്ധമാണ് *ചിരസ്മരണ*യുടെ ആധാരശില. അദ്ധ്വാനിക്കാൻ കൊതിച്ച കർഷകപ്പോരാളികൾ ജീവിതം തിരിച്ചു പിടിക്കാൻ തുനിയുന്നതിന്റെ കഥയാണിത്. കർഷകസംഘം തുറന്നിട്ട പാതയിലൂടെ മുന്നേറിയ കയ്യൂർ ശാന്തിയും സമാധാനവും സ്വാതന്ത്ര്യവും സ്വപ്നം കണ്ടു. കല്ലും മുള്ളും താണ്ടി ആ ലക്ഷ്യത്തിലേക്ക് പ്രവഹിച്ചു. സാഹസികവും വികാരോജ്ജ്വലവുമായ പോരാട്ടം തന്നെ നടന്നു. നാലു ജീവിതം ബലിയർപ്പിക്കപ്പെട്ടു. അവരുടെ നശിക്കാത്ത ഓർമ്മകളാണ് *ചിരസ്മരണ.*

നിരഞ്ജനയുടെ ഇതിഹാസകൃതി എന്നു വിശേഷിപ്പിക്കുന്നത് *മൃത്യുഞ്ജയൻ* എന്ന നോവലാണ്. മനുഷ്യസംസ്കാരത്തിന്റെ പ്രാചീനസമ്പത്തുകൾ സൂക്ഷിച്ചുപോരുന്ന ഈജിപ്തിന്റെ പശ്ചാത്തലത്തിലാണ് ഈ നോവൽ വിരചിതമായത്. അനീതിക്കെതിരെയുള്ള മാനവരാശിയുടെ ആദ്യ ഉയിർത്തെഴുന്നേല്പുണ്ടായതും ഈജിപ്തിലാണ്. ക്രിസ്തുവിന് രണ്ടായിരം വർഷം മുമ്പ് അവിടെ കർഷകർ അടിമത്തത്തിൽനിന്നും മോചനം തേടി ജനകീയഭരണം സ്ഥാപിച്ചു. അല്പകാലം മാത്രമേ ആ ഭരണസംവിധാനം നിലനിന്നുള്ളൂ. രാജാധികാരവും പൗരോഹിത്യവും ചേർന്ന് ആ ഭരണകൂടത്തെ തകർക്കുകയായിരുന്നു. നോവലിന് ആമുഖമെഴുതിയത് മുൻമുഖ്യമന്ത്രി സി അച്ചുതമേനോനാണ്. ആംഗലസാഹിത്യത്തിലെ *റോബിൻസൺ ക്രൂസോ*വിനു സമാനമായ കൃതിയാണിതെന്ന് അച്ചുതമേനോൻ ചൂണ്ടിക്കാട്ടി. ഇന്ത്യൻ സാഹിത്യത്തിൽ ഇതിനു സമാനമായ മറ്റൊരു കൃതിയില്ല. നിരഞ്ജനയുടെ അത്ഭുതകരമായ രചനാപാടവം നോവലിൽ ദൃശ്യമാണ്. ക്രിസ്തുവിനും രണ്ടായിരം വർഷം മുമ്പുള്ള ജനജീവിതത്തെ ഭാവനയിൽ കണ്ടെത്തുകയും യാഥാർത്ഥ്യമെന്ന് തോന്നിക്കുംവിധം വിദഗ്ദ്ധമായി ആവിഷ്കരിക്കയും ചെയ്യണമെങ്കിൽ അസാമാന്യവിരുത് തന്നെ വേണം. ക്രൂരമായ ചൂഷണങ്ങൾക്കും മർദ്ദനങ്ങൾക്കും എതിരായി നല്ലൊരു നാളേക്കുവേണ്ടി ജനം നടത്തുന്ന പോരാട്ടത്തിന് അവസാനമില്ലെന്ന് നിരഞ്ജന ചൂണ്ടിക്കാട്ടുന്നു. ഇരുളിനു ശേഷം ഒരു പ്രഭാതം പൊട്ടിവിടരുമെന്ന ഉറച്ച വിശ്വാസം നോവലിസ്റ്റ് പ്രകടിപ്പിക്കുന്നു.

നിരഞ്ജന പത്രപ്രവർത്തകനും കഥാകാരനുമായിരുന്നെങ്കിലും

നോവലിസ്റ്റെന്ന നിലയിലാണ് ഏറെ ഖ്യാതി നേടിയത്. നിശ്ചിതമായ ഒരളവുവരെ നീളമുള്ള ഗദ്യകഥ എന്ന് നോവലിനെ നിർവ്വചിക്കാറുണ്ട്. നോവലെന്ന വാക്കിന്റെ അർത്ഥം തന്നെ പുതുമയുള്ളത് എന്നാണ്. പുതിയ കഥ പുതുമ കലർത്തി അവതരിപ്പിക്കണം. കേവലം ആനന്ദത്തിനായില്ല നിരഞ്ജന നോവലെഴുതിയത്. അദ്ദേഹത്തിന്റെ ഓരോ നോവലിനും ഓരോ ലക്ഷ്യമുണ്ട്. പൊള്ളുന്ന ജീവിതസത്യങ്ങൾ ഉറക്കെ വിളിച്ചു പറയണമെന്നാണ് അദ്ദേഹം ഉദ്ദേശിച്ചത്. കലയും സംസ്കാരവും സാഹിത്യവുമെല്ലാം വിളയുന്നത് സമൂഹത്തിന്റെ താഴെത്തട്ടിലുള്ള ജനങ്ങളിൽനിന്നാണെന്ന് നിരഞ്ജന വിശ്വസിച്ചു. പ്രാണൻ പണയപ്പെടുത്തി പണിയെടുക്കുന്നവർക്ക് പട്ടിണിയും മർദ്ദനവും വിധിച്ച സാമൂഹ്യദുർനീതിയോടാണ് എഴുത്തുകാർക്കെന്നും ഏറ്റുമുട്ടാനുള്ളത്. പാവപ്പെട്ടവൻ മരണപ്പെട്ടാൽ മറവ് ചെയ്യാൻ ഒരുതുണ്ട് മണ്ണില്ല, മൃതദേഹം പൊതിയാൻ കീറത്തുണിയില്ല. ക്ഷേത്രത്തിലെ വളർത്തുമൃഗം ചത്താൽ മൃതദേഹത്തിൽ സുഗന്ധദ്രവ്യം തളിക്കുന്നു, കസവുമുണ്ട് പൊതിയുന്നു. ഈ വൈരുദ്ധ്യം മനുഷ്യസൃഷ്ടിയാണെന്ന് തിരിച്ചറിഞ്ഞ നിരഞ്ജന മനുഷ്യാദ്ധ്വാനം കൊണ്ട് ഇത് മാറ്റിത്തീർക്കണമെന്ന് ആഹ്വാനം ചെയ്യുന്നു.

നിരഞ്ജന ഒടുവിലെഴുതിയ നോവൽ *മിഞ്ചു* (മിന്നൽ) ആണ്. മലയാളത്തിൽ പരിഭാഷപ്പെടുത്തിയ പ്രസ്തുത നോവലിൽ നിരഞ്ജന ഇന്ത്യൻ രാഷ്ട്രീയം കൈകാര്യം ചെയ്യുന്നു. സമൂഹത്തിൽ മാറ്റമുണ്ടാകണമെങ്കിൽ മനുഷ്യന്റെ കാഴ്ചപ്പാടുകൾ മാറണമെന്നാണ് നിരഞ്ജന അഭിപ്രായപ്പെടുന്നത്.

8

പുരോഗമന സാഹിത്യകാരൻ

ആധുനിക കന്നഡ സാഹിത്യകാരന്മാർക്കിടയിൽ കുവെംപുവിന്റെയും ബേന്ദ്രേയുടെയും ശിവറാമ കാരന്തിന്റെയും കൂടെ പരിഗണിക്കപ്പെടേണ്ട എഴുത്തുകാരനാണ് നിരഞ്ജന. ഒരുകണക്കിന് നിരഞ്ജന ഇവരിൽനിന്നും വേറിട്ടു നില്ക്കുന്നു. തന്റേതായ വഴിതുറക്കുകയും അതിലൂടെ തളരാതെ മുന്നേറുകയും ചെയ്ത നിരഞ്ജന ജീവിതസമസ്യകൾക്ക് ഉത്തരം കണ്ടെത്താനുള്ള ശ്രമത്തിലായിരുന്നു. കന്നഡത്തിലെ പുരോഗമന സാഹിത്യകാരന്മാരുടെ പന്തിയിൽ നിരഞ്ജന തിളങ്ങിനില്ക്കുന്നു. എഴുത്തുകാരന് ആയിരമായിരം വഴികളിലൂടെ യാത്ര ചെയ്യേണ്ടിവരുമെന്ന് അദ്ദേഹം പറയുമായിരുന്നു. പുതിയ സമൂഹസൃഷ്ടിയാണ് പുരോഗമന സാഹിത്യകാരന്മാർ ലക്ഷ്യം വയ്ക്കുന്നത്. പുരോഗമനം എന്നതുകൊണ്ട് പാരമ്പര്യത്തെ അപ്പാടെ നിഷേധിക്കലല്ല. തീവ്രവാദം പ്രചരിപ്പിക്കുകയുമല്ല. ഇതിഹാസപുരാണങ്ങളെ നിന്ദിക്കുന്നതും തള്ളിപ്പറയുന്നതും പുരോഗമനസാഹിത്യമാവില്ല. വിധിയിലും അന്ധവിശ്വാസത്തിലും കുടുങ്ങിക്കിടക്കുന്ന മനുഷ്യന്റെ വിമോചനവും ഭദ്രമായ ഭാവിയുമാണ് പുരോഗമനചിന്തകൊണ്ട് ലക്ഷ്യം വയ്ക്കുന്നത്.

പുതിയനിലം ഉഴുത് പുതിയ വിത്തിറക്കുന്ന പ്രവർത്തനമാണ് പുരോഗമന സാഹിത്യകാരന്മാരും നിർവ്വഹിക്കുന്നത്. ഞങ്ങൾ ദരിദ്രരാണ്, പണവും പദവിയുമില്ല എന്ന് പറഞ്ഞ് സമൂഹത്തിന്റെ മുഖ്യധാരയിൽനിന്ന് മാറിനില്ക്കുന്ന ജനസമൂഹമുണ്ട്. ചൂഷണവും അടിമത്തവും അയിത്തവും അനുഭവിച്ച് മുതുകൊടിഞ്ഞ അവരുടെ നേരെ എഴുത്തുകാരും കലാകാരന്മാരും മുഖം തിരിച്ചുനില്ക്കുന്നത് ശരിയാണോ എന്ന് നിരഞ്ജന ചോദിക്കുന്നു. മാർക്സിസത്തിന്റെ പിൻബലം പുരോഗമനസാഹിത്യകാരന്മാർക്ക് ഊർജ്ജം പകരാനുണ്ടായിരുന്നു. നിന്ദിതരുടെയും പീഡിതരുടെയും

പ്രശ്നങ്ങളേറ്റെടുക്കാൻ ആ ദർശനം പ്രേരണ ചെലുത്തുമായിരുന്നു. പുരോഗമനസാഹിത്യം വയറുപിഴപ്പിന്റെ കാര്യമാണെന്ന് പരിഹസിച്ചവരുണ്ടായിരുന്നു. പലരും ദൂരെനിന്ന് ഈ രീതി നോക്കിക്കണ്ടു. എന്നാൽ കാലം പിന്നിടും തോറും പുരോഗമനം എന്ന പദത്തിന്റെ പ്രസക്തിയും പ്രാധാന്യവും കൂടിവന്നു.

പുരോഗമനസാഹിത്യകാരന്മാർ കമ്യൂണിസ്റ്റ് പ്രചാരകന്മാരാണെന്ന് മുദ്രകുത്തുന്ന പതിവുണ്ട്. സാമ്രാജ്യത്വവും ജന്മിത്തവും എന്നും സാധാരണക്കാരെ തെറ്റിദ്ധരിപ്പിക്കുവാൻ കമ്യൂണിസത്തിന്റെ ചുവപ്പുനിറം ഉപയോഗിക്കാറുണ്ട്. ദേശീയപ്രസ്ഥാനത്തിന്റെ കാലം തൊട്ടേയുള്ള ശ്രമമാണിത്. എന്നാൽ കമ്യൂണിസം അതിശ്രേഷ്ഠമായ തത്ത്വസംഹിതയാണെന്ന് നിരഞ്ജന ചൂണ്ടിക്കാട്ടുന്നു. ജീവിതത്തെയും സമൂഹത്തെയും സമഗ്രമായും ശാസ്ത്രീയമായും നിരീക്ഷിക്കാനുള്ള തത്ത്വശാസ്ത്രമാണത്.

നാലഞ്ചുദശകങ്ങളായി നിരഞ്ജന നൂറുകണക്കിന് പേജുകൾ വരുന്ന സാഹിത്യരചന നടത്തിയിട്ടുണ്ട്. നോവൽ, ചെറുകഥ, നാടകം, ഉപന്യാസം, വിവർത്തനം എന്നിങ്ങനെ സാഹിത്യത്തിന്റെ എല്ലാ മേഖലകളിലും അദ്ദേഹം കൈവച്ചു. തന്റെ നിലപാടുകൾ ഈ രചനകളിലെല്ലാം അദ്ദേഹം വിശദീകരിച്ചു. സാഹിത്യം ആനന്ദത്തിനുള്ള ഉപാധിയല്ലെന്ന് സ്ഥിരീകരിച്ചു. മാനവീയമൂല്യങ്ങളുടെ പ്രചാരണം നിർവ്വഹിക്കാൻ അതിന് കരുത്തുണ്ടാവണമെന്ന് തെളിയിച്ചു. പലപ്പോഴും കലയും സാഹിത്യവും അടിമച്ചങ്ങല അറുത്തെറിയുന്ന വാളായിത്തീരുമെന്ന വസ്തുതയും ഉദാഹരിച്ചു. സാമാന്യജനത എഴുത്തുകാരെ പ്രതീക്ഷയോടെയാണ് ഉറ്റുനോക്കുന്നത്. അവരുടെ പ്രതീക്ഷകൾ നിറവേറ്റാത്ത സാഹിത്യവും കലയും കൊണ്ടെന്തുപ്രയോജനം?

തീരെ ചെറിയ മനുഷ്യരുടെ കഥകളാണ് നിരഞ്ജന ആവിഷ്കരിച്ചത്. കഥകൾ തോന്നിയതുപോലെ എഴുതുകയായിരുന്നില്ല. ലക്ഷ്യം നിറവേറാൻ പാകത്തിൽ ആശയവും പശ്ചാത്തലവും ക്രമീകരിച്ച് യോജിച്ച പാത്രങ്ങളെ സൃഷ്ടിച്ച് അവതരിപ്പിക്കുകയായിരുന്നു. അതുകൊണ്ട് തന്നെ സാഹിത്യത്തെ ഉത്തമജീവിതത്തിലേക്കുള്ള ഏണിപ്പടിയായി അദ്ദേഹം കണ്ടു. എഴുത്തുകാരന്റെ ആയുധം തൂലികയാണ്. ചിത്രകാരനാണെങ്കിൽ ചായക്കോലും. ഇവ രണ്ടും അടിമച്ചങ്ങല അറുത്തുമാറ്റാനുള്ള ഉപകരണങ്ങളായിത്തീരണം. തലമുറകളായി അടിച്ചമർത്തപ്പെട്ടവർക്ക് ആശ്വാസം പകരാൻ കഴിയാത്ത സാഹിത്യം രചിക്കുന്നതെന്തിനെന്നും നിരഞ്ജന ചോദിക്കുന്നു.

നിരഞ്ജന വളർന്നതുതന്നെ പ്രത്യേക സാഹചര്യത്തിലാണ്. തൊട്ടുകൂടായ്മയുടെ ഭീകരത കുട്ടിക്കാലം തൊട്ടേ അനുഭവിച്ചു. നിർഭാഗ്യവാന്മാരായി മുദ്രകുത്തപ്പെട്ടവരുടെ നിലവിളികൾ കേട്ടു. കണ്ടും കേട്ടും പരുവപ്പെട്ടൊരു ജീവിതത്തിന്റെ ഉടമയ്ക്ക് രോഷവും പ്രതിഷേധവുമുണ്ടായത് സ്വാഭാവികം. *ഞങ്ങളും മനുഷ്യരാണ്* — എന്ന പേരിൽ നിരഞ്ജനയുടെ

ചെറിയൊരു നാടകമുണ്ട്. നാടകം അദ്ദേഹംതന്നെ സംവിധാനം ചെയ്ത് മംഗലാപുരത്ത് പ്രദർശിപ്പിച്ചിരുന്നു. ദാരിദ്ര്യം, വിശപ്പ്, അജ്ഞാനം, പകർച്ചവ്യാധി, ചൂഷണം തുടങ്ങിയവയിൽ വെന്തുരുകുന്ന തൊഴിലാളികളുടെ കഥയാണ് നാടകത്തിലവതരിപ്പിച്ചത്. അദ്ദേഹം കമ്യൂണിസ്റ്റ് പാർട്ടിയിൽ ചേർന്നശേഷമെഴുതിയ നാടകമാണിത്. പത്രപ്രവർത്തക യൂണിയൻ ഭാരവാഹിയായിരുന്ന നിരഞ്ജന നാടകത്തിലൂടെ തൊഴിലാളിസംഘടനയുടെ അത്യാവശ്യം ബോദ്ധ്യപ്പെടുത്തുന്നു.

പുരോഗമനസാഹിത്യം മനുഷ്യസ്നേഹത്തിന്റെ സാഹിത്യമാണെന്നും നിരഞ്ജന വ്യക്തമാക്കുന്നു. മാർക്സിസത്തിന്റെ അടിത്തറയും സ്നേഹം തന്നെ. മനുഷ്യരെല്ലാം ഈ ഭൂമിയുടെ അവകാശികൾ. തുല്യമായി ജീവിക്കാനും വിഭവങ്ങൾ അനുഭവിക്കാനും എല്ലാവർക്കും അവകാശമുണ്ട്. ഈ അവകാശം നിഷേധിക്കപ്പെടുന്നിടത്ത് ഇടപെടാൻ എഴുത്തുകാർക്കും കലാകാരന്മാർക്കും സാധിക്കണം. ഇതവരുടെ ഉത്തരവാദിത്വമായി കരുതണം.

പുരോഗമനസാഹിത്യസമ്മേളനം ബോംബെയിൽ നടന്നപ്പോൾ നിരഞ്ജന അതിൽ പങ്കെടുത്തു. പ്രേംചന്ദ്, ടാഗോർ, മുൽക്ക്‌രാജ് ആനന്ദ്, സജ്ജാദ് സാഹിർ തുടങ്ങിയ ലോകപ്രശസ്ത എഴുത്തുകാരുമായി സംവദിക്കാൻ ആ സമ്മേളനം പ്രയോജനപ്പെട്ടു. സാഹിത്യത്തിന്റെ ലക്ഷ്യത്തെപ്പറ്റിയുള്ള സമൂഹത്തിലൂന്നിയ കാഴ്ചപ്പാട് അതോടെ വികസിച്ചുവന്നു. ചുറ്റുവട്ടത്തുള്ള ജീവിതസമസ്യകളാണ് എഴുത്തുകാരനും നേരിടേണ്ടിവരുന്നത്. അതൊന്നും കണ്ടില്ലെന്നു നടിച്ചു കഴിയുന്നവരെ കാലം തിരസ്കരിക്കും.

ജീവിതമാണ് ഏറ്റവും വലിയ പാഠപുസ്തകമെന്ന് നിരഞ്ജന പറയുമായിരുന്നു. ആ ജീവിതത്തിന്റെ പ്രതിഫലനമായ സാഹിത്യവും അനേകം പാഠങ്ങൾ നല്കുന്നുണ്ട്. പുരോഗമനചിന്ത കുട്ടിക്കാലം തൊട്ടേ അദ്ദേഹത്തിൽ കടന്നുകൂടിയതാണ്. സാഹിത്യം ഗൗരവത്തോടെ കൈകാര്യം ചെയ്യേണ്ട വിഷയമാണെന്ന് അദ്ദേഹത്തിന് തോന്നിയത് പതിനെട്ടാം വയസ്സിലാണ്. അക്കാലത്ത് കഥയെഴുത്തുകാരനെന്ന നിലയിൽ അഞ്ചുവർഷത്തെ പരിചയം നിരഞ്ജന കൈവരിച്ചിട്ടുണ്ടായിരുന്നു. നീണ്ട പേന മഷിക്കുപ്പിയിൽ മുക്കിയാണെഴുതിയിരുന്നത്. എഴുതിയെഴുതി വിരലുകളിൽ മഷിപ്പാട് ഉറച്ചുപോയിരുന്നു. കഴുകിയിട്ടും കഴുകിയിട്ടും പോകാത്ത തഴമ്പ്.

"ഓർമ്മയുടെ പേജുകൾ പതുക്കെ തുറക്കുകയാണ്. എനിക്കന്ന് ആറുമാസം പ്രായമാണത്രെ. മകനെയെടുത്തുകൊണ്ട് അമ്മയ്ക്ക് ഗ്രാമം വിടേണ്ടിവന്നു. ഈ പലായനം കുട്ടിക്കാലത്തായതുകൊണ്ട് സ്മരണയിൽ തീരെ അവശേഷിച്ചിട്ടില്ല. എന്നാൽ അഞ്ചുവയസ്സ് മുതലുള്ളത് മങ്ങാതെ, മായാതെ കിടപ്പുണ്ട്." നിരഞ്ജന എഴുതുന്നു.

അക്ഷരം പഠിപ്പിക്കാൻ ഗുരുവിന്റെ മുന്നിൽ കൊണ്ടുചെന്നിരുത്തിയത് മായാതെ സ്മരണയിൽ കിടപ്പുണ്ടായിരുന്നു. മണലിൽ ചൂണ്ടുവിരൽ

കൊണ്ടാണെഴുതിച്ചത്. വിരൽ മണ്ണിലുരഞ്ഞു വേദനിച്ചു. അക്ഷരം വഴങ്ങാതെ നിന്നപ്പോൾ ഗുരുനാഥൻ വടി കൈയിലെടുത്തു. തലയുടെ ഇടതുവശത്താണ് അടികിട്ടിയത്. കണ്ണിലിരുട്ടുകയറി. തലച്ചോർ പുകഞ്ഞു. കോശങ്ങളെല്ലാം മുറിഞ്ഞുവോ എന്തോ? ഏതായാലും ഫലമുണ്ടായി. വേഗത്തിൽ അക്ഷരം പഠിച്ചു. വായന ഒരു ഭ്രാന്തായി മാറി. കൈയിൽ കിട്ടിയതെല്ലാം വായിച്ചുതള്ളി. *രാമായണ*വും *മഹാഭാരത*വും തൊട്ട് *ആനന്ദമഠം* വരെ കൂട്ടത്തിൽപ്പെടും.

ഒരുദിവസം വായിക്കാൻ കിട്ടിയത് ശിവറാമകാരന്തിന്റെ *കന്യാബലി* എന്ന നോവൽ. ഒരു വേശ്യാസ്ത്രീയുടെ ജീവിതകഥയാണിത്. പുസ്തകത്തിന്റെ ആമുഖത്തിൽ കാരന്തെഴുതിയ ഒരു വാക്യം നിരഞ്ജനയുടെ മനസ്സിൽ തറച്ചു. 'ഈ തൂലികയ്ക്ക് ദയയില്ല' – ഇത് പലതവണ വായിച്ചു. സ്കൂളിലേക്ക് നിത്യവും കോപ്പി എഴുതിക്കൊണ്ടുപോകണമായിരുന്നു. അന്ന് സന്ധ്യക്ക് ചിമ്മിണിവിളക്കിന്റെ മങ്ങിയ പ്രകാശത്തിലിരുന്ന് കോപ്പിയിൽ വടിവൊത്ത അക്ഷരത്തിലെഴുതി...! 'ഈ തൂലികയ്ക്ക് ദയയില്ല.' അദ്ധ്യാപകൻ അതു വായിച്ച് നെറ്റി ചുളിച്ചു. "ഇതെന്താ എഴുതിയിരിക്കുന്നത്?" എന്ന് ചോദിച്ചു. കാരന്തിന്റെ വാക്യമാണെന്ന് നിരഞ്ജന പറഞ്ഞു. കാരന്തിന്റെ വാക്യമോ? ഏതു പുസ്തകത്തിൽ എന്നായി ഗുരുനാഥൻ. നിരഞ്ജന പുസ്തകത്തിന്റെ പേര് പറഞ്ഞു. അടുത്ത ദിവസം പുസ്തകം കൊണ്ടുചെന്ന് അദ്ധ്യാപകനെ കാണിച്ചു. ചെറിയ ക്ലാസിൽ പഠിക്കുന്ന കുട്ടികൾ പൊതുവെ വായിക്കാത്ത പുസ്തകമായിരുന്നു *കന്യാബലി*. വായിച്ചാലും അക്കാര്യം അദ്ധ്യാപകരോട് പറയാൻ ധൈര്യമുണ്ടാവില്ല. നിരഞ്ജന വ്യത്യസ്തനായിരുന്നു. അദ്ധ്യാപകൻ വഴക്ക് പറഞ്ഞില്ല. ഇത്തരം അശ്ലീലം കലർന്ന പുസ്തകങ്ങൾ വായിക്കരുതെന്ന് ഉപദേശിച്ചില്ല.

കുട്ടികളോട് അത് വായിക്കരുത്, ഇത് വായിക്കരുത് എന്ന് നാം പറയാറുണ്ട്. ഗുണപാഠകഥകളേ വായിക്കാവൂ എന്നും നിർബ്ബന്ധിക്കും. ഈ രീതി ശരിയല്ലെന്ന് നിരഞ്ജന സൂചിപ്പിക്കുന്നു. കുട്ടികൾ സ്വതന്ത്രമായി വായിക്കട്ടെ. നല്ലതും ചീത്തയും വായിച്ചാലും അവരുടെ മനസ്സിൽ നല്ലതേ സ്ഥിരപ്രതിഷ്ഠ നേടൂ. അക്ഷരസാഗരത്തിൽ നീന്തിത്തുടിക്കാൻ കുട്ടിക്കാലം തൊട്ടേ അദ്ദേഹത്തിന് സാധിച്ചിരുന്നു. അക്ഷരങ്ങളും ഒരർത്ഥത്തിൽ ജഡമാണ്. അവ പരസ്പരം ചേർന്ന് ശബ്ദം പദവും വാക്യവുമായി ധ്വനിക്കുമ്പോൾ അനുവാചകർക്ക് ഉണർവ്വും ഉത്സാഹവും കൈവരുന്നു.

കുട്ടിക്കാലത്തെ വായനാശീലം പില്ക്കാലത്തില്ലായിരുന്നു. എങ്കിലും നിരഞ്ജന പറയുന്നു...! ജീവിതത്തെ നന്മയിലേക്ക് നയിക്കുന്നത് സാഹിത്യമാണ്. ഇതിന് ജനങ്ങൾ സാക്ഷരരാകണം. എഴുതുന്നത് ജനങ്ങളിലെത്തണമെങ്കിൽ അവർക്ക് അക്ഷരജ്ഞാനമുണ്ടാകണം. വായിച്ചാൽ എന്തെങ്കിലും പ്രയോജനം കിട്ടുമെന്നവർക്ക് ബോധമുണ്ടാവണം.

ആയിരമായിരം ഇഴകളാൽ എഴുത്തുകാരൻ മനുഷ്യജീവിതവുമായി

ബന്ധപ്പെട്ടുകിടക്കുന്നു. പ്രാകൃതാവസ്ഥയിൽനിന്ന് സംസ്കാര സമ്പന്നതയിലേക്ക് നടന്നെത്തുന്നതിൽ മനുഷ്യന് വളരെ കഷ്ടപ്പെടേണ്ടിവന്നു. ആ യാത്രയിൽ സഹായകമായത് പുസ്തകങ്ങളാണ്. അതുകൊണ്ട് ഗ്രന്ഥങ്ങളും പോരാട്ടത്തിന്റെ ആയുധങ്ങളാണ്. സുഖം, ദുഃഖം, വേദന, സ്നേഹം, ദയ, പട്ടിണി, പകർച്ചവ്യാധി തുടങ്ങി സമൂഹത്തെ ബാധിക്കുന്ന സർവ്വഘടകങ്ങളും എഴുത്തുകാരനെയും കലാകാരനെയും സ്വാധീനിക്കും. സ്വതന്ത്രമനുഷ്യനും സമൃദ്ധജീവിതവുമാണ് പൊതുപ്രവർത്തനങ്ങളെല്ലാം ലക്ഷ്യംവയ്ക്കുന്നത്. വളർച്ചയുടെയും വികാസത്തിന്റെയും ഘട്ടത്തിൽ പഴമയും പുതുമയും തമ്മിൽ സംഘർഷത്തിലേർപ്പെടുക സ്വാഭാവികം. കാലാനുസാരിയായ പരിഷ്കൃത ജീവിതവും തുല്യനീതിയും ലഭ്യമാക്കുകയെന്നത് പുരോഗമനപരംതന്നെ. നല്ലൊരു നാളേക്കായി ജനം നടത്തുന്ന പോരാട്ടത്തിൽ സാഹിത്യവും കലയും എന്നും ഇടപെട്ടിട്ടുണ്ട്. ജാതീയത, പ്രാദേശികവാദം, അന്ധമായ ഭാഷാസ്നേഹം തുടങ്ങിയ പ്രതിലോമചിന്തകൾക്കെതിരെ പൊരുതാനുള്ള ഉത്തരവാദിത്വം സാഹിത്യകാരന്മാർക്കുണ്ട്.

നിരഞ്ജനയുടെ ഗ്രാമത്തിലെ സംസാരഭാഷ തുളുവായിരുന്നു. വീട്ടിൽ അമ്മ സംസാരിച്ചതും തുളു തന്നെ. കന്നഡ ലിപിയിലുള്ള തുളു മാസിക വായിക്കാൻ കിട്ടിയിരുന്നു. അതിൽ കവിതകളും സുഭാഷിതങ്ങളും പ്രസിദ്ധീകരിച്ചിരുന്നു. കുട്ടിയായ നിരഞ്ജനയെ ഇതെല്ലാം വളരെ ആകർഷിച്ചു. സ്കൂളിൽ കർണ്ണാടകമാണ് പഠിച്ചതെങ്കിലും തുളു വ്യവഹാരഭാഷയായിത്തീർന്നു. അതുകൊണ്ടുതന്നെ നിരഞ്ജന ആദ്യമെഴുതിയത് തുളുവിലാണ്. കഥയും കവിതയുമെഴുതി. എല്ലാം അച്ചടിച്ചുവന്നു.

നാലാംതരത്തിൽ പഠിക്കുമ്പോൾ ഒരു ദിവസം ക്ലാസിൽ പ്രബന്ധമെഴുതാൻ നിർദ്ദേശിച്ചു. കുട്ടികളെല്ലാം എഴുതി. അവയിൽ നിരഞ്ജനയുടെ പ്രബന്ധം വേറിട്ടുനിന്നു. അദ്ധ്യാപകൻ ആ പ്രബന്ധത്തിനടിയിൽ good എന്നെഴുതി. ക്ലാസിൽ അത് വായിച്ചുകേൾപ്പിച്ചു. അദ്ധ്യാപകന്റെ അഭിനന്ദനം ആത്മവിശ്വാസം പകർന്നു. എഴുത്തുകൊണ്ട് ജീവിക്കാൻ കഴിയുമെന്ന ചിന്തയുണ്ടായി.

'മറ്റൊന്നും ചെയ്യാനില്ലെങ്കിൽ കഥാപുസ്തകം വായിക്ക്' - എന്നൊരു ചൊല്ലുണ്ട്. നിരഞ്ജന വായിച്ചത് മറ്റൊന്നും ചെയ്യാനില്ലാത്തതുകൊണ്ടല്ല പുസ്തകത്തോടുള്ള ആർത്തികൊണ്ടാണ്. ആ വായനയാണ് അദ്ദേഹത്തെ വളർത്തിയത്. സുള്ള്യ ഹയർ എലിമെന്ററി സ്കൂളിൽ പഠിക്കുമ്പോൾ ജീവിതാനുഭവങ്ങളുടെ വിങ്ങുന്ന അന്തരീക്ഷമായിരുന്നു. വേദനയും അപമാനവും പരിഹാസവും അനുകമ്പയും വാത്സല്യവും സ്നേഹവുമെല്ലാം മാറിമാറി അനുഭവിക്കേണ്ടിവന്നു. ആ വേദനകൾ മറികടന്നത് പുസ്തകങ്ങൾ വായിച്ചാണ്. പത്രങ്ങളും വായിച്ചു. ഗ്രാമമെന്ന ചെറിയ വൃത്തത്തിൽനിന്നും രാജ്യമെന്ന വിശാലതയിലേക്ക് വികസിക്കാൻ വായനകൊണ്ട് കഴിഞ്ഞു. ഗാന്ധിജിയും നെഹ്റുവും ജീവിതത്തിന്റെ ഭാഗമായി. 'ഭാരത് മാതാവ് ജയിക്കട്ടെ' എന്ന് മുദ്രാവാക്യമുയർത്തി. രാജ്യം അമ്മ

യാണെന്ന് ബോദ്ധ്യപ്പെട്ടു. ആ അമ്മ പരാധീനതയുടെ ചങ്ങലക്കെട്ടിൽക്കിടന്ന് നിലവിളിക്കുകയാണ്. അമ്മയെ മോചിപ്പിക്കണം. ചങ്ങലക്കെട്ടുകൾ പൊട്ടിച്ചെറിയണം. തലച്ചോർ പുകഞ്ഞു. സിരകൾ ഉണർന്നു. സമാന ചിന്താഗതിക്കാരുമായി കൂട്ടുചേർന്നു. ക്രമേണ വർഗ്ഗബോധവും കൈവന്നു.

ഗ്രാമത്തിൽ സംഗീതനാടകം അവതരിപ്പിക്കുന്നവർ വരുമായിരുന്നു. നിരഞ്ജന നാടകം കാണാൻ മുന്നിൽ ചെന്നിരിക്കും. പില്ക്കാലത്ത് നാട്ടിലുള്ളവർ നാടകം കളിച്ചതും കണ്ടു. അഭിനയത്തോട് താല്പര്യം കൂടി. അങ്ങനെ ഒരു ചരിത്രനാടകത്തിൽ മുഗൾ രാജ്ഞിയായി അഭിനയിച്ചു. സ്കൂൾ വാർഷികത്തിന് നിരഞ്ജന എഴുതിയ നാടകം അവതരിപ്പിച്ചു. അതിൽ പ്രധാന കഥാപാത്രമായി അഭിനയിക്കുകയും ചെയ്തു.

നിരഞ്ജനയെ ദുർഭാഗ്യം സദാ പിന്തുടർന്നിരുന്നെന്നു പറയാം. ജനനം തന്നെ പ്രത്യേക സാഹചര്യത്തിൽ. തിരിച്ചറിവുണ്ടായതുമുതൽ ദുഃഖം മാത്രം. മകനെ മടിയിലിരുത്തി നെടുവീർപ്പിടാനേ അമ്മയ്ക്ക് നേരമുണ്ടായിരുന്നുള്ളൂ. ജന്മനാട്ടിൽനിന്നും പലായനം. മകനെ പോറ്റാൻ അമ്മയനുഭവിച്ച പീഡനങ്ങൾ. അമ്മയെ സഹായിക്കാൻ മകനും വെമ്പൽ കൊണ്ടു. മകനെ തുന്നൽ പഠിക്കാൻ ചേർത്തു. സൂചിയും നൂലും പിടിച്ച് വിരൽ നൊന്തത് മിച്ചം. ബുക്ക് ബൈൻഡിങ് പരിശീലിച്ചു. അതിലും ഫലം കണ്ടില്ല. മകനെ നന്നായി പഠിപ്പിക്കണമെന്നാണ് അമ്മ ആഗ്രഹിച്ചത്. മകൻ മനസ്സിരുത്തി പഠിച്ചു. കിട്ടിയതെല്ലാം വായിച്ചു. ഒടുവിൽ ഒരു രാത്രി ആദ്യത്തെ കഥ പിറന്നു. നിരഞ്ജന ആ അനുഭവം വിവരിക്കുന്നു...

> ഒരു ദിവസം രാത്രി മണ്ണെണ്ണ വിളക്കിനരികിൽ കുനിഞ്ഞിരിക്കുകയായിരുന്നു. വിളക്കിലെ പുക മൺചുമരിൽ നിറംമാറ്റമുണ്ടാക്കുന്നു. വെളിച്ചത്തേക്കാൾ കൂടുതൽ പുക. ഇരുട്ടിൽ മറ്റൊരു വിളക്ക് കിട്ടണമെന്ന വാശിയൊന്നും ഇല്ലായിരുന്നു. കാറ്റിലാടുന്ന തീനാളത്തിൽതന്നെ കണ്ണോടിച്ചു. സമീപത്തുള്ള എക്സർസൈസ് നോട്ടെടുത്ത് ഒഴിഞ്ഞ പേജ് കീറിയെടുത്തു. ആദ്യപേജിന്റെ മീതെ 'ഓം' എന്നോ 'ശ്രീ' എന്നോ എഴുതിയില്ല. മഷിപ്പാത്രത്തിൽ നീളൻ പെന്ന് മുക്കി എഴുതിത്തുടങ്ങി. വാക്യരചന തുടങ്ങുന്നതിനുമുമ്പ് ബുദ്ധിയും ഭാവനയും തമ്മിൽ സമ്മേളിച്ചിരുന്നുവോ എന്തോ? രചനാതന്ത്രങ്ങൾ വശമായിരുന്നോ? അറിയില്ല. വായിച്ചിരുന്ന എത്രയോ കഥകൾ എന്റെ മനസ്സിനെ അസ്വാസ്ഥ്യപ്പെടുത്തിയിരുന്നു. അതിൽനിന്നും അസ്പഷ്ടമായൊരു വസ്തു രൂപംകൊണ്ടു. വിവാഹിതനായ കോളേജ് വിദ്യാർത്ഥിയുടെ കഥ. പത്രത്തിൽ വന്ന ഒരു വാർത്ത കഥയ്ക്ക് പിൻബലം നല്കി. *മോഹജാല* എന്ന ആദ്യ കന്നഡ കഥ പിറന്നതിങ്ങനെ. ആരോടും കഥയുടെ കാര്യം പറഞ്ഞില്ല. മംഗലാപുരത്തുനിന്നും ഇറങ്ങിയിരുന്ന *രാഷ്ട്രബന്ധു*വിലേക്ക് കഥ പോസ്റ്റ് ചെയ്തു. അതിൽ ആഴ്ചയിലെ കഥ എന്ന പംക്തിയുണ്ടായിരുന്നു.

ഒരു ദിവസം ഉച്ചയ്ക്കുശേഷം ക്ലാസിലിരിക്കെ ചില കുട്ടികൾ *രാഷ്ട്ര ബന്ധു* തുറന്ന് കൗതുകത്തോടെ വായിക്കുന്നു. ഞാൻ ചെന്നു നോക്കി. അവർ വായിക്കുന്നത് *മോഹജാല.* എന്റെ കഥ.

എന്തിനാണെഴുതുന്നത്? ആദ്യകാലം തൊട്ടേയുള്ള ചോദ്യമാണ്. എഴുതുന്നത് പ്രശസ്തിക്കും പണത്തിനും വേണ്ടിയാണോ? ആത്മാനന്ദ ത്തിനാണോ? സാഹിത്യരചനയിൽ അപൂർവ്വമായൊരാനന്ദമുണ്ടെന്നത് സത്യം തന്നെ. ഹൃദയത്തിലെ വേദനയും തലച്ചോറിലെ സങ്കടവും ചേർന്ന് ഒരു സൃഷ്ടി രൂപം കൊള്ളുമ്പോൾ അപാരമായ ആനന്ദം അനു ഭവിക്കാൻ കഴിയുമെന്നത് വാസ്തവം. എന്നാൽ തനിക്കുണ്ടാകുന്ന ആനന്ദം അന്യർക്കുമുണ്ടാകണമെന്ന ചിന്ത വേണം. സമുദായത്തിനാ കെയുണ്ടാകുന്ന നിർവൃതിയാണ് ഒരു കൃതിയുടെ ആത്മസത്ത. എഴു ത്തുകാരൻ ഒരു യന്ത്രം മാത്രമല്ല. വികാരവിചാരങ്ങളും കുടുംബവുമുള്ള ഒരു വ്യക്തിയാണ്. ആ വ്യക്തിക്കും വിശപ്പും ദാഹവുമുണ്ടാകും. അവ ശമിപ്പിക്കുന്നതിന് പണം വേണം. അത് ലഭ്യമാകേണ്ടത് സമൂഹത്തിൽനി ന്നാണ്. എഴുത്തുകാരനും സമൂഹവും തമ്മിലുള്ള ഈ പാരസ്പര്യം പ്രധാ നപ്പെട്ടതാണെന്ന് നിരഞ്ജന പറയുന്നു.

9

പുത്തൂരിലെ സാഹിത്യക്കൂട്ടായ്മ

നിരഞ്ജന കന്നഡസാഹിത്യത്തിന് എൺപതിലേറെ കൃതികൾ സംഭാവന ചെയ്തിട്ടുണ്ട്. അറുപതു ഗ്രന്ഥങ്ങൾ സമ്പാദനം നടത്തി. എന്നാൽ സാഹിത്യലോകം നിരഞ്ജനയെ വേണ്ടത്ര വിലയിരുത്തിയിട്ടില്ല. *മൃത്യുഞ്ജയൻ* പോലെ മറ്റൊരു നോവൽ ഇന്ത്യൻ സാഹിത്യത്തിലില്ല. ഒരുപക്ഷേ, ഇതിനൊക്കെ കാരണമായത് അദ്ദേഹത്തിന്റെ രാഷ്ട്രീയ പക്ഷപാതമാകണം. കമ്യൂണിസത്തോട് ചേർന്നു നില്ക്കുന്നവരെ പൊതുവെ സാഹിത്യലോകം അവഗണിക്കുന്നതായാണ് കണ്ടുവരുന്നത്. നിരഞ്ജന ഇതിൽ ദുഃഖിതനായിരുന്നോ എന്നറിയില്ല. പക്ഷേ, അദ്ദേഹത്തിന്റെ ഉറ്റ സുഹൃത്തുക്കളും ഇടതുപക്ഷസഹയാത്രികരും ദുഃഖിതരും നിരാശരുമായിരുന്നു. പുത്തൂർ സെന്റ് ഫിലോമിനാ കോളേജ് കേന്ദ്രമാക്കി പ്രവർത്തിക്കുന്ന 'കന്നഡ സാഹിത്യ സംഘ്' ഈ കുറവ് പരിഹരിക്കുക എന്ന ഉദ്ദേശ്യത്തോടെയാണ് 'നിരഞ്ജന അഭിനന്ദന സമ്മേളനം' സംഘടിപ്പിച്ചത്.

സാഹിത്യസമ്മേളനം നടത്താൻ മാത്രമല്ല സംഘാടകർ തീരുമാനമെടുത്തത്. കനപ്പെട്ടൊരു അനുസ്മരണഗ്രന്ഥം പുറത്തിറക്കണമെന്നും നിശ്ചയിച്ചു. നിരഞ്ജനയുടെ വ്യക്തിജീവിതം, സാഹിത്യജീവിതം, രാഷ്ട്രീയജീവിതം, കുടുംബജീവിതം എന്നിങ്ങനെ വ്യത്യസ്തമേഖലകൾ സ്പർശിക്കുന്നതാകണം അനുസ്മരണഗ്രന്ഥമെന്നും തീരുമാനിച്ചു. വളരെ ശ്രമകരമായ ജോലിയായിരുന്നു. വി ബി മൊളയാർ, ബോളന്തകോടി ഈശ്വരഭട്ട് തുടങ്ങിയവർ അശ്രാന്തപരിശ്രമം നടത്തി. ഒടുവിൽ അഞ്ഞൂറോളം പേജ് വരുന്ന അഭിനന്ദനഗ്രന്ഥം പുറത്തിറക്കി. കേരളത്തിൽനിന്ന് ഇ എം എസ്, സി അച്യുതമേനോൻ, അയ്യപ്പപ്പണിക്കർ, പയ്യന്നൂർ കുഞ്ഞിരാമൻ, കെ മാധവൻ തുടങ്ങിയവരുടെ ലേഖനങ്ങൾ

ഗ്രന്ഥത്തിലുൾപ്പെടുത്തി.

കുളുകുന്ത ശിവറായ എന്ന വ്യക്തിയുടെ ഉല്പത്തി തൊട്ടുള്ള വിവരണങ്ങൾ ഗ്രന്ഥത്തിലുണ്ട്. സ്കൂളിൽനിന്നും ഏകദേശം ഒരു കിലോമീറ്ററിനുള്ളിൽ അമ്മയോടൊപ്പം താമസമാക്കിയ നിരഞ്ജന ജീവിതത്തിന്റെ കയ്പേറിയ വഴികളിലൂടെ എങ്ങനെ നടന്നെത്തിയെന്ന് ഗ്രന്ഥത്തിൽ വിവരിക്കുന്നുണ്ട്. നിരഞ്ജനയെ പഠിപ്പിച്ച കെ എസ് വെങ്കടപ്പ ഭട്ട് ഓർമ്മിക്കുന്നത് നോക്കുക... "ഈ കുട്ടി എന്റെ അയൽപക്കത്താണ് താമസിച്ചിരുന്നത്. ജനിച്ചത് കുളുകുന്ത ഗ്രാമത്തിൽ. എന്തോ കാരണത്താൽ 'കാവ്' എന്ന ഗ്രാമത്തിലേക്ക് താമസം മാറ്റി. ഒടുവിൽ സുള്ള്യയിലെത്തി." സ്കൂളിൽ ചേർന്ന ഇവന്റെ പ്രത്യേകതകൾ അദ്ധ്യാപകരെ ആകർഷിച്ചിരുന്നു. ഏതു വിഷയവും ഒരിക്കൽ കേട്ടാൽ മതി. ഗുണവാനും പ്രതിഭാവാനുമായ കുട്ടിയോട് താല്പര്യം തോന്നുന്നത് സ്വാഭാവികം. നിരഞ്ജന വലിയ എഴുത്തുകാരനായിത്തീർന്നു. ഒരു ദിവസം ഒരു കത്തും *നവോദയ* എന്ന നോവലും തപാലിൽ വന്നു. കത്തിൽ എന്റെ അനുഗ്രഹം അഭ്യർത്ഥിച്ചിരുന്നു. ഞാൻ അനുഗ്രഹിച്ച് കത്തെഴുതി. അതിന് അദ്ദേഹത്തിന്റെ മറുപടി ഇങ്ങനെയായിരുന്നു... "ഞാനിപ്പോൾ റിമാണ്ടിലാണ്... ഞാൻ വിവാഹിതനായി. അവളും എഴുത്തുകാരിയാണ്. താങ്കളുടെ ആശീർവാദം എനിക്കെന്നുമുണ്ടാവണം. അമ്മയും കൂടെയുണ്ട്..." നിരഞ്ജനയ്ക്ക് എന്നെ കാണണമെന്ന് വളരെ ആഗ്രഹമുണ്ടായി. പുത്തൂരിൽ പുരോഗമനസാഹിത്യ സമ്മേളനത്തിൽ പങ്കെടുക്കാൻ വന്നപ്പോൾ കാണാൻ ചെന്നു. കൂടെ ഭാര്യയും മക്കളുമുണ്ടായിരുന്നു. സംസാരിക്കുന്നതിനിടയിൽ നിരഞ്ജന വീൽചെയറിൽനിന്ന് എഴുന്നേല്ക്കാൻ ശ്രമിച്ചു. എന്തിനാ എഴുന്നേല്ക്കുന്നതെന്ന് ഞാൻ ചോദിച്ചു. "എനിക്കൊന്ന് അങ്ങയുടെ കാലിൽ തൊടണം" — നിരഞ്ജന പറഞ്ഞപ്പോൾ ഞാൻ വികാരാധീനനായി. ഉടനെ ഞാനെഴുന്നേറ്റ് നിരഞ്ജനയുടെ സമീപം ചെന്നു. അദ്ദേഹം എന്റെ കൈയിൽ പിടിച്ചശേഷം കുനിഞ്ഞ് പാദം തൊട്ടു...

പുത്തൂരിലെ അഭിനന്ദനസമ്മേളനത്തിലേക്ക് എന്നെയും ക്ഷണിച്ചിരുന്നു. കാഞ്ഞങ്ങാട്ടുള്ള കെ മാധവേട്ടനും മകൻ അജയനുമുണ്ടായിരുന്നു. തലേദിവസം തന്നെ ഞങ്ങളവിടെയെത്തി. കാസർഗോഡ് നിന്നും ബസിൽ പുത്തൂരിലെത്തുകയായിരുന്നു. അവിടെ ധാരാളം മലയാളികൾ താമസമുണ്ട്. അവിടത്തെ ഇൻസ്പെക്ഷൻ ബംഗ്ലാവിൽ താമസസൗകര്യമൊരുക്കിയിരുന്നു. നിരഞ്ജനയുടെ കൃതികൾ പരിഭാഷപ്പെടുത്തിയതല്ലാതെ ഞങ്ങൾ തമ്മിൽ നേരിൽ കണ്ടിട്ടില്ലായിരുന്നു. നിരഞ്ജനയും തലേദിവസം എത്തിച്ചേരുമെന്ന് ഈശ്വരഭട്ട് പറഞ്ഞു. അതുകൊണ്ട് ബംഗ്ലാവിലുള്ളവരെല്ലാം നിരഞ്ജനയെ കാത്ത് കഴിയുകയായിരുന്നു. വിധിയോട് പൊരുതിക്കൊണ്ടിരിക്കുന്ന എഴുത്തുകാരനാണല്ലോ അദ്ദേഹം. വിശാലമനസ്കരായ മലയാളികൾ നിരഞ്ജനയെ വളരെയേറെ ആദരിക്കയും ബഹുമാനിക്കയും ചെയ്യുന്നു. ഭാഷാഭേദങ്ങൾ മലയാളികൾക്കിടയിൽ ഒരിക്കലും കാലുഷ്യം പടർത്തിയിട്ടില്ല. ചെറുത്തുനില്പിന്റെ ആയുധമാണ്

പുരോഗമന സാഹിത്യമെന്ന് നിരഞ്ജന പറയുമായിരുന്നു. അടിമത്തത്തിനും ചൂഷണത്തിനും അയിത്തത്തിനുമെതിരെയുള്ള പോരാട്ടത്തിൽ സാഹിത്യകാരനും തന്റേതായ പങ്കുണ്ട്. പുരോഗമനസാഹിത്യം പുതിയ നിലം ഉഴുത് പുതിയ വിത്തിടുന്ന കാഴ്ചപ്പാടാണ്. മനുഷ്യസ്നേഹത്തിന്റെയും നന്മയുടെയും കതിരുകളാണ് ഈ വിത്തിൽനിന്നും വിടരുന്നത്.

സമയം വൈകുന്നേരം ആറോടടുക്കുകയായിരുന്നു. ദൂരെ വെള്ള അംബാസഡർ ഒരു പൊട്ടുപോലെ കാണപ്പെട്ടു. ഞങ്ങൾ ബംഗ്ലാവിന്റെ മുറ്റത്തിറങ്ങി നിന്നു. കാർ അടുത്തടുത്തെത്തിക്കൊണ്ടിരുന്നു. അല്പനേരം കൊണ്ടുതന്നെ അത് ഞങ്ങളുടെ മുന്നിലായി വന്നുനിന്നു. ഈശ്വര ഭട്ട് തൊഴുകൈയോടെ സമീപത്തെത്തി. ആദ്യം പുറത്തിറങ്ങിയത് അനുപമ നിരഞ്ജന. പിന്നെ ഇളയമകൾ സീമന്തിനി. നിരഞ്ജന കാറിലിരുന്നുകൊണ്ടുതന്നെ എല്ലാവരെയും നോക്കി. എന്നെ കണ്ടപാടെ അദ്ദേഹം ചിരിച്ചു. ചിരപരിചിതനെപോലെ പറഞ്ഞു...! “ഓ, പയ്യന്നൂരിൽനിന്നും കുഞ്ഞിരാമനും എത്തിയോ?” ഞാനും ചിരിച്ചു.

സീമന്തിനി കാറിന്റെ ഡിക്കിയിൽനിന്ന് വീൽച്ചെയർ പുറത്തെടുത്തു. കാറിന്റെ മുകളിലുള്ള പൈപ്പുകൾ താഴത്തിറക്കി. അവ പരസ്പരം ചേർത്തുവച്ചപ്പോൾ പിടിച്ചു കയറാനുള്ള ഉപകരണമായി. ഭാര്യയുടെ സഹായത്തോടെ നിരഞ്ജന പുറത്തിറങ്ങി വീൽചെയറിലിരുന്നു. ഒരു കാലും ഒരു കൈയും ചലനമറ്റതുപോലെയായിരുന്നു. “അയ്യോ! പാവം, എന്ന് തോന്നുന്നുണ്ടോ?” - നിരഞ്ജന ചിരിച്ചുകൊണ്ടു ചോദിച്ചു. ഞങ്ങൾക്ക് ആ ചിരിയിൽ പങ്കുചേരാനായില്ല.

വീൽചെയറിൽ ബംഗ്ലാവിനകത്തേക്ക് നീങ്ങുന്ന നിരഞ്ജനയെ ഞാൻ സൂക്ഷിച്ചുനോക്കി. ആ മുഖത്ത് അസാമാന്യ തേജസ്സ്. ഇരുനിറത്തിലുള്ള കുപ്പായമാണിട്ടിരിക്കുന്നത്. തുടുത്ത കവിളുകൾ. വിശാല നെറ്റിക്കു താഴെ തിളങ്ങുന്ന മിഴികൾ.

മുറിയിലെ അല്പവിശ്രമത്തിനുശേഷം ഞാൻ കടന്നുചെന്നു. എന്നെ അടുത്തിരുത്തി ആകെ നോക്കിക്കണ്ടു. വെള്ള ഖദർ വേഷമായിരുന്നു എന്റേത്. അദ്ദേഹത്തിനെ ആ വേഷം സന്തോഷിപ്പിച്ചെന്നു തോന്നുന്നു. സുഖവിവരങ്ങളാരാഞ്ഞുകൊണ്ടാണ് അദ്ദേഹം സംസാരിച്ചത്. ഭാര്യ, മക്കൾ, അച്ഛനമ്മമാർ തുടങ്ങി എല്ലാം. പിന്നീട് സാഹിത്യത്തിലേക്ക് കടന്നു. കേരളത്തെക്കുറിച്ച് പറഞ്ഞാലും പറഞ്ഞാലും മതിവരില്ലെന്ന് അദ്ദേഹം പറഞ്ഞു. നീലേശ്വരത്തെ പഠനവും മാധവേട്ടന്റെ ഹിന്ദിക്ലാസും അദ്ദേഹം ഓർമ്മിച്ചു. തന്റെ രാഷ്ട്രീയ വിശ്വാസങ്ങൾ രൂപപ്പെട്ടത് കേരളീയരിൽനിന്നാണ്. കേരളത്തിൽ ജാതിശക്തികൾ സജീവമാകുന്ന കാര്യം അദ്ദേഹം ചൂണ്ടിക്കാട്ടി. ബംഗാളി സംസാരിക്കുന്നവരെല്ലാം ബംഗാളികളാണ്. എന്നാൽ മലയാളം സംസാരിക്കുന്നവരെല്ലാം മലയാളികളല്ല... നായരും നമ്പ്യാരും ഈഴവനും മുസ്ലീങ്ങളും ക്രിസ്ത്യാനികളുമാണ്. ഇത് ആപല്ക്കരമാണെന്ന് നിരഞ്ജന പറഞ്ഞു. ഞങ്ങളുടെ സംഭാഷണ

ത്തിൽ അനുപമനിരഞ്ജനയും പങ്കുകൊണ്ടു.

രാത്രിഭക്ഷണം വി ബി മൊളയാറുടെ വീട്ടിലായിരുന്നു. ഞങ്ങൾ കാറിലാണ് പുറപ്പെട്ടത്. നിരഞ്ജനയെ കാണാൻ വീട്ടിനു മുന്നിൽ ആരാധകർ കാത്തുനിന്നിരുന്നു. സാഹിത്യകാരനെ കാണാനും തൊടാനും ആളുകൾ തിക്കിത്തിരക്കി. വല്ലാത്തൊരനുഭവമായിരുന്നു അത്. വീൽചെയറിലിരുന്ന് പുഞ്ചിരിതൂകുന്ന നിരഞ്ജന അഗാധമായ സ്വാധീനം തന്നെ എന്നിലും സൃഷ്ടിച്ചു. ശാരീരിക അവശതകൾക്കിടയിൽ അദ്ദേഹം ചിന്തകളെ നവീകരിക്കുന്നുണ്ടായിരുന്നു. കയ്യൂരിന്റെ കഥാകാരന് വന്നുപെട്ട ഈ അവശത ഞങ്ങളെപ്പോലുള്ളവരെ ദുഃഖിപ്പിക്കുന്നതായിരുന്നു. പക്ഷേ, നിരഞ്ജനയ്ക്ക് ഒന്നും പ്രശ്നമായിരുന്നില്ല. എന്തിനെയും ധീരതയോടെ നേരിടണം എന്നാണദ്ദേഹം പഠിപ്പിച്ചത്.

രാത്രിഭക്ഷണം വിഭവസമൃദ്ധമായിരുന്നു. ശുദ്ധ വെജിറ്റേറിയൻ ഭക്ഷണമാണ്. ആദ്യം ചപ്പാത്തി. പിന്നെ പച്ചരിച്ചോറും സാമ്പാറും. ചോറുണ്ണുന്നതിനിടയിൽ നിരഞ്ജന സംസാരിച്ചുകൊണ്ടിരുന്നു. ആ സംസാരവും സാഹിത്യവിരുന്നായിരുന്നു.

അടുത്തദിവസം നേരത്തെ ഉറക്കമുണർന്നു. ടോയ്‌ലറ്റിൽ ചെന്നപ്പോഴാണ് പൈപ്പിൽ വെള്ളമില്ലെന്നറിഞ്ഞത്. ഇതിനിടയിൽ മോട്ടറിന്റെ ഒച്ച കേട്ടു. അടുത്തടുത്ത മുറികളിലുള്ളവരെല്ലാം ഉണർന്നിരുന്നു. തൊട്ടടുത്ത മുറിയിൽ കവി വി ജി ഭട്ടും പുസ്തകപ്രസാധകൻ അനന്തറാമുമായിരുന്നു. ഞാൻ അങ്ങോട്ട് കടന്നുചെന്നു. ഭട്ട് ഷേവ് ചെയ്യാനുള്ള ഒരുക്കത്തിലായിരുന്നു. ടാപ്പിൽനിന്ന് തുള്ളിതുള്ളിയായി വെള്ളം വന്നുകൊണ്ടിരുന്നു.

"ഇത് നീരല്ല, ടേപ്പിന്റെ കണ്ണീരാണ്." വി ജി ഭട്ട് പറഞ്ഞു. വയറ് വിശക്കുമ്പോൾ ടേപ്പും കരയും. ഭട്ടിന്റെ കവിതകൾക്കെല്ലാം വേറിട്ട കാഴ്ചപ്പാടുണ്ട്. പ്രകൃതിയിലെ ചരാചരങ്ങളെയെല്ലാം സ്പർശിക്കുന്നതാണദ്ദേഹത്തിന്റെ വരികൾ.

നിരഞ്ജനയും ഉണർന്നിരുന്നു. മകളും ഭാര്യയും അദ്ദേഹത്തെ പ്രഭാതകൃത്യങ്ങളിലേക്ക് നയിച്ചിരുന്നു. എന്നെ കണ്ടപ്പോൾ അദ്ദേഹത്തിന്റെ കമന്റ് വന്നു... "മലയാളത്തുള്ളവർ രാവിലെ തന്നെ കുളിച്ചൊരുങ്ങുന്നവരാണ്" — തെല്ലിട നിർത്തിക്കൊണ്ടദ്ദേഹം തുടർന്നു.. "ഞാനിതാ പൈപ്പ് വെള്ളം കാത്തുകഴിയുന്നു. വെള്ളം ചൂടാകണം. ചൂടുവെള്ളം കാലിലൊഴിച്ചാലേ ഉണർവ്വ് കിട്ടൂ..."

ചിരസ്മരണയുടെ കർത്താവിന്റെ ഈ പ്രകൃതം എന്നെ വേദനിപ്പിച്ചു. ദരിദ്രരുടെ ജീവിതകഥകൾ വിളിച്ചുപറഞ്ഞ നിരഞ്ജന ശാരീരികമായി ദരിദ്രനായിരിക്കുന്നു. അവശതകളെ നെഞ്ചുറപ്പോടെ നേരിടുന്നു എന്നതാണദ്ദേഹത്തിന്റെ പ്രത്യേകത.

പ്രാതൽ ഈശ്വരഭട്ടിന്റെ വീട്ടിലായിരുന്നു. ഇഡ്ഡലിയാണ് പ്രധാന വിഭവം. സാമ്പാറും ചട്ണിയും തേനും തൈരും പഴവുമുണ്ടായിരുന്നു. വലിയ മേശയ്ക്കുചുറ്റും ഞങ്ങളിരുന്നു. വി ജി ഭട്ട് തേൻകുപ്പി കൈയിലെടുത്ത് തിരിച്ചും മറിച്ചും നോക്കി. പിന്നെ ചിരിച്ചുകൊണ്ട് പറഞ്ഞു -

“ഹൃദയത്തിൽ മധുരമില്ലാത്തവർക്കു വേണ്ടിയാണ് തേൻകുപ്പി. കുടിച്ച് മനസ്സിനെ മധുരതരമാക്കണം...”

നിരഞ്ജന കുലുങ്ങിച്ചിരിച്ചു. തേൻ കുടിച്ചാലും ഹൃദയത്തിൽ മാധുര്യമുണ്ടാകില്ലെന്നദ്ദേഹം പറഞ്ഞു. പൂവിന്റെ നിറവും മണവും ശലഭങ്ങളുടെ ഹൃദയങ്ങളെ എത്ര പെട്ടെന്നാണ് മാധുര്യമുള്ളതാക്കിത്തീർക്കുന്നത്. സ്നേഹപ്പൂക്കൾ വിടരുമ്പോഴാണ് ഹൃദയത്തിൽ തേൻ നിറയുന്നത്. പ്രപഞ്ചത്തിലെ ജീവജാലങ്ങളോടെല്ലാമുള്ള അളവറ്റ സ്നേഹമാണ് ജീവിതത്തെയും മാധുര്യമുള്ളതാക്കിത്തീർക്കുന്നത്.

സാഹിത്യത്തിന് മരണമില്ലെന്ന് നിരഞ്ജന പറയുമായിരുന്നു. എന്റെ ശരീരത്തോടൊപ്പം എന്റെ രചനകളും ദഹിപ്പിക്കണം എന്ന് ഗാന്ധിജി പറഞ്ഞിരുന്നു. എന്നാൽ അദ്ദേഹത്തിന്റെ സാഹിത്യം ജീവനോടെ ഇന്നും നിലകൊള്ളുന്നു.

റസ്റ്റ് ഹൗസിൽ തിരിച്ചെത്തിയ ശേഷം അഭിമുഖം നടത്തുന്നതിനെക്കുറിച്ച് നിരഞ്ജനയോട് സംസാരിച്ചു. ഉച്ചയ്ക്കുശേഷമാണ് അഭിനന്ദന പരിപാടി. മുഖ്യാതിഥി അന്നത്തെ മുഖ്യമന്ത്രി രാമകൃഷ്ണ ഹെഗ്ഡെയായിരുന്നു. നിരഞ്ജനയുടെ ഉറ്റസുഹൃത്തായിരുന്നു ഹെഗ്ഡെ. ഹെഗ്ഡെ തിരഞ്ഞെടുപ്പിനു നിന്നപ്പോൾ നിരഞ്ജന അദ്ദേഹത്തിന് വിജയം നേർന്നിരുന്നു. തന്റെ ഉറ്റമിത്രത്തെപ്പറ്റി അഭിനന്ദനഗ്രന്ഥം പുറത്തിറക്കുന്നതിൽ സന്തോഷം പ്രകടിപ്പിച്ചുകൊണ്ടാണ് ഹെഗ്ഡെ പ്രസംഗം തുടങ്ങിയത്. സാഹസജീവിതത്തിന്റെ ഉടമയാണ് നിരഞ്ജനയെന്ന് അദ്ദേഹം പറഞ്ഞു. എഴുത്തുകാർ മരിച്ചവർക്കു വേണ്ടിയല്ല ജീവിച്ചിരിക്കുന്നവർക്കു വേണ്ടിയാണ് എഴുതുന്നത്. സാഹിത്യത്തിന്റെ സാമൂഹ്യദൗത്യം ഈ രീതിയിൽ നിർവ്വഹിച്ചയാളാണ് നിരഞ്ജന. ഒരു താപസനെപ്പോലെ സാഹിത്യത്തെ സദാ ഉപാസിച്ച വ്യക്തിയാണ് നിരഞ്ജനയെന്നും ഹെഗ്ഡെ കൂട്ടിച്ചേർത്തു.

ചടങ്ങിൽ അനേകം എഴുത്തുകാർ സംബന്ധിച്ചു. മറുപടി പ്രസംഗം ഇരുന്നുകൊണ്ടാണ് നിരഞ്ജന നടത്തിയത്. തുടുത്ത മുഖത്ത് ചിരി വരുത്തിക്കൊണ്ട് അദ്ദേഹം പറഞ്ഞു... “ഇങ്ങനെയൊരഭിനന്ദനസമ്മേളനം സംഘടിപ്പിച്ചതിൽ അതിയായ സന്തോഷം. ഈശ്വരഭട്ടിനും മൊളയാറിനും കൃതജ്ഞത. അഭിനന്ദനഗ്രന്ഥം പുറത്തിറക്കിയത് ഉറ്റസുഹൃത്തായ രാമകൃഷ്ണ ഹെഗ്ഡെ. ഭരണാധികാരിയായ അദ്ദേഹത്തിന്റെ ഉള്ളിൽ ഒരെഴുത്തുകാരനുണ്ടെന്ന് ഇവിടെ നടത്തിയ പ്രസംഗം തെളിയിക്കുന്നു...” അല്പം നിർത്തിയശേഷം അദ്ദേഹം ഭാര്യയെ നോക്കിയശേഷം തുടർന്നു...

> എനിക്ക് രണ്ടു ഭാര്യമാരുണ്ട്. ഒരു ഭാര്യ ഡോക്ടറാണ്. രണ്ടാമത്തെ ഭാര്യ സാഹിത്യം. എന്നെ ഇടവും വലവും നിന്ന് പരിചരിക്കുന്നത് ഡോക്ടറാണ്. പുറത്തിറങ്ങുമ്പോൾ അവൾ ഓർമ്മിപ്പിക്കും... കൂടുതൽ സംസാരിക്കരുത്... ആവേശം കൊള്ളരുത്. ദേഹം നോക്കണം.

> സുഖക്കേട് കൂടാനിടയാക്കരുത്... ഇത് കേൾക്കുമ്പോൾ സാഹിത്യകാരിക്ക് ദേഷ്യം വരും. നിരഞ്ജനയോടുള്ള മമതകൊണ്ടാണ് ജനങ്ങൾ കാണാനെത്തുന്നത്. അവർക്ക് എഴുത്തുകാരനെ കണ്ടാൽ മാത്രം പോരാ. അദ്ദേഹത്തിന്റെ വാക്കുകൾ കേൾക്കണം. ഉപദേശം സ്വീകരിക്കണം. രണ്ടു ഭാര്യമാരും തമ്മിലിങ്ങനെ തുടങ്ങിയാൽ ഞാൻ കുഴഞ്ഞുപോകും. ജനങ്ങളെ നിരാശപ്പെടുത്തുന്നത് ശരിയല്ലല്ലോ. ഒന്നും മിണ്ടാതെ ഇറങ്ങിയാൽ അവരെന്തു പറയും? അതുകൊണ്ട് നല്ലവണ്ണം പ്രസംഗിക്കുകതന്നെ വേണം...

വേദിയിലുള്ളവരും സദസ്സിലുള്ളവരും കുലുങ്ങിച്ചിരിച്ചു. അടുത്ത പ്രസംഗം അനുപമ നിരഞ്ജനയുടേതായിരുന്നു. അവരുടെ പ്രസംഗവും സദസ്സിനെ വശീകരിക്കുന്നതായിരുന്നു... "ഞാൻ നിരഞ്ജനയെ ശുശ്രൂഷിക്കാൻ തുടങ്ങിയിട്ട് മുപ്പതുവർഷമായി. ഇതുവരെയായി ഒറ്റക്കാശും ഫീസായി തന്നിട്ടില്ല. എല്ലാം ഒന്നിച്ചു വാങ്ങാമെന്നാണ് വിചാരിക്കുന്നത്."

സമ്മേളനം കഴിഞ്ഞ് ഞങ്ങൾ യാത്ര പറഞ്ഞു. മാധവേട്ടന്റെ കൂടെ കാറിൽ രാത്രിതന്നെ യാത്ര തിരിച്ചു. രാവിലെ മാധവേട്ടന്റെ വീട്ടിൽനിന്ന് ചായ കഴിച്ച ശേഷമാണ് മടങ്ങിയത്. പുത്തൂരിൽവച്ച് കണ്ട നിരഞ്ജനയുടെ രൂപം മനസ്സിലിന്നും മായാതെ കിടപ്പുണ്ട്. കന്നഡസാഹിത്യത്തിൽ സ്വന്തമായൊരു വഴിവെട്ടിത്തെളിയിച്ച നിരഞ്ജന മനുഷ്യസ്നേഹത്തിന്റെ കഥാകാരനായിരുന്നു.

10

നിരഞ്ജനയുടെ കത്തുകൾ

ഒരാളുടെ വൈയക്തിക ഭാവങ്ങളും ചിന്താരീതികളും അയാളെഴുതുന്ന കത്തുകളിൽ പ്രകടമാവുമെന്ന് പറയാറുണ്ട്. ജീവിതദർശനങ്ങളും സാഹചര്യങ്ങളോടുള്ള ആഴവും എഴുത്തുകാരിൽ തെളിയും. കത്തുകളെയും സർഗ്ഗാത്മകതയുടെ പ്രതിഫലനമായി വിലയിരുത്തുന്നു. എഴുത്തുകാരന്റെ ജീവിതം അയാൾക്ക് സ്വന്തമാണെങ്കിലും അത് സമൂഹത്തിന്റെ കൂടി സ്വന്തമാണ്. ജീവിതത്തിന്റെ രാഗതാളലയങ്ങൾ പ്രതിബിംബിക്കുന്ന കത്തുകളിൽ ചിരിയും കണ്ണീരും വേദനകളും ആത്മവിശ്വാസവുമെല്ലാം തുടിച്ചുനില്ക്കും.

നിരഞ്ജന ആത്മകഥ എഴുതിയിട്ടില്ല. ഇതേപ്പറ്റി ചോദിച്ചപ്പോൾ അദ്ദേഹം പറഞ്ഞു... “എന്റെ ജീവിതം തന്നെയാണ് എന്റെ കഥകളും നോവലുകളും. ഞാൻ ജനിച്ചതും വളർന്നതും കണ്ടതും കേട്ടതുമെല്ലാം രചനയിലൂടെ വെളിപ്പെടുത്തിയിട്ടുണ്ട്. പിന്നെ മറ്റൊരാത്മകഥയെന്തിന്?”

എങ്കിലും, ജീവിതത്തിന്റെ അവസാനനാളുകളിൽ ആത്മകഥയെഴുതാനുള്ള ശ്രമം നിരഞ്ജന തുടങ്ങിയിരുന്നു. പക്ഷേ, അതെഴുതാൻ രോഗാവസ്ഥ അനുവദിച്ചില്ല. അന്ത്യകാലത്ത് അദ്ദേഹം തീർത്തും അവശനായിരുന്നു. ബുദ്ധിഭ്രമം പിടിപെട്ടതുപോലെയായിരുന്നു പെരുമാറ്റം. ഉറ്റവരെപ്പോലും തിരിച്ചറിയാനാവാത്ത സ്ഥിതി.

മനുഷ്യനെ ആദരിക്കുന്നതുപോലെ അവന്റെ ഭാഷയെയും ആദരിക്കണമെന്ന് നിരഞ്ജന എഴുതിയിട്ടുണ്ട്. മാതൃഭാഷയെന്നത് മാതാവുച്ചരിച്ചതും മാതാവ് പഠിപ്പിച്ചതുമാണ്. ഭാഷയെപ്പറ്റി ആരോഗ്യകരമായ അഭിമാനം തെറ്റല്ല. എഴുത്തുകാരന് സരളവും ലളിതവുമായ ഭാഷാശൈലിയുണ്ടാകണം. നിരഞ്ജനയുടെ കത്തുകളെല്ലാം ലളിതവും ഹൃദ്യവുമാണ്.

നിരഞ്ജന ആദ്യം കത്തെഴുതിയത് ആർക്കെന്ന് നിശ്ചയമില്ല. മംഗലാപുരത്ത് പത്രപ്രവർത്തകനായിരിക്കെയാണ് കത്തുകളെഴുതിത്തുടങ്ങിയത്. ഉറ്റസുഹൃത്തുക്കൾക്ക് നിരന്തരം കത്തെഴുതുന്നത് അദ്ദേഹത്തിന്റെ പതിവാണ്. കാർഡിലും ഇൻലൻഡിലുമാണ് എഴുതുക. ഒട്ടും സ്ഥലം ബാക്കിവയ്ക്കാതെ അടുത്തടുത്തെഴുതും. ഒരു സ്വാതന്ത്ര്യദിനത്തിൽ സ്വന്തം സുഹൃത്തിനയച്ച കത്ത് നോക്കുക...

> ഇന്ന് സ്വാതന്ത്ര്യദിനം. രാജ്യം സ്വതന്ത്രമായിട്ട് നാലുവർഷമായി. 1942 ലെ ആഗസ്ത് വിപ്ലവം ഓർമ്മയിലുണ്ട്. ബ്രിട്ടീഷുകാരിൽനിന്നും ഇന്ത്യയെ മോചിപ്പിക്കാൻ എത്രയെത്ര പോരാട്ടങ്ങളാണ് നടന്നത്. സ്വാതന്ത്ര്യത്തെക്കുറിച്ച് എന്തെല്ലാം പ്രതീക്ഷകളാണ് ജനങ്ങൾ വച്ചുപുലർത്തിയത്. എന്നാൽ എല്ലാ പ്രതീക്ഷകളും അസ്തമിച്ചിരിക്കുന്നു. സ്വാതന്ത്ര്യസമരത്തിന്റെ ഉദ്ദേശ്യലക്ഷ്യങ്ങൾ മണ്ണടിഞ്ഞു. ദേശാഭിമാനികളുടെ ബലിയർപ്പണംകൊണ്ട് നേടിയ സ്വതന്ത്രഭാരത്തിൽ പാപികളുടെ കൊടികൾ പാറിക്കളിക്കുന്നു. വിഭജനത്തിന്റെ മുറിവുകളേറ്റവർക്കും വീടും കുടിയും നഷ്ടപ്പെട്ടവർക്കും വേണ്ടി ഒരുതുള്ളി കണ്ണീരൊഴുക്കാനും ആരുമില്ല. ഇന്ത്യയിലരങ്ങേറുന്നത് ജനവിരുദ്ധപ്രവർത്തനങ്ങളാണ്. ഇതിനെ സ്വരാജ്യം എന്നു വിളിക്കാനാവുമോ? ജാത്യാന്ധതയുടെ കപടമോഹത്തിൽ മയങ്ങി എത്രയെത്ര മനുഷ്യജീവിതങ്ങളാണ് കശാപ്പ് ചെയ്യപ്പെട്ടത്. ഓരോ തവണയും ഇവിടെ സ്വാതന്ത്ര്യദിനം കൊണ്ടാടുന്നു. എന്നാൽ ജനങ്ങൾക്ക് അതിന്റെ അനുഭവം ഇല്ലാതായിക്കൊണ്ടിരിക്കുന്നു...

വായനക്കാരെ അഭിസംബോധന ചെയ്തുകൊണ്ടുള്ള ഒരു കത്ത് നോക്കുക...

> ചില പഴയ വാരികകളുടെ പ്രതികൾ അപ്രതീക്ഷിതമായി എന്റെ കൈയിൽപ്പെട്ടു. മുറിഞ്ഞ മുറിഞ്ഞ അക്ഷരങ്ങളിലെഴുതിയ നാലു ചെറിയ കഥകൾ. കൗതുകത്തോടെ വായിച്ചു. നെയ്ത്തുകാരന്റെ ജീവിതപശ്ചാത്തലത്തിൽ ചിത്രീകരിച്ച കഥ. ഇളം പ്രായത്തിൽ ഭ്രാന്തമായ സ്വപ്നംകണ്ട പെൺകുട്ടിയുടെ കഥ. കൺമണി എന്നാണ് പേരിട്ടത്. അത് വായിച്ച സായാഹ്നത്തിൽ സുന്ദരമായ ഒരു ശോകഗാനം ആ കഥയുടെ നാദമാധുരിപോലെ എന്നെ അസ്വാസ്ഥ്യപ്പെടുത്തി. ആ നെയ്ത്തുപണിയുടെ പിന്നിലുണ്ടാകാവുന്ന സരളജീവിതം ആത്മീയമായി തോന്നി. ഇരുട്ടിലും അത് അരുണോദയത്തിലെ പ്രകാശം നല്കി. അടുത്തദിവസം ആ കഥയെഴുതിയ പെൺകുട്ടിയെ കാണാൻ ചെന്നു. ബാംഗ്ലൂർ മഹാറാണി കോളേജിൽ ഇന്റർമീഡിയറ്റിന് പഠിക്കുന്നവളായിരുന്നു കഥാകാരി. പേര് അനുപമ. അവളുടെ ഏതാനും കഥകൾ ഇതിനകം അച്ചടിച്ചു വന്നിരുന്നു. വീട്ടിലേക്ക് മടങ്ങുമ്പോൾ മനസ്സ് വികാരാവേശത്തിലായിരുന്നു.

> ഞാൻതന്നെ എന്റെ ചങ്ങാതിയെ കണ്ടെത്തി. കഥ വായിച്ച് ഒരുവളെ ഇഷ്ടപ്പെടുന്നതിലെ യുക്തിയെക്കുറിച്ച് ഒന്നും ചിന്തിച്ചില്ല. ഇതൊരു സ്വപ്നമാണെന്നുകരുതി മറക്കാൻ ശ്രമിച്ചു. മറക്കുന്നത് ബുദ്ധിമുട്ടായിത്തീർന്നു...

അനുപമയെ സഹധർമ്മിണിയായി കണ്ടെത്തിയതിനു ശേഷമുള്ള കത്തുകളിൽ ഭാവനകൾ ചിറകുവിടർത്തുന്നത് അനുഭവപ്പെടും.

> യുഗയുഗാന്തരങ്ങളിലും സ്ത്രീപുരുഷന്മാർ ഒന്നിച്ചു കഴിയാനാഗ്രഹിച്ചിരുന്നു. രണ്ടാത്മാക്കൾ പരസ്പരം ചേരുമ്പോൾ കൈകൾക്ക് അസാമാന്യബലം കൈവരും. പ്രകൃതിയുടെ ഈ നിയമത്തെ ആർക്കും മറികടക്കാനാവില്ല. പാരമ്പര്യത്തിന്റെ കണ്ണികളും ആചാരങ്ങളുടെ കാഠിന്യവും കൗമാരക്കാരെ തടവിലിട്ട് പീഡിപ്പിക്കാറുണ്ട്. അതിൽനിന്നും മോചനം നേടുമ്പോഴുണ്ടാകുന്ന ആനന്ദവും സംതൃപ്തിയും അവാച്യമാണ്.

കാർവാർ ജയിലിൽ കഴിഞ്ഞപ്പോളെഴുതിയ കത്തിൽ അവിടത്തെ ജീവിതവും ധ്വനിക്കുന്നുണ്ട്...

> കാർവാറിലെ കടൽത്തീരത്തിരുന്നുകൊണ്ടാണ് ഞാനെഴുതുന്നത്. സമയം പ്രഭാതം. ഉയർന്ന കാടും കുന്നുകൊണ്ടും സമുദ്രം കൊണ്ടും വലയം ചെയ്യപ്പെട്ട നാടാണ് കാർവാർ. ചെറിയ നാട്. ഇനിയും കാർവാർ ഉണർന്നിട്ടില്ല. എന്റെ പിൻവശത്ത് കാറ്റാടിമരങ്ങൾ വരിവരിയായി നില്ക്കുന്നു. ആ മരങ്ങളുടെ സമീപത്തായി കാർവാർ ജയിൽ സ്ഥിതി ചെയ്യുന്നു. അല്പസമയത്തിനകം അവിടത്തെ സെൻട്രി വന്ന് സമയം ഏഴായെന്നറിയിക്കും. എന്റെ ഉറ്റബന്ധുക്കളിൽ ചിലർ അവിടെ കിടന്നിട്ടുണ്ട്. ഇടതുവശത്തായി കലക്ടറുടെ ബംഗ്ലാവാണ്. പിന്നെ കോടതിയും. അതിന്റെ മുറികൾ പൂട്ടിക്കിടക്കുന്നു. മുറിക്കുള്ളിൽ തീർപ്പു കല്പിക്കാനുള്ള ഹർജികൾ. ആയിരക്കണക്കിന് കുടുംബങ്ങളുടെ കേസുകൾ. സ്വത്തുതർക്കത്തിന്റെയും കുടുംബകലഹത്തിന്റെ കളവിന്റെയും കൊലപാതകത്തിന്റെയും കേസ്ഫയലുകൾ. എല്ലാം ഓരോരോ കഥ പറയുന്നു... ദൂരെ മീൻപിടിത്തക്കാരെ കാണപ്പെടുന്നു. രാത്രിയിൽ മീൻ പിടിക്കാൻ പോയവർ. മീനുമായി അവർ കരയ്ക്കണയുകയാണ്.
>
> ഇപ്പോൾ പൊലീസ് ബാന്റിന്റെ ശബ്ദം കേൾക്കുന്നു. ഈ കാടുനാട്ടിൽ നിയമം സംരക്ഷിക്കാൻ നിയുക്തരായവരാണ് പൊലീസുകാർ... മൊറാർജി ദേശായി കമ്യൂണിസത്തെ തടഞ്ഞുനിർത്താൻ നടപടി കൈക്കൊള്ളുകയാണ്. ജന്മിമാർ കർഷകരിൽനിന്ന് ആറിലൊന്നു മാത്രം വാരമായി സ്വീകരിക്കണമെന്ന് അദ്ദേഹം നിർദ്ദേശിച്ചു. എന്നാൽ ജന്മിമാർ വെറുതെയിരുന്നില്ല. അവരും സംഘടിച്ച് പൊരു

താനിറങ്ങി. കർഷകരിൽനിന്നും നിലം ഒഴിപ്പിച്ചെടുക്കാൻ അവർ ശ്രമിക്കുകയാണ്. ഉഴുന്നവനാണ് ഭൂമിയുടെ അവകാശി എന്ന തത്ത്വം ഉൾക്കൊള്ളാൻ മൊറാർജി ദേശായി തയ്യാറാകുന്നില്ല.

കടൽ അലറിവിളിക്കുന്നതുപോലെ നീതിക്കുവേണ്ടി സാധാരണക്കാർ മുറവിളി കൂട്ടിയാൽ അത് പലപ്പോഴും ആരും കേൾക്കാതെ പോകുന്നെന്ന് നിരഞ്ജന സൂചിപ്പിക്കുന്നു. സാഹിത്യകാരനെന്ന നിലയിൽ നിരഞ്ജനയുടെ ദിനകൃത്യങ്ങളിൽ പ്രധാനമാണ് എഴുത്ത്. എന്നാൽ ചില ദിവസങ്ങളിൽ തീരെ എഴുതാതിരിക്കുകയും ചെയ്തിരുന്നു. "എന്റെ കൈകാലുകളനങ്ങാതാവുന്നു. ചുറ്റും ഇരുളുന്നതുപോലെ. നാഡി ഞരമ്പുകൾ സ്തംഭിക്കാൻ തുടങ്ങുന്നു..." അത്തരം സന്ദർഭങ്ങളെപ്പറ്റി അദ്ദേഹം എഴുതി.

മനുഷ്യർ പല തരക്കാരാണെന്ന് അദ്ദേഹം വിലയിരുത്തുന്നു. ബുദ്ധിമാന്മാരാണെന്ന് തോന്നിപ്പിക്കുന്ന മദ്ധ്യവർഗ്ഗത്തിൽപ്പെട്ടവർ ഇരട്ടമുഖമുള്ളവരാണ്. നാലാളുകളുടെ മുന്നിലെത്തിയാൽ ഉടുത്ത കുപ്പായത്തിന്റെയും പാന്റിന്റെയും ചീകിവച്ച മുടിയുടെയും ചിന്ത. ഇല്ലാത്ത മേന്മ നടിക്കും. വിദ്വാനാണെന്ന് സ്ഥാപിക്കാൻ നോക്കും.

ഒരുതവണ നിരഞ്ജന വഴുതിവീണ് കൈയെല്ല് പൊട്ടിയിരുന്നു. 1953 മെയ് 23 ശനിയാഴ്ചയാണ് ആ സംഭവമുണ്ടായത്. ബാംഗ്ലൂരിലെ ആസ്പത്രിയിൽനിന്ന് അദ്ദേഹമെഴുതിയ കത്തിൽ നൊമ്പരങ്ങളുടെ പ്രവാഹം തന്നെയുണ്ട്...

> നാലാഴ്ച കഴിഞ്ഞുള്ള കത്താണിത്. വാക്യം പൂർത്തിയാക്കാനുള്ള കഴിവെനിക്കില്ല. ഞാൻ കത്തെഴുതുന്നു എന്നാണ് പറയേണ്ടിയിരുന്നത്. എന്നാൽ ഈ കത്ത് ഞാനെഴുതിയതല്ല... എഴുതിച്ചതാണ്... ആസ്പത്രിക്കട്ടിലിൽ ചാഞ്ഞിരുന്നുകൊണ്ടാണ് നീയയച്ച കത്ത് വായിച്ചത്. ആരോ പറഞ്ഞതുകേട്ട് നീയിങ്ങനെ വ്യാകുലപ്പെടണോ? കേട്ടതെല്ലാം ശരിയാവണമെന്നില്ലല്ലോ? മെയ് 23 ന്റെ പ്രഭാതം... കാൽ വഴുക്കിവീണാൽ കൈയെല്ല് പൊട്ടിപ്പോവുമെന്നാരറിഞ്ഞു? വീണവൻ എഴുന്നേല്ക്കുന്നതിനു മുമ്പ് വലതുകൈ നോക്കി. രണ്ടെല്ല് പൊട്ടിയിട്ടുണ്ട്. എഴുത്തുകാരന്റെ വലതുകൈയെല്ല് മുറിഞ്ഞാലുണ്ടാകുന്ന വേദനയ്ക്ക് ഒരു പ്രത്യേകതയുണ്ടല്ലോ? പേന ആരും പൊട്ടിച്ചിട്ടില്ല. എന്നാൽ അത് പിടിക്കാനുള്ള വലതുകൈ അപകടത്തിലായി. പതുക്കെ എഴുന്നേറ്റ് ആസ്പത്രിയിൽ പോയി. ആദ്യത്തെ ക്ലോറോഫോം പ്രയോഗം വളരെ ഹിതമായി തോന്നി. എല്ലാം മറന്ന്... അങ്ങ്... ദൂരേക്ക്... ഏകാകിയായി... എല്ലുകൾ ചേർത്തുകെട്ടിയപ്പോൾ ബോധം വന്നു. എട്ടുദിവസം കഴിഞ്ഞപ്പോൾ രണ്ടാമതും ക്ലോറോഫോം. സർജൻ കൈപിടിച്ച് ഹലോ... ഹലോ... എന്നു പറഞ്ഞെങ്കിലും ഞാൻ ഞരങ്ങുകയായിരുന്നു. ഓപ്പറേഷനു ശേഷം വീണ്ടും കിടക്കയിൽ. മുറിവ് ഭേദപ്പെടാൻ വേണ്ട ദീർഘകാലത്തെ

> ക്കുറിച്ചോർത്തപ്പോൾ കണ്ണിൽ ഇരുട്ട് കയറുന്നതുപോലെ... ഇരുപത്തിമൂന്നാം ദിവസം വീണ്ടും ക്ലോറോഫോം. പ്ലാസ്റ്ററിട്ട ഭാരിച്ച കൈയുമായാണ് ഞാൻ വീട്ടിലേക്ക് മടങ്ങിയത്...

വീട്ടിൽ വലതുകൈയനക്കാതെ കഴിഞ്ഞപ്പോൾ ആശ്വാസം പകർന്നത് അനുപമയുടെ ഓർമ്മകളാണ്. ആശുപത്രിയിൽ കിടക്കുന്ന നിരഞ്ജനയെ അവൾ വന്ന് എഴുന്നേല്പിച്ച് പുറത്തേക്ക് കൂട്ടിക്കൊണ്ടു പോയതായി സ്വപ്നം കണ്ടു. അവളുടെ കരം ഗ്രഹിച്ച് അദ്ദേഹം നടന്നു. കുന്നിൻചരിവിലെ പാറക്കല്ലിൽ ചെന്നിരുന്നു. ആകാശത്ത് പാറിനടന്നു. ഒടുവിൽ... ഉറക്കം ഞെട്ടിയപ്പോൾ താനൊറ്റയ്ക്ക് വീട്ടിൽ കിടക്കുകയായിരുന്നെന്നദ്ദേഹം എഴുതുന്നു.

"നീലേശ്വരം, ഉള്ളാളം, മംഗലാപുരം, ഗോകർണ്ണം, പനാജി, മുംബൈ, തിരുവനന്തപുരം, കന്യാകുമാരി തുടങ്ങിയ പ്രദേശങ്ങളിൽ യാത്ര ചെയ്തപ്പോഴും കടലിന്റെ സാന്നിദ്ധ്യമനുഭവപ്പെട്ടു..." യാത്രയെക്കുറിച്ചുള്ള ഒരു കത്തിലെഴുതുന്നു...

> സമുദ്രയാത്ര നടത്തണമെന്ന് വളരെ ആശിച്ചിരുന്നു. എന്നാൽ സാധിച്ചില്ല. മനസ്സുകൊണ്ട് കുന്നുകളിലും സമുദ്രങ്ങളിലും യാത്രചെയ്തു. എന്നിൽ കടൽ ചെലുത്തിയ സ്വാധീനം ഒരിക്കലും കുറഞ്ഞിരുന്നില്ല. എന്നും കടൽ എന്നിൽ അലയടിച്ചുകൊണ്ടിരുന്നു. എനിക്ക് അഞ്ചു വയസ്സുള്ളപ്പോൾ ഒരു തോന്നൽ. സ്വന്തം പിതാവിനെ ഒന്നു കാണണം. അമ്മയോട് നിർബ്ബന്ധിച്ചു. അങ്ങനെ കുളുകുന്ത ഗ്രാമത്തിലേക്ക് വന്നു. അവിടെ കുമാരപർവ്വതം തലയുയർത്തി നിന്നിരുന്നു. സുബ്രഹ്മണ്യത്ത് വന്നപ്പോഴാണ് സ്വന്തം ഗ്രാമത്തിലേക്ക് വരാൻ തോന്നിയത്. ഞാൻ ഒളിവിൽ കഴിയുമ്പോഴും സുബ്രഹ്മണ്യത്ത് താമസിച്ചിട്ടുണ്ട്. കുട്ടിയായിരിക്കുമ്പോഴുള്ള തോന്നൽ ഇരുപത്തിയഞ്ചു വയസ്സായപ്പോഴുണ്ടായില്ല. ഓരോ പ്രായവും വിഭിന്ന ഭാവനകളാണ് മനുഷ്യനിൽ സൃഷ്ടിക്കുന്നത്...

"ബാഹ്യമായ സ്വാധീനങ്ങളൊന്നുമില്ലാത്ത എഴുത്തുകാരൻ നിരഞ്ജനയാണ് ഞാൻ. 1951 ലാണ് പുനർനാമകരണമുണ്ടായത്. ഇപ്പോൾ ചെറിയ കുടുംബത്തിന്റെ പേരും നിരഞ്ജന എന്നായിത്തീർന്നു. ശാശ്വതമായ ജാതിയെയല്ല നിരഞ്ജന സൂചിപ്പിക്കുന്നത്. ജാതിയേ ഇല്ലാത്ത അനുഭവമാണ്..." ഒരു കത്തിൽ അദ്ദേഹമെഴുതി.

> "ഞാൻ വെന്തുവളർന്ന വ്യക്തിയാണ്. എന്നാൽ മക്കൾ അങ്ങനെ വളരരുത്. അവർക്ക് വേണ്ടുന്നത് ചെയ്തുകൊടുക്കണം." ഒരു കത്തിലെഴുതുന്നു, "തേജസ്വിനി, മൂത്ത മകൾ അവളുടെ സ്ഥാനം നിശ്ചയിച്ചു കഴിഞ്ഞു. കുട്ടിയായിരിക്കുമ്പോൾ ഞാൻ ക്ലാസിൽ അപ്രന്റീസ് ആയി. തുന്നൽപ്പണിക്ക് പോയി. സൂചിയും നൂലും പിടിച്ച് വിരൽ

> വേദനിച്ചത് മിച്ചം. ശിവാ, നിന്നെക്കൊണ്ടിതു പറ്റില്ല... ടെയ്‌ലർ പറഞ്ഞു. പിന്നെ നോട്ടുപുസ്തകങ്ങൾ ബൈൻഡ് ചെയ്തുണ്ടാക്കി. എന്നാൽ വാങ്ങാൻ വേണ്ടത്ര ആവശ്യക്കാരില്ലായിരുന്നു. ബീഡിയുണ്ടാക്കി ബസ്സ്റ്റാൻഡിൽ വിറ്റു. ചില്ലറക്കാശ് സമ്പാദിച്ചു. ഇല്ല..., എന്റെ മക്കൾക്ക് ആ സ്ഥിതി വരരുത്..."

വ്യക്തിപരമായി ഞങ്ങൾ തമ്മിൽ ധാരാളം കത്തുകളെഴുതിയിട്ടുണ്ട്. ആ കത്തുകളിൽ മലയാളനാടുമായുള്ള ആത്മീയഭാവം തുടിച്ചു നിന്നിരുന്നു. ഒരു കത്ത് നോക്കുക.

> പ്രിയപ്പെട്ട പി കെ, മൂന്നാംതീയതിയയച്ച കത്തും നോവലിന്റെ പരിഭാഷാ കൈയെഴുത്തു പ്രതിയും കിട്ടി. സീമന്തിനി ഇന്നു കാലത്ത് നിങ്ങൾക്കെഴുതിയിട്ടുണ്ട്. റെമ്യൂനറേഷനായി 500 രൂപയും അയച്ചിട്ടുണ്ട്. നിങ്ങളുടെ കൈയെഴുത്തിന് എന്തു ഭംഗി! നിങ്ങൾ പേജിൽ അടുത്തടുത്തെഴുതുന്ന സ്വഭാവക്കാരനാണ്. മെനിഫോൾഡ് പേപ്പറിൽ 66 വരിവരെ എഴുതിയിട്ടുണ്ട്. പ്രസ്സിലെ കമ്പോസിറ്റർക്ക് കണ്ണ് വേദനിക്കും. സാധാരണക്കാരനായ പത്രാധിപർക്ക് വല്ല തിരുത്തലും വരുത്താനുള്ള ഇടവുമില്ല. മെനിഫോൾഡ് പേപ്പർ നല്ലതല്ലെന്ന് തോന്നുന്നു. വേഗത്തിൽ കീറിപ്പോകാനിടയുണ്ട്. *മൃത്യുഞ്ജയൻ* നോവലിന്റെ പരിഭാഷാ പകർപ്പെടുക്കുന്നതു വരെയുള്ള പേപ്പറിൽ തന്നെയാകാം. കാർബൺ ഉപയോഗിച്ചാൽ പകർപ്പ് സൂക്ഷിക്കാനും കഴിയും. ഞാനെന്തൊക്കെയോ എഴുതി. ക്ഷമ ചോദിക്കുന്നു. എന്റെ ജീവിതം എഴുത്തിലും അച്ചടിയിലും പ്രകാശനത്തിലുമായി മുഴുകിക്കഴിയുന്നതാണ്. മറ്റുള്ളവരെ സ്വന്തം മാനദണ്ഡം കൊണ്ടളക്കുവാൻ എനിക്കാവില്ല. *ദേശാഭിമാനി* വാരികയിൽ നിങ്ങളുടെ പരിഭാഷാ നോവൽ വരുന്നെന്നറിഞ്ഞതിൽ സന്തോഷം. എനിക്ക് ഹിന്ദി നന്നായി സംസാരിക്കാനാവും. മലയാളവും സംസാരിക്കും. എന്നാൽ വായിക്കാനോ എഴുതാനോ സാധിക്കില്ല. എന്റെ സമയം ഓടിക്കൊണ്ടിരിക്കുന്നു. സമയത്തിനോടൊപ്പം ഓടാൻ ഞാനിപ്പോഴശക്തനാണ്. പരിഭാഷ നടത്തിയതിന് നിങ്ങൾക്കു തന്ന റെമ്യൂണറേഷൻ വലുതൊന്നുമല്ലെന്നറിയാം. കന്നഡ വാരികയിൽ ഒരു നോവൽ സീരിയലൈസ് ചെയ്താൽ വലിയ പ്രതിഫലമൊന്നും കിട്ടില്ല. പുസ്തക പ്രസാധനത്തെക്കുറിച്ച് പറയുമ്പോൾ കർണ്ണാടകം കേരളത്തിൽനിന്നും ബഹുദൂരം പിന്നിലാണ്. ഭീഷ്മ സാഹ്നിയുടെ *തമസ്സ്* എന്ന നോവൽ കർണ്ണാടകത്തിൽ പ്രസിദ്ധപ്പെടുത്തുവാൻ ഇതുവരെയും ശ്രമമുണ്ടായിട്ടില്ല. രാഹുൽ സംകൃത്യായന്റെ *വോൾഗ മുതൽ ഗംഗ വരെ* എന്ന നോവൽ കന്നഡ ഭാഷയിലിറങ്ങിയത് അദ്ദേഹത്തിന്റെ മരണത്തിനു ശേഷമാണ്. പുസ്തക പ്രസാധകർക്ക് കച്ചവടം സംബന്ധിച്ച് സ്വന്തമായ നിലപാടുകളുണ്ടാകും. അത് ദരിദ്ര എഴുത്തുകാരെ വഞ്ചിച്ച് പണമുണ്ടാക്കുന്ന സമീപനമാണ്.

> നിങ്ങൾ വളരെ തിരക്കുള്ള ആളാണെന്നറിയാം. എങ്കിലും നിങ്ങൾ *മൃത്യുഞ്ജയൻ* നോവൽ മലയാളത്തിലേക്ക് പരിഭാഷപ്പെടുത്തുവാൻ ശ്രമിക്കുമെന്ന് വിശ്വസിക്കുന്നു. ഇതിനെ ബൃഹദ് നോവൽ... അസുര കൃതി... എന്നാണ് വിശേഷിപ്പിക്കുന്നത്. മലയാളികൾ ഈ നോവൽ എങ്ങനെ സ്വീകരിക്കുമെന്നറിയാൻ എനിക്ക് താല്പര്യമുണ്ട്. തിടുക്കപ്പെട്ട് ജോലി ചെയ്യണമെന്നില്ല. സാവധാനം ഏർപ്പെട്ടാൽ മതി. *മൃത്യുഞ്ജയൻ* പ്രസിദ്ധീകരിക്കുന്നതിനെപ്പറ്റി നിങ്ങൾ വേവലാതിപ്പെടേണ്ട. *ചിന്ത*യ്ക്കും *പ്രഭാതി*നും നിങ്ങൾ എഴുതിയതായി അറിഞ്ഞു. സാഹിത്യ അക്കാദമിയെക്കൊണ്ട് പ്രസിദ്ധീകരിപ്പിക്കാനും എനിക്ക് താല്പര്യമില്ല.

പരിഭാഷയുടെ ഉദ്ദേശ്യലക്ഷ്യങ്ങൾ ഒരു കത്തിൽ പരാമർശിച്ചു. കോപ്പിറൈറ്റ് നിയമം സംബന്ധിച്ചായിരുന്നു വേറൊന്ന്. ട്രാൻസ്ലേറ്റർക്ക് കൃതിയിൽ സ്വന്തമായ അവകാശമില്ലെന്ന് നിയമത്തിൽ പറയുന്നുണ്ട്. പരിഭാഷപ്പെടുത്തിയാലും കോപ്പിറൈറ്റ് ഹോൾഡർ മൂലലേഖകൻ തന്നെയാണ്.

> ഭാഷയുടെ ഉപയോഗമെന്താ? പരസ്പരം ആശയവിനിമയത്തിന്. എനിക്ക് പത്തുഭാഷകളറിയാം. എന്നാൽ പൂർണ്ണ സ്വാധീനം കന്നഡയിലും ഇംഗ്ലീഷിലുമാണ്. നിങ്ങൾക്ക് ഇംഗ്ലീഷിൽ പരിമിതജ്ഞാനമേയുള്ളൂ എന്നെഴുതിക്കണ്ടു. ആശയവിനിമയത്തിന് അതുതന്നെ ധാരാളം. എനിക്ക് നിങ്ങളെ നേരിൽ കാണണമെന്നുണ്ട്. വേഗംതന്നെ അത് സാധിക്കുമെന്ന് കരുതുന്നു. *മൃത്യുഞ്ജയൻ* നോവൽ മലയാളികളിൽ വൈകാരികഭാവങ്ങൾ സൃഷ്ടിക്കാതിരിക്കില്ല. നിങ്ങൾക്കും ഇതൊരു മഹൽകൃത്യമായനുഭവപ്പെടും. വിവർത്തകനെന്ന നിലയിൽ പ്രശസ്തി നേടാൻ ഇത് സഹായിക്കും. പ്രസാധകർ വിവർത്തനങ്ങൾക്കുവേണ്ടി നിങ്ങളെ സമീപിക്കുകയും ചെയ്യും.

മൃത്യഞ്ജയൻ നോവൽ വിവർത്തനം പൂർത്തിയാകുന്നതുവരെയും ഞങ്ങൾ കത്തിടപാടുകൾ നടത്തി. നോവലിൽ സംശയം തോന്നിച്ച പരാമർശങ്ങളെല്ലാം കത്തിലെഴുതി. എല്ലാറ്റിനും കൃത്യമായ മറുപടി കിട്ടി. ഈജിപ്തിൽ പ്രാചീനകാലത്തുനടന്ന കാർഷികവിപ്ലവമാണ് നോവലിലെ പ്രമേയം. നിരഞ്ജന ഒരു താപസനായി കഴിഞ്ഞുകൊണ്ടാണ് നോവലെഴുതിയത്. അത് വിവർത്തനം ചെയ്യുന്നത് സാഹസമായിരുന്നു. വളരെയധികം സൂക്ഷ്മത പുലർത്തിയാണത് പരിഭാഷപ്പെടുത്തിയത്.

കാഞ്ഞങ്ങാട്ടെ കെ മാധവനുമായും നിരഞ്ജന നിരന്തരം കത്തിടപാടുകൾ നടത്തിയിരുന്നു. നീലേശ്വരം രാജാസ് ഹൈസ്കൂളിൽ പഠിക്കാനെത്തിയ നിരഞ്ജനയെ കമ്യൂണിസത്തിലേക്ക് കൊണ്ടുവന്നത് മാധവനാണ്. *ചിരസ്മരണ*യുടെ ഇംഗ്ലീഷ് വിവർത്തനം *The Stars* എന്ന പേരിൽ പുറത്തിറങ്ങിയ സന്ദർഭമാണത്.

അങ്ങയച്ച കത്തുകിട്ടി. *ചിരസ്മരണ*യുടെ ഇംഗ്ലീഷ് വിവർത്തനം നല്ലനിലയിലിറങ്ങി. കഴിഞ്ഞ വർഷം പി ഗോവിന്ദപ്പിള്ള ഇവിടെ വന്നിരുന്നു. *ചിരസ്മരണ* പരിഭാഷയുടെ മാനുസ്ക്രിപ്റ്റ് അദ്ദേഹം വായിച്ചു നോക്കി. ഇവിടെനിന്ന് അദ്ദേഹം കല്ക്കത്തയിലേക്കാണ് പോയത്. ഇംഗ്ലീഷ് മാനുസ്ക്രിപ്റ്റ് അദ്ദേഹം കൊണ്ടുപോയിരുന്നു. അത് മൃണാൾസെന്നിന് നല്കി. അദ്ദേഹം അതു വായിച്ചതിനുശേഷം സിനിമയെടുക്കാൻ തീരുമാനിച്ചു. തന്റെ അടുത്ത സിനിമ *The Stars* ആയിരിക്കുമെന്ന് മൃണാൾ പ്രസ്താവിച്ചു.

മൃണാൾ സെൻ കയ്യൂരിന്റെ കഥ ചലച്ചിത്രമാക്കാനുദ്ദേശിച്ചിരുന്നെങ്കിലും അത് നടന്നില്ല. നോവൽ മൃണാൾസെൻ വളരെ ഇഷ്ടപ്പെട്ടിരുന്നു. അദ്ദേഹം കയ്യൂരിൽ പോയിരുന്നു. അവിടത്തെ ആളുകൾ അദ്ദേഹത്തിന് വമ്പിച്ച സ്വീകരണം നല്കി. എന്നാൽ കയ്യൂരിൽ നടന്നു കണ്ടശേഷം മൃണാൾ സെൻ സിനിമാശ്രമം ഉപേക്ഷിച്ചു. നോവലിലെ കഥാപാത്രങ്ങളെ കയ്യൂരിൽ കാണാൻ കഴിഞ്ഞില്ലത്രേ! “എന്നെ സംബന്ധിച്ചിടത്തോളം *ചിരസ്മരണ* ഒരു നോവലാണ്. ചരിത്രവിവരണമല്ല. കാലത്തിന്റെ വികാരങ്ങളും തുടിപ്പുകളും ആ നോവലിൽ നിന്നനുഭവപ്പെടും. ചരിത്രം അതേപടി പകർത്തുന്നത് ഒരു സാഹിത്യരചനയാകില്ലല്ലോ...”

കയ്യാർ കിഞ്ഞണ്ണറൈയെ ആദരവോടെയാണ് നിരഞ്ജന നോക്കിക്കണ്ടത്. മംഗലാപുരം *സ്വദേശാഭിമാനി* വാരികയുടെ ഓഫീസിൽ വച്ചാണ് അദ്ദേഹത്തെ ആദ്യം കണ്ടത്. നീണ്ട ശരീരവും തിളങ്ങുന്ന മിഴികളുമായി അദ്ദേഹം നിരഞ്ജനയെന്ന പത്രപ്രവർത്തകന്റെ മുന്നിലേക്ക് കടന്നുവന്നു. ചിരിച്ചുകൊണ്ടാണ് അദ്ദേഹം പരിചയപ്പെടുത്തിയത്. എഴുത്തിലൂടെ ഇരുവരും തമ്മിൽ പരിചിതരായിരുന്നു. “ഇനിയെന്താണുദ്ദേശിക്കുന്നത്?” അദ്ദേഹം നിരഞ്ജനയോട് ചോദിച്ചു. “പത്രപ്രവർത്തകനായി കഴിയണം.” മറുപടി പറഞ്ഞു.

“പത്രത്തിലെ പണികൊണ്ട് വലിയ പ്രയോജനമില്ല. ഏതെങ്കിലും സ്കൂളിൽ അദ്ധ്യാപകനാവുന്നതാണ് മെച്ചം.”

“വേണ്ട... അദ്ധ്യാപകവൃത്തി എനിക്ക് ചേരില്ല. ഈ തൊഴിലാണ് എനിക്ക് ശരിയായി തോന്നുന്നത്...”

അദ്ദേഹം കൂടുതൽ നിർബ്ബന്ധിച്ചില്ല.

സ്വാതന്ത്ര്യസമരസേനാനിയായ അദ്ദേഹത്തിന്റെ ദേശഭക്തി തുളുമ്പുന്ന കവിതകൾ നിരഞ്ജന ഉരുവിടുമായിരുന്നു.

ഐക്യമൊന്നേ മന്ത്രം...
ഐക്യം തന്നെ സ്വാതന്ത്ര്യം
ഐക്യ നദിയിൽ രാഷ്ട്രം
നീന്തിക്കളിക്കട്ടെ
ഭാരതമേ ജന്മഭൂമി
സ്വാതന്ത്ര്യമേ മമ ധർമ്മം
ഏകകണ്ഠത്തിന്നുൽഘോഷം

കേൾക്കുവിൻ!
തൂവെണ്ണിലാവിനാൽ
പുളകിത നിശാമയീ
സ്വർണ്ണഗർഭയാം തായേ
ഞങ്ങളെ കാക്കുക...

കിഞ്ഞണ്ണറൈക്ക് 1976 ഫെബ്രുവരിയിലയച്ച ഒരു കത്ത് നോക്കുക...

ജീവിച്ചിരിക്കുന്നിടത്തോളം ഇടതടവില്ലാതെ എനിക്കെഴുതിക്കൊണ്ടിരിക്കണം. അങ്ങയെപ്പോലെ ഞാനും സ്വതന്ത്രൻ. കമ്മിറ്റ്മെന്റ് എന്ന പദം എനിക്ക് വളരെ ഇഷ്ടപ്പെട്ടത്. 'കമ്മിറ്റ്മെന്റ് ടു ലൈഫ്' എന്നതാണ് എന്റെ ചിന്ത. രാഷ്ട്രീയത്തെക്കുറിച്ച് താങ്കളെഴുതിയത് ഗണനീയമായ കാര്യമാണ്. പുരോഗമന പ്രസ്ഥാനം അത്യന്തം വിശാലമായ വേദി ഉൾക്കൊള്ളുന്നതാകണം. എന്റെ അഭിപ്രായത്തോട് എതിർപ്പുള്ളവരുണ്ടാകാം. എന്നാൽ അനുകൂലിക്കുന്നവർ ഏറെയുണ്ട്.

ജനഹിതം, ജനതയുടെ പുരോഗതി, വിശ്വബാന്ധവ്യം, മാനവികത — ഇവയെല്ലാം എന്നും ഞാനിഷ്ടപ്പെടുന്നു. പുരോഗമനം എന്നത് വിശാലമായ കാഴ്ചപ്പാടാണ്. സങ്കുചിതമായ അർത്ഥകല്പന അസാദ്ധ്യം. സ്ഥൂലമായി ചില കാര്യങ്ങൾ ഉയർത്തിപ്പിടിക്കുന്നവരാണ് അതിലെ അംഗങ്ങൾ. എന്നാൽ ഇതുസംബന്ധിച്ച് വേദിയിൽ ചർച്ച ചെയ്യാനും സംവദിക്കാനും എല്ലാ സഹൃദയർക്കും സ്വാതന്ത്ര്യമുണ്ടാവണം. ഇത്തരം സമീപനമാണ് ആരോഗ്യകരമായിട്ടുള്ളത്. സംഘടന എന്നത് ബാഹ്യാവരണമാണ്. എന്നാൽ എഴുത്ത് ഓരോ വ്യക്തിയെയും സംബന്ധിച്ചതാണ് ഒരു കത്തിൽ ചൂണ്ടിക്കാട്ടുന്നു.

1975 ൽ അമ്മ 80-ാം വയസ്സിൽ മരിച്ചു. കുറച്ചു ദിവസം പനി പിടിച്ചു കിടന്നിരുന്നു. മരണം ലളിതമായിരുന്നു. മരിക്കുമ്പോഴും മുഖത്ത് പുഞ്ചിരി. അടുത്തുതന്നെ ഞാനുണ്ടായിരുന്നു. ആ രാത്രിയിലെ സ്വപ്നം... അറ്റം വിടർന്ന ഓട്ടുപാത്രം... അതിൽ നാലുവശത്തേക്കും നീളുന്ന തീജ്വാലയുടെ നീലനാവ്. പാത്രം പറന്നുപറന്ന് ആകാശത്തേക്ക് പോയ്ക്കൊണ്ടിരുന്നു. അടുത്ത ദിവസം സ്വപ്നത്തെപ്പറ്റി പറഞ്ഞപ്പോൾ സുഹൃത്ത് അഭിപ്രായപ്പെട്ടത് നല്ല സ്വപ്നം എന്നാണ്. ആത്മാവ് മേലേക്ക് പോയി എന്നും കൂട്ടിച്ചേർത്തു. അങ്ങനെയൊന്നുമില്ലെന്ന് ഞാൻ പ്രതികരിച്ചു. മൂവായിരത്തിലും കൂടുതൽ വർഷങ്ങളിൽനിന്നും മനുഷ്യസ്മരണയിൽ ബാക്കിയായ സ്വർഗ്ഗ - നരക സങ്കല്പം എന്റെ അന്തരാളത്തിൽ ഒതുങ്ങിക്കിടക്കുന്നു. സ്വപ്നരൂപത്തിൽ അത് പ്രകടമായി. അമ്മയുടെ മരണശേഷം തനിച്ചായി. പലപ്പോഴും സന്ധ്യക്ക് വീട്ടിലേക്ക് വരുമ്പോൾ ഗേറ്റിനരികിൽ ഒരു വൃദ്ധ ഇരിക്കുന്നതായി തോന്നിയിട്ടുണ്ട്. എന്റെ മനസ്സ് എത്ര

> തന്നെ ഉറപ്പുള്ളതായാലും തലച്ചോറിൽ മൃദുകോശങ്ങൾ അനേകമുണ്ടാകും. പരിണാമം 'ഭ്രമ'മാകും. ഇപ്പോഴും സ്വപ്നത്തിൽ പലരും കടന്നുവരുന്നു...

ഒരെഴുത്തുകാരന്റെ കത്തുകൾ സംഗ്രഹിച്ച് പ്രസിദ്ധീകരിക്കുമ്പോൾ പല പ്രശ്നങ്ങളും ഉയർന്നു വരുന്നത് സ്വാഭാവികം. കത്തുകൾ സാഹിത്യത്തിന്റെ അംശമായി പരിഗണിക്കാറുണ്ടോ? ജീവിതത്തിനും എഴുത്തിനും ഇടയിലുള്ള കണ്ണികൾ കൂട്ടിച്ചേർക്കുന്ന ഉപാധിയായി കത്തുകൾ വിലയിരുത്തിക്കൂടേ? കത്തുകൾ ദൈനംദിന ജീവിതത്തിലെ ഗതിവിഗതികളുടെ വിവരണമായി കാണുന്നതിനുപകരം വൈയക്തികമായ അനുഭവങ്ങളുടെ തെളിവായി കണക്കാക്കുന്നതാണ് ഉത്തമം. ജീവിതത്തിന്റെ ലയതാളങ്ങളുടെ മൃദുധ്വനികളെന്ന നിലയിൽ നിരഞ്ജനയുടെ കത്തുകളും സർഗ്ഗാത്മകവൃത്തിയുടെ ഭാഗംതന്നെയായിത്തീരുന്നു.

സഹധർമ്മിണിയെ 'വീരവനിത' എന്നാണദ്ദേഹം വിശേഷിപ്പിച്ചത്. ജാതി മാറി വിവാഹം കഴിച്ചു. ചികിത്സയുടെ കൂടെ കഥകളും നോവലുകളുമെഴുതി. മഹിളാ സംഘടനയുടെ ഭാഗമായി. നിരഞ്ജനാദമ്പതികളെ അസൂയയോടെ ലോകം വീക്ഷിക്കുകയായിരുന്നു. എന്നാൽ ഓർക്കാപ്പുറത്ത് ആ ദാമ്പത്യവല്ലരിക്ക് ഇടിമിന്നലേറ്റു. ആദ്യം വാടിപ്പോയത് ഭർത്താവ്. ഒരു കാലും ഒരു കൈയും ചലനമില്ലാതായി. പക്ഷാഘാതമായിരുന്നു. ഒരു കത്തിൽ നിരഞ്ജനയെഴുതുന്നു...

> ഉപയോഗശൂന്യമായ ഇടതുകൈ. അതുപോലുള്ള ഇടതുകാലും. അവയെ ശ്രദ്ധിക്കാതെ ശേഷിച്ച അവയവം കൊണ്ട് ജീവിതം ചലിപ്പിച്ചു. അനുപമയാകട്ടെ മൂന്നാമത്തെ ഓപ്പറേഷനും കഴിഞ്ഞ് തളർന്നിരിക്കുന്നു. 1985 സെപ്തംബറിലാണ് ക്യാൻസർ ചികിത്സയുടെ ഭാഗമായി മൂന്നാമതും ശസ്ത്രക്രിയയ്ക്ക് വിധേയയായത്. തുടർന്ന് കീമോ തെറാപ്പി തുടങ്ങി. മാസത്തിൽ ആറുദിവസം ആസ്പത്രിയിൽ കഴിയണമായിരുന്നു. സീമന്തിനി ഞങ്ങളുടെ കൂടെത്തന്നെയുണ്ട്...
>
> അമ്മ എന്നാൽ കുടുംബത്തിന്റെ കേന്ദ്രമാണ്. ചെറുപ്പത്തിൽ അനുപമ *ധ്രുവചരിതം* നാടകത്തിൽ അഭിനയിച്ചിരുന്നു. അവകാശപ്പെട്ടത് തിരിച്ചെടുക്കാൻ തപസ്സനുഷ്ഠിച്ച ബാലന്റെ ധീരതയും ആത്മവിശ്വാസവും അനുപമയ്ക്കുണ്ടായിരുന്നു. 1971 ൽ പക്ഷാഘാതത്തിനിരയായതിൽപിന്നെ ജീവിതത്തിൽ പുതിയ അദ്ധ്യായം ആരംഭിക്കുകയായിരുന്നു. എന്നാൽ ഏഴുവർഷം തികഞ്ഞപ്പോൾ അനുപമയുടെ ദേഹത്ത് ക്യാൻസറിന്റെ ലക്ഷണം കാണപ്പെട്ടു. ഓപ്പറേഷന് വിധേയയായശേഷം ബോംബെയിൽ താമസമാക്കി. ചികിത്സയ്ക്ക് അവിടെ കൂടുതൽ സൗകര്യമുണ്ടായിരുന്നു. ഭേദപ്പെട്ടതിനുശേഷം ബാംഗ്ലൂരിലേക്ക് തിരിച്ചു...

അത്ഭുതവും അമ്പരപ്പും തോന്നിപ്പിക്കുന്നതായിരുന്നു പിന്നീടുള്ള ആ കുടുംബത്തിന്റെ ജീവിതം. നിരഞ്ജനയെ സംബന്ധിച്ചിടത്തോളം ഇരുന്നിടത്തുതന്നെ എഴുത്തും വായനയും. ശരീരബലം ക്ഷയിക്കുകയായിരുന്നു. ഒന്ന് മുറ്റത്തിറങ്ങാൽപോലും പറ്റുന്നില്ലെന്ന് കത്തുകളിലെഴുതി. എങ്കിലും നിരാശനാകാതെ സാഹിത്യരചനയിലേർപ്പെട്ടു. പ്രാചീനഭാരത ചരിത്രത്തെ ആസ്പദമാക്കി ബൃഹത്തായൊരു ഗ്രന്ഥം രചിക്കണമെന്ന് നിരഞ്ജന ആഗ്രഹിച്ചിരുന്നു. അതിനുവേണ്ടി പ്രാചീനഗ്രന്ഥങ്ങൾ വായിച്ച് കുറിപ്പുകളെടുത്തിരുന്നു. പതിനായിരം വർഷത്തെ കഥ പറയാനാണ് ശ്രമിച്ചത്. പക്ഷേ, ആ ആഗ്രഹം ഫലവത്തായില്ല.

11

അഭിമുഖം

ആയിരത്തി തൊള്ളായിരത്തി എൺപത്തിയാറിലാണ് കർണ്ണാടകത്തിലെ പുത്തൂരിൽ നിരഞ്ജനയെ അഭിനന്ദിക്കാൻ സാഹിത്യസമ്മേളനം സംഘടിപ്പിച്ചത്. അന്ന് പുത്തൂർ റസ്റ്റ് ഹൗസിൽവച്ച് നടത്തിയ അഭിമുഖമാണിത്.

നിരഞ്ജന എന്ന പേര് മലയാളികൾ തൊട്ടറിഞ്ഞത് ചിരസ്മരണ നോവലിലൂടെയാണ്. നീലേശ്വരത്ത് പഠിച്ചിട്ടും മലയാളികൾ അറിയപ്പെടാതെ പോയതെന്തുകൊണ്ടാണ്?

ശരിയാണ്. *ചിരസ്മരണ* എന്ന നോവലിലൂടെയാണ് മലയാളികൾ എന്നെ അടുത്തറിഞ്ഞത്. നീലേശ്വരത്താണ് ഞാൻ പഠിച്ചത്. അന്നാ പ്രദേശം തെക്കൻ കർണ്ണാടകത്തിന്റെ ഭാഗമായിരുന്നു. 1956 ൽ കേരള സംസ്ഥാനം രൂപംകൊണ്ടതിനു ശേഷമാണ് കാസർഗോഡ് താലൂക്ക് കേരളത്തിന്റെ ഭാഗമാകുന്നത്. പഠനം കഴിഞ്ഞ് മംഗലാപുരത്ത് പത്ര പ്രവർത്തകനായിത്തീർന്ന ഞാൻ കർണ്ണാടകത്തിന്റെ ഭാഗമായിത്തീരുകയായിരുന്നു. എന്നാൽ *ചിരസ്മരണ* എന്ന നോവൽ സി രാഘവൻ മാസ്റ്റർ തർജ്ജമ ചെയ്തതോടെ മലയാളികൾക്ക് ഞാൻ പ്രിയപ്പെട്ടവനായിത്തീർന്നു.

കയ്യൂരിൽ നടന്ന ആ സമരകഥയുമായി നേരിട്ട് ബന്ധപ്പെട്ടിരുന്നോ?

ഞാനന്ന് ഹൈസ്കൂൾ വിദ്യാർത്ഥി. സ്റ്റുഡന്റസ് ഫെഡറേഷനിൽ സെക്രട്ടറി. കയ്യൂർ പ്രദേശം നീലേശ്വരത്തിനടുത്താണല്ലോ. അവിടത്തെ ചലനങ്ങളെല്ലാം എന്നെപ്പോലുള്ളവർ അറിയുന്നുണ്ടായിരുന്നു. പിന്നീട് മംഗലാപുരത്ത് കേസ് വിചാരണ നടന്നപ്പോൾ ഞാൻ കോടതിയിൽ ചെല്ലു

മായിരുന്നു. ജയിലിൽചെന്ന് കയ്യൂരിലെ പോരാളികളുമായി സംസാരിച്ചിരുന്നു. ഇതിന്റെയെല്ലാം പശ്ചാത്തലത്തിൽ കയ്യൂർ സംഭവം മനസ്സിൽ ആഴത്തിൽ പതിഞ്ഞുകിടന്നു.

ചിരസ്മരണ നോവലെഴുതുന്നത് പിന്നെയും വർഷങ്ങൾ കഴിഞ്ഞാണല്ലോ?

അതെ. കയ്യൂർ സംഭവം നടന്ന് പതിന്നാലു വർഷം തികഞ്ഞപ്പോഴാണ് *ചിരസ്മരണ* കർണ്ണാടകത്തിൽ ഇറങ്ങിയത്. 1974 ൽ അതിന്റെ മലയാള പരിഭാഷയും പ്രസിദ്ധീകരിച്ചു. കർണ്ണാടകത്തിൽ രണ്ടാമതൊരു പതിപ്പിറങ്ങാൻ ഇരുപതുവർഷം കാത്തിരിക്കേണ്ടിവന്നു. എന്നാൽ മലയാളത്തിൽ മൂന്നുവർഷം കഴിഞ്ഞപ്പോൾതന്നെ രണ്ടാം പതിപ്പിറങ്ങി.

എന്തുകൊണ്ട് ഈ വ്യത്യാസമുണ്ടായി?

അത് വളരെ സ്പഷ്ടമല്ലേ? *ചിരസ്മരണ*യിലെ പ്രമേയം മലയാളികളുമായി ബന്ധപ്പെട്ടതാണ്. കർണ്ണാടകക്കാർക്ക് കേട്ടറിവുമാത്രമുള്ള സംഭവമാണത്. പോരാട്ടത്തിന്റെ കഥയാണാ നോവൽ. കേരളത്തിൽ നടന്നതുപോലുള്ള പോരാട്ടങ്ങൾ കർണ്ണാടകത്തിൽ നടന്നില്ല. ജന്മിത്തത്തിന്റെ ക്രൂരതകളെപ്പറ്റി മലബാറിൽനിന്നു കേട്ട കഥകൾ കർണ്ണാടകത്തിൽ കേൾക്കാനില്ലായിരുന്നു.

കേരളത്തിൽ കമ്യൂണിസ്റ്റ് ആശയം വ്യാപിച്ചതും ഒരു കാരണമായിത്തീർന്നിരിക്കാം...

ശരിയാണ്. കയ്യൂർ സമരത്തിനു പിൻബലമായത് കമ്യൂണിസ്റ്റ് ദർശനം തന്നെയാണ്. കയ്യൂർ നാടിന്റെ കർമ്മപഥങ്ങൾക്ക് ആ തത്ത്വശാസ്ത്രം നല്കിയ ഊർജ്ജം അസാമാന്യം തന്നെ. അതുകൊണ്ടാണ് വിപ്ലവകേരളത്തിലെ അഗ്നിബിന്ദു എന്ന് ആ നാടിനെ വിശേഷിപ്പിക്കുന്നത്.

ഒരു പത്രപ്രവർത്തകനായിരുന്നതുകൊണ്ടാകാം ചിരസ്മരണ നോവലിൽ പത്രവായനയുടെ പ്രാധാന്യം ഊന്നിപ്പറയുന്നുണ്ട്. പണ്ഡിറ്റ് ചിരുകണ്ടനോടും അപ്പുവിനോടും പറയുന്നുണ്ടല്ലോ?...

പത്രപ്രവർത്തകനായതുകൊണ്ടല്ല. നിശാപാഠശാലകളിലൂടെ എഴുത്തും വായനയും പഠിച്ചവർ പത്രവും പുസ്തകവും വായിച്ച് തിരിച്ചറിവ് നേടുന്നത് സ്വാഭാവികം. ചൂഷണത്തെയും അടിമത്തത്തെയും ചെറുക്കാൻ പ്രേരണ കിട്ടുന്നത് ആ അറിവിൽ നിന്നാണ്.

നോവലിൽ ചിത്രീകരിച്ചിരിക്കുന്നത് സത്യവുമായി വിദൂരബന്ധം പോലുമില്ലാത്ത വസ്തുതകളാണെന്ന് ആക്ഷേപമുണ്ടായിരുന്നു.

കമ്യൂണിസം പ്രചരിപ്പിക്കാനെഴുതിയ നോവലെന്നാണ് പറഞ്ഞു പരത്തിയത്. അനന്യദേശഭക്തിയും ഉൽക്കടമായ സ്വാതന്ത്ര്യദാഹവും ഒരു ഗ്രാമത്തിലെ ജനതയെ വിമോചനപ്പോരാട്ടത്തിലേക്ക് നയിച്ചത് സ്വാഭാവികം. മനുഷ്യത്വത്തിനു നേരെ നടന്ന അക്രമമാണ്. അടിമത്ത ത്തിനെതിരെ എഴുന്നേറ്റുനിന്ന മനുഷ്യർ. അവരുടെ അനുഭവങ്ങൾ നോവലിനു വിഷയമാക്കിയത് ഒരു കടമയായിട്ടാണ് ഞാൻ കരുതുന്നത്. തങ്ങൾക്കിഷ്ടമില്ലാത്തതിനെയെല്ലാം കമ്യൂണിസത്തിന്റെ മുദ്രകുത്തി മാറ്റി നിർത്തുന്നത് അധികാരിവർഗ്ഗത്തിന്റെ പൊതുസ്വഭാവമാണ്.

കയ്യൂരിലെ വീരരെ തൂക്കിലേറ്റിയ ദിവസം രാത്രിയിൽ ജാനകി കുഞ്ഞിനോട് പറയുന്ന ഭാഗം മനസ്സിൽ മായാതെ കിടക്കും. അത്തരമൊരു രംഗം ചിത്രീകരിച്ചതിലെ ഔചിത്യം?

കയ്യൂരിലെ ജനങ്ങൾ അന്ന് പൊട്ടിക്കരയുകയായിരുന്നു. അതിനിട യിലും അപ്പുവിന്റെ പത്നി ജാനകി മകനെയെടുത്ത് മുറ്റത്തിറങ്ങി ആകാശത്തേക്ക് കൈചൂണ്ടി പറയുകയാണ്... "അപ്പുക്കുട്ടീ, നീ അങ്ങ് നോക്ക്യോ? ദാ അച്ഛൻ അവിടണ്ട്. നീ കരഞ്ഞൂടാ. കരഞ്ഞാൽ അച്ഛന് സങ്കടാവും." കയ്യൂർ ജനത കണ്ണീർ ചൊരിഞ്ഞ് കാലം കളയരുത്. പോരാട്ടവഴിയിൽ കൂടുതൽ ആർജ്ജവത്തോടെ മുന്നേറണം. ആകാശ ത്തിലെ തിളങ്ങുന്ന നക്ഷത്രത്തെയാണ് അമ്മ മകന് ചൂണ്ടിക്കാട്ടിയത്. തിളങ്ങുന്ന നക്ഷത്രം പ്രതീക്ഷയുടെ പ്രതീകമാണ്.

കർണ്ണാടകത്തിൽ കേരളത്തിലേതുപോലെ കമ്യൂണിസ്റ്റ് പ്രസ്ഥാനം വേണ്ടത്ര ശക്തിപ്രാപിച്ചിട്ടില്ലല്ലോ...?

കേരളത്തിൽനിന്നും തീർത്തും വ്യത്യസ്തമാണ് കർണ്ണാടകത്തിലെ നില. ജന്മി - കുടിയാൻ പ്രശ്നങ്ങളിൽ സജീവമായി ഇടപെടാൻ തയ്യാറായ അനേകം നേതാക്കൾ കേരളത്തിലുണ്ടായിരുന്നു. മലബാറിൽ നടന്നതു പോലെയുള്ള കർഷക പോരാട്ടങ്ങൾ കർണ്ണാടകത്തിൽ സംഭവിച്ചിട്ടില്ല. കൃഷ്ണപിള്ള, എ കെ ജി, ഇ എം എസ് എന്നിവരെപ്പോലെയുള്ള നേതാക്കൾ കർണ്ണാടകത്തിലുണ്ടായിട്ടില്ല. കേരളത്തിൽ കമ്യൂണിസ്റ്റ് പാർട്ടി രൂപം കൊണ്ടതിൽപിന്നെ വളരെ വൈകിയാണ് കർണ്ണാടകത്തിൽ പാർട്ടി ഉടലെടുത്തത്. ആദ്യകാലത്ത് കേരളത്തിൽനിന്നും വന്നവരാണ് പ്രവർത്ത കരെ സംഘടിപ്പിക്കാൻ മുൻകൈയെടുത്തതുതന്നെ.

പുരോഗമന സാഹിത്യകാരനെന്ന നിലയിൽ താങ്കൾ പ്രശസ്തനാണ്. പുരോഗമനം എന്ന പദം ഏറെ തെറ്റിദ്ധരിക്കപ്പെട്ടതാണ്. ആരാണ് ഇക്കാര്യ ത്തിൽ താങ്കളുടെ വഴികാട്ടി?

കല കലയ്ക്കു വേണ്ടിയല്ല. ജീവിതത്തിനുവേണ്ടി എന്ന ചിന്തയിൽ നിന്നാണ് പുരോഗമന ബോധം ഉടലെടുക്കുന്നത്. കർണ്ണാടകത്തിൽ ജീവൽസാഹിത്യത്തോട് താല്പര്യം പുലർത്തിയ എഴുത്തുകാർ മുമ്പു

ണ്ടായിരുന്നു. എന്നാൽ 1940 കളിലാണ് അത് ശക്തിപ്പെട്ടത്. പ്രാസങ്ങളും അലങ്കാരങ്ങളുംകൊണ്ട് സാഹിത്യത്തെ മോടിപിടിപ്പിക്കുന്ന കാലം കഴിഞ്ഞെന്ന് റഷ്യൻ സാഹിത്യകാരൻ 'ബെലിൻസ്കി' പറഞ്ഞത് എന്റെ മനസ്സിനെ അലട്ടിയിരുന്നു. സാങ്കല്പിക സാഹിത്യത്തിന് പ്രസക്തി കുറഞ്ഞ കാലമാണിത്. പൊള്ളുന്ന ജീവിതത്തിലെ വികാരവിചാരങ്ങൾക്ക് കലാരൂപം നല്കാൻ തയ്യാറാകണം. സാഹിത്യം സാമൂഹ്യവിമർശനം തന്നെയാകണം. ജനസമുദായത്തിന്റെ പോരാട്ടങ്ങളിൽ ബെലിൻസ്കി നേരിട്ട് പങ്കെടുത്തിട്ടില്ല. എന്നാൽ പുതിയ ചിന്തകളും വിലയിരുത്തലുകളും കൊണ്ട് ജനങ്ങളെ പ്രേരിപ്പിച്ചു. ജനിച്ചുവളർന്ന സമൂഹത്തിന്റെ അഭിവൃദ്ധിക്കായി പ്രതിബദ്ധതയോടെ സൃഷ്ടി നടത്തണം.

എഴുതുന്നത് പണത്തിനും പ്രശസ്തിക്കും വേണ്ടിയാണെന്ന് പറയുന്നവരുണ്ടല്ലോ...?

ഉണ്ട്. സാഹിത്യാദികലകൾ പ്രശസ്തിയും പണവും ഉണ്ടാക്കുന്നതെന്നതു സത്യം തന്നെ. എഴുത്ത് ചിന്തയുടെയും വികാരങ്ങളുടെയും അത്യുന്നതമായ പ്രവർത്തനമാണ്. അതിന് പ്രതിഫലം ആവശ്യം തന്നെ. എഴുത്തുകാരനും ജീവിക്കണമല്ലോ? എന്നാൽ തന്റെ സമൂഹത്തിനും ആനന്ദവും അഭിവൃദ്ധിയും ഉണ്ടാകണമെന്ന് ചിന്തിക്കാനാകണം. അതിനു വേണ്ടി പ്രവർത്തിക്കാൻ സന്നദ്ധത കാട്ടണം.

ഇങ്ങനെ വിലയിരുത്തുമ്പോൾ സാഹിത്യം പ്രചാരണമായി തരംതാഴില്ലേ?

സാഹിത്യാദികലകൾക്കെല്ലാം പ്രചാരണദൗത്യവും നിർവ്വഹിക്കാനുണ്ട്. ചിന്താശീലരായ എഴുത്തുകാർക്കെല്ലാം സ്വന്തം കാഴ്ചപ്പാടുണ്ടാകും. താൻ വിശ്വസിക്കുന്ന തത്ത്വദർശനങ്ങളിൽനിന്നാണ് ആ കാഴ്ചപ്പാട് രൂപംകൊള്ളുന്നത്. കൃതികളിൽ പ്രതിഫലിക്കുന്നതും ഈ നിരീക്ഷണമായിരിക്കും. ആ നിരീക്ഷണം സമൂഹത്തെ ഒരുതരത്തിലല്ലെങ്കിൽ മറ്റൊരു തരത്തിൽ ചലിപ്പിക്കാതിരിക്കില്ല. പ്രചാരണത്തിന്റെ ലക്ഷ്യവും ഈ ചലനമാണ്. ചരിത്രത്തിലുടനീളം പരിശോധിച്ചാൽ ഇത്തരം ചലനങ്ങളുടെ പിൻബലമായിത്തീർന്ന സാഹിത്യ-കലാരൂപങ്ങളെ കണ്ടെത്താനാകും. ആ നിലയിൽ സാഹിത്യത്തിന് എന്നും പ്രചാരണത്തിന്റേതായ ഒരു വശവുമുണ്ട്. ധർമ്മങ്ങൾ പ്രചരിപ്പിച്ച ഗ്രന്ഥങ്ങളുണ്ടല്ലോ. ഭക്തിവിഷയത്തിലും കാവ്യങ്ങളുടെ സാന്നിദ്ധ്യമുണ്ട്. ദേശീയപ്രസ്ഥാനത്തെ ശക്തിപ്പെടുത്താനും പാട്ടുകളും കവിതയും ഉണ്ടായിരുന്നു. ഭരണകർത്താക്കളും തങ്ങളുടെ പദ്ധതികൾ നടപ്പിലാക്കുന്നതിന് നാടകവും പാട്ടും സിനിമയും സ്വീകരിച്ചിട്ടുണ്ട്.

എഴുത്തുകാരനോട് ഇന്നതരത്തിൽ എഴുതണമെന്ന് നിർദ്ദേശിക്കണമെന്നാണോ?

അങ്ങനെയല്ല. സ്വന്തം കൃതി ഏതുതരത്തിൽ രൂപംകൊള്ളണമെന്ന് നിശ്ചയിക്കേണ്ടത് എഴുത്തുകാരാണ്. അതിനുള്ള സ്വാതന്ത്ര്യം ഉണ്ട്.

ഇന്ന തരത്തിലേ എഴുതാവൂ എന്ന് ഏതെങ്കിലും കക്ഷിയിൽപ്പെട്ടവർ പറയുന്നത് ഉചിതമല്ല. രാഷ്ട്രീയക്കാരുടെ നിർദ്ദേശമനുസരിച്ച് രചിക്കുന്ന കൃതി മെച്ചപ്പെട്ടതാകണമെന്നില്ല. സ്വതന്ത്രമായി രചിച്ച കൃതികൾ രാഷ്ട്രീയചിന്തകൾ പ്രചരിപ്പിക്കാതെയുമിരുന്നിട്ടുമില്ല. ഒരുകാലത്ത് സോവിയറ്റ് റഷ്യയിലിറങ്ങിയ സാഹിത്യകൃതികളെക്കുറിച്ച് ഇത്തരമാക്ഷേപമുയർന്നിരുന്നു.

എന്നുവച്ചാൽ സാഹിത്യവും രാഷ്ട്രീയവും രണ്ടാണെന്നാണോ?

അല്ലേയല്ല. സാഹിത്യവും രാഷ്ട്രീയവും ഒരേ നാണയത്തിന്റെ രണ്ടു വശമാണ്. രണ്ടും ചേർന്നല്ലാതെ പൂർണ്ണമാവില്ല. രണ്ടിന്റെയും മാർഗ്ഗം വ്യത്യസ്തമെന്നേയുള്ളൂ. സമൂഹനന്മയാണ് എഴുത്തുകാരനും രാഷ്ട്രീയക്കാരനും ആഗ്രഹിക്കുന്നത്. ചുറ്റിലും നടമാടുന്ന അസമത്വങ്ങൾ അവസാനിപ്പിച്ച് ഗുണപരമായ അന്തരീക്ഷത്തിൽ ജനങ്ങളെ എത്തിക്കാനാണ് രാഷ്ട്രീയക്കാർ പോരാടുന്നത്. സാമൂഹ്യപ്രതിബദ്ധതയുള്ള ഒരെഴുത്തുകാരന്റെ രചനകളും ഈ ദൗത്യം തന്നെ നിർവ്വഹിക്കുന്നു. അതുകൊണ്ട് രാഷ്ട്രീയത്തോട് അയിത്തം പുലർത്തേണ്ട കാര്യം സാഹിത്യകാരനുണ്ടാവരുത്.

നിരഞ്ജന നിരന്തരം എഴുതുന്ന ആളാണെന്ന് കേട്ടിട്ടുണ്ട്. രചനാരീതിയെപ്പറ്റി വിശദീകരിക്കാമോ?

സദാ എഴുതുന്നയാളാണല്ലോ എഴുത്തുകാരൻ. ആശയങ്ങൾ മനസ്സിൽ രൂപപ്പെട്ടതിനു ശേഷമാണ് എഴുതാനിരിക്കുക. കഥാപാത്രങ്ങളും ഉടലെടുത്തിരിക്കും. വികാരവിചാരങ്ങൾ തള്ളിക്കയറിവരും. പിന്നെ ഒരേ ഇരിപ്പാണ്. രാവും പകലും ഇരുന്നെഴുതും. കൃതി പൂർത്തിയായാലേ പിന്തിരിയൂ. ഇതിനിടയിൽ കുളി, ഭക്ഷണം മുതലായവ നടക്കും. എഴുത്ത് തുടങ്ങിയാൽ ആരും ശല്യപ്പെടുത്തരുതെന്ന് നിർബ്ബന്ധമാണ്. രൂപം കൊള്ളുന്ന കൃതിയുടെ ലോകത്തായിരിക്കും ഞാൻ. എഴുതിയത് വീണ്ടും മാറ്റിയെഴുതേണ്ടിവന്നിട്ടില്ല. സൂക്ഷ്മനിരീക്ഷണവും ഏകാഗ്രതയുമുണ്ടെങ്കിൽ ആദ്യ എഴുത്തിൽതന്നെ ഫലം കൈവരും.

ഒന്നു ചോദിക്കട്ടെ, പക്ഷാഘാതം പിടിപെട്ടത് 1971 ലാണല്ലോ. എന്നാൽ പിന്നീടും എഴുത്തുകാരന് തളർച്ച സംഭവിച്ചില്ല. ഏറ്റവും വലിയ കൃതി മൃത്യുഞ്ജയൻ പിന്നീട് രചിച്ചതല്ലേ? ശരീരം തളർന്നിട്ടും മനസ്സ് തളർന്നില്ല.

ദേഹം തളർന്നപ്പോൾ മനസ്സ് കരുത്തുനേടുകയായിരുന്നു. നിരഞ്ജനായുഗം അവസാനിച്ചു എന്ന് കരുതുന്നവരുണ്ടായിരുന്നു. പുനർജ്ജന്മമെടുത്ത നിരഞ്ജനയെയാണ് ലോകം കണ്ടത്; മാനസികമായി അദ്ധ്വാനിക്കാൻ പറ്റില്ലെന്നാണ് പലരും പറഞ്ഞത്. ഞാനത് തള്ളിക്കളഞ്ഞു. തലച്ചോറ് പരിപൂർണ്ണ വിശ്രമം വേണമെന്ന് പറയുമ്പോൾ അത് സ്വീകരി

ക്കുന്നതിലും ഭേദം മരിക്കുന്നതാണ്. ഉള്ള ചൈതന്യം ആവാഹിച്ചെടുത്ത് ശക്തിപ്പെടുത്തി വീൽചെയറിലിരുന്ന് ഞാനെഴുതി. ഭാര്യയും മക്കളും വേണ്ട സഹായം ചെയ്തു. ഒരുവർഷക്കാലം തപസ്സ് ചെയ്തിട്ടാണ് *മൃത്യുഞ്ജയ*നെന്ന കൃതി ഫലം കണ്ടത്. പ്രാചീന ഈജിപ്തിലെ വിചിത്ര മനുഷ്യനെപ്പോലെയാണ് ഞാൻ പെരുമാറിയത്. എല്ലാം എന്റെ ഭാര്യയും മക്കളും സഹിച്ചു. മൃത്യുവിലും ജയിക്കുന്നവരുടെ കഥ പറഞ്ഞ് നിരഞ്ജന സാഹിത്യരംഗത്ത് അത്ഭുതം സൃഷ്ടിച്ചു. ജീവിതം കയ്പ് കലർന്നതാണെന്ന് ഞാൻ പഠിച്ചിരുന്നു. എന്നാൽ ഓരോ കാൽവയ്പിലും നാം ജാഗ്രത പുലർത്തണം.

കേരളത്തെക്കുറിച്ച് — മലയാളികളെക്കുറിച്ച്...

ഇന്ത്യയുടെ പടിഞ്ഞാറ്റത്തായി സ്ഥിതിചെയ്യുന്ന കേരളം എന്നെ ഏറ്റവുമധികം ആകർഷിച്ച നാടാണ്. ഞാൻ പഠിച്ച നീലേശ്വരം രാജാസ് ഹൈസ്കൂൾ ഇന്ന് കേരളത്തിന്റെ ഭാഗമാണ്. ഉപ്പുസത്യഗ്രഹത്തിലും ഗുരുവായൂർ സമരത്തിലും പങ്കെടുത്ത കെ മാധവനെന്ന മലയാളിയാണ് എന്നെ കമ്യൂണിസ്റ്റുകാരനാക്കിയത്. ഇ കെ നായനാരെ അറിയാം. നീലേശ്വരത്ത് നടന്ന വിദ്യാർത്ഥിയൂണിയൻ സമ്മേളനം ഉദ്ഘാടനം ചെയ്തത് അന്ന് ഒളിവിലായിരുന്ന ഇ കെ നായനാരാണ്. ഇ എം എസ്, സി അച്യുതമേനോൻ, പി ഗോവിന്ദപ്പിള്ള, പവനൻ, സി എം രാഘവൻ നമ്പ്യാർ തുടങ്ങിയവരുമായി നല്ല ബന്ധം പുലർത്തിയിരുന്നു. കേരളത്തിൽ ജാതിശക്തികൾക്ക് മേൽക്കൈ കിട്ടുന്നുണ്ട്. ബംഗാളി സംസാരിക്കുന്നവരെല്ലാം ബംഗാളികൾ എന്നറിയപ്പെടുന്നു. തെലുങ്ക് സംസാരിക്കുന്നവർ ആന്ധ്രാക്കാരും തമിഴ് സംസാരിക്കുന്നവർ മദ്രാസികളുമാണ്. എന്നാൽ മലയാളം സംസാരിക്കുന്നവർ കേരളീയരെന്നതിനേക്കാൾ നായരായും നമ്പ്യാരായും ഈഴവരായും മുസ്ലീങ്ങളായും ക്രിസ്ത്യാനികളായും അറിയപ്പെടുന്നു. ഇത് ആപൽക്കരമാണ്.

നീലേശ്വരത്തെക്കുറിച്ച് ഓർമ്മകൾ വല്ലതും മങ്ങാതെ കിടപ്പുണ്ടോ

ബാംഗ്ലൂരിൽനിന്ന് ഒരു തവണ മംഗലാപുരം, കാസർഗോഡ്, കണ്ണൂർവഴി കൊടകിലേക്ക് പോയിരുന്നു. മൈസൂരെത്തിയശേഷം ബാംഗ്ലൂരിൽ തിരിച്ചെത്തി. ഒരു ചംക്രമണം. യാത്രയിൽ മഞ്ചേശ്വരം ഗോവിന്ദപൈയുടെ ഗൃഹത്തിലെത്തി. കന്നഡത്തിലെ രാഷ്ട്രീയ കവിയാണദ്ദേഹം. എന്നാൽ കേരളീയനായാണ് മരിച്ചത്. ഭാഷാടിസ്ഥാനത്തിൽ സംസ്ഥാനം രൂപീകരിക്കുമ്പോൾ കാസർഗോഡിനെ കർണ്ണാടകത്തോട് ചേർക്കണമെന്ന് അദ്ദേഹം ആഗ്രഹിച്ചിരുന്നു. കേരളത്തിനും തുളുനാടിനുമിടയിൽ ചന്ദ്രഗിരിപ്പുഴ ഒഴുകുന്നു. കാഞ്ഞങ്ങാട് കഴിഞ്ഞാണ് നീലേശ്വരം. നീലമുനി ഇവിടെ ദേവപ്രതിഷ്ഠ നടത്തിയിരുന്നു. പണ്ട് നീലേശ്വരത്തെത്താൻ പാലമില്ല. ഇന്ന് പാലമുണ്ട്. ഞാൻ പഠിക്കുമ്പോൾ ധാരാളംപേർ രാജാസ് ഹൈസ്കൂളിൽ പഠിക്കാനെത്തിയിരുന്നു. ഹോസ്റ്റ

ലിൽ മൂന്നുരൂപയ്ക്ക് ഒരു മാസം ചോറുകിട്ടുമായിരുന്നു. ഇന്ന് ദൂരത്ത് ചെന്ന് പഠിക്കേണ്ട കാര്യമില്ല. എല്ലായിടത്തും ഹൈസ്കൂളുകളുണ്ട്. നീലേശ്വരം കടന്നാൽ ചെറുവത്തൂരായി. അതിനടുത്താണ് *ചിരസ്മരണ*യുടെ കയ്യൂർ. കേരളത്തിന്റെ പ്രകൃതിസൗന്ദര്യം നിത്യനൂതനമാണ്. എന്നാൽ ബാഹ്യാവരണം നീക്കിക്കളഞ്ഞാൽ ദൃശ്യമാവുന്നത് പഴയ കൊടും ദാരിദ്ര്യം തന്നെ. വാസ്തവത്തിൽ ഭാരതത്തിലെ മൂന്നിലൊരു ഭാഗം ഇന്നും കടുത്ത പട്ടിണിയിലാണ്. ഗ്രാമങ്ങളിലെ തൊഴിലാളികളുടെ പ്രതിശീർഷവരുമാനം വളരെ തുച്ഛവും. സ്വാതന്ത്ര്യം പ്രാപിച്ചിട്ട് ഇത്രയും കാലം കഴിഞ്ഞിട്ടും ഈ പരിസ്ഥിതിക്ക് മാറ്റം വന്നില്ല.

മുമ്പ് കോട്ടയത്തുവന്ന അനുഭവം പ്രതിവാരപംക്തിയിൽ എഴുതിയിരുന്നെന്ന് കേട്ടിട്ടുണ്ട്. എന്താണ് കോട്ടയവുമായി അടുത്ത് ബന്ധപ്പെടാൻ കാരണമായത്

അക്ഷരനഗരം എന്നാണ് കോട്ടയത്തെ ഞാൻ വിശേഷിപ്പിച്ചത്. കേരളത്തിലെ പട്ടണങ്ങളിൽ ഒന്നെവിടെ അവസാനിക്കുന്നു, എവിടെ തുടങ്ങുന്നു എന്നു പറയാനാവില്ല. നീണ്ടുകിടക്കുന്ന റോഡ്. ഇരുവശവും പീടികകൾ... സ്കൂളുകൾ... മറ്റു സ്ഥാപനങ്ങൾ. കോട്ടയത്തുനിന്നാണ് ആദ്യത്തെ പുസ്തകം *ബൈബിൾ* പ്രസിദ്ധീകരിച്ചത്. അതിൽപിന്നെ എത്രായായിരം പുസ്തകങ്ങളാണ് വെളിച്ചം കണ്ടത്.

പുസ്തകവും പത്രവും ഇറങ്ങുന്ന നാടാണ് കോട്ടയം...

*മലയാള മനോരമ*യുടെ ആസ്ഥാനം കോട്ടയത്താണല്ലോ. ജനസ്വാധീനമുള്ള ദിനപത്രമാണത്. മലയാളിക്ക് വേണ്ടത് പത്രവും പുസ്തകവുമാണല്ലോ. സി പി ശ്രീധരന്റെ ക്ഷണപ്രകാരമാണ് കോട്ടയത്തെത്തിയത്. സാഹിത്യ പ്രവർത്തക സഹകരണ സംഘം പ്രവർത്തിക്കുന്നതും കോട്ടയത്താണ്. എഴുത്തുകാർ കൂടിച്ചേർന്ന് രൂപീകരിച്ച സഹകരണ സ്ഥാപനമാണത്. എഴുത്തുകാർക്ക് ന്യായമായ പ്രതിഫലം ഇതിൽനിന്ന് കിട്ടുന്നു. അന്ന് പൊൻകുന്നം വർക്കി, ഡി സി കിഴക്കേമുറി എന്നിവർ ചേർന്നാണ് എന്നെ സ്വീകരിച്ചത്. ഭാരതത്തിൽ മറ്റെങ്ങും എഴുത്തുകാർക്കായി സഹകരണസംഘം പ്രവർത്തിക്കുന്നില്ല.

ഒടുവിൽ ചോദിക്കട്ടെ. എഴുത്തുകാർക്കെല്ലാം അവരവർ ഇഷ്ടപ്പെട്ട കൃതിയുണ്ടാകും. നിരഞ്ജനയ്ക്കും ഇഷ്ടപ്പെട്ട കൃതിയുണ്ടാകുമല്ലോ

ഏറ്റവും ഇഷ്ടപ്പെട്ട കൃതിയേത്? മക്കളിൽ ഏറ്റവും ഇഷ്ടം ആരോടാണെന്ന് ചോദിക്കുന്നതുപോലെ. *ചിരസ്മരണ*യും *മൃത്യുഞ്ജയ*നും *ബനശങ്കരി*യും എല്ലാം ഇഷ്ടപ്പെട്ടതുതന്നെ. ഓരോ കൃതിയിലും എഴുത്തുകാരന്റെ ഓരോ ഭാവമാണ് വെളിപ്പെടുന്നത്. *ചിരസ്മരണ* കയ്യൂർ ഗ്രാമത്തിലെ ജനങ്ങളെക്കുറിച്ചുള്ളതാണ്. *മൃത്യുഞ്ജയൻ* വിശ്വമാനവികതയിലേക്കുള്ള വളർച്ചയാണ്. *ബനശങ്കരി*യാവട്ടെ ജീവചരിത്രപ്രധാനവും.

വിവേകിയായ എഴുത്തുകാരൻ സ്വന്തം ഉത്തരവാദിത്വം തീർച്ചയായും അറിയുന്നവനാണ്. വിവേകം എല്ലാവരിലുമുള്ള വസ്തുവല്ല. ചിലരിൽ അത് കൂടുതലായി കാണാം. ചിലരിൽ കുറഞ്ഞും. ചിലരിൽ വിവേകമേ കാണില്ല. അതുകൊണ്ട് രചിക്കപ്പെടുന്ന എല്ലാ സാഹിത്യവും ഉത്തമമാകണമെന്നില്ല.

ശിവറാമ കാരന്തിന്റെ നാടകക്കളരിയിൽ പോയതായി വിവരിച്ചിട്ടുണ്ട്. പുത്തൂരിൽ നാടകക്കളരി നടത്തിയിരുന്ന കാരന്ത് പില്ക്കാലത്ത് കുന്താപുരത്തിനടുത്ത് കോട്ട ഗ്രാമത്തിൽ സ്ഥിരതാമസമാക്കി.

പത്തുമുഖമുള്ള ഭ്രാന്തമനുഷ്യനാണ് കാരന്ത്. ആദ്യം മനുഷ്യനെ പൂജിക്കണം എന്നാണദ്ദേഹം പറയുക. അദ്ദേഹത്തിന്റെ ജീവിതദർശനവും ഇതുതന്നെ. രണ്ടു കൈകളും രണ്ടു കാലുകളുമായി സമൂഹത്തിൽ പിറന്നുവീഴുന്ന ജീവി അസുരനുമാകാം ദേവനുമാകാം. കാരന്തിന് സ്വന്തമായ നിലപാടും കാഴ്ചപ്പാടുമുണ്ട്. ബഹുമുഖപ്രതിഭയാണ് അദ്ദേഹം. കേന്ദ്ര സാഹിത്യ അക്കാദമി അദ്ദേഹത്തിന് അവാർഡ് നല്കിയത് സാഹിത്യകൃതിക്കല്ല, യക്ഷഗാനകൃതിക്കാണ്. കാരന്ത് പലതരത്തിലും അത്ഭുതം സൃഷ്ടിച്ച വ്യക്തിയാണ്. പരിസ്ഥിതി പ്രശ്നങ്ങളിൽ അദ്ദേഹം മുന്നിട്ടിറങ്ങിയിരുന്നു. സാമൂഹ്യജീവിയാണ് താനും എന്ന ബോധം കാരന്തിനുണ്ടായിരുന്നു.

യു ആർ അനന്തമൂർത്തിയുമായും ഉറ്റബന്ധം തന്നെയല്ലേ? എനിക്ക് പുതിയൊരു ലോകത്തേക്ക് വഴിതുറന്നു തന്നത് നിരഞ്ജനയാണെന്ന് അനന്തമൂർത്തി എഴുതിയിട്ടുണ്ട്. കമ്യൂണിസ്റ്റ് ചിന്താഗതിയിൽ കഴിഞ്ഞിരുന്ന തങ്ങളുടെ മദ്ധ്യത്തിലേക്ക് കടന്നുവന്ന ചിന്തകനാണ് നിരഞ്ജനയെന്നും അദ്ദേഹമെഴുതി.

അനന്തമൂർത്തി എനിക്ക് സഹോദരനായിരുന്നു. അണ്ണൻ എന്ന നിലയിലാണെന്നെ കണക്കാക്കുന്നത്. എമർജൻസി പീരിയഡിൽ ഞങ്ങൾ തമ്മിൽ നേരിയ വാക്കുതർക്കമുണ്ടായിരുന്നു. എന്നാൽ ഉടനെ ഞങ്ങളതു മറന്ന് ഒന്നായി. എഴുത്തിന്റെ വഴിയിൽ നിരഞ്ജന മാർഗ്ഗദർശിയായെന്ന് അനന്തമൂർത്തി പറയും. മാർഗ്ഗം അവനവൻ തന്നെ കണ്ടെത്തുന്നതാണ്.

12

നിരഞ്ജന: ജീവിതഘട്ടം

1924 തെക്കൻ കർണ്ണാടകത്തിലെ കുളുകുന്തഗ്രാമത്തിൽ ജനനം. ചിന്ന മ്മയുടെ മകൻ. കുട്ടിക്ക് 6 മാസം പ്രായമായപ്പോൾ ഭ്രഷ്ട് കല്പിച്ച് ഗ്രാമത്തിൽനിന്നും പുറത്താക്കി. പിന്നെ 'കാവ്' എന്ന ഗ്രാമത്തിൽ താമസം.

1930 കാവ് ലോവർ എലിമെന്ററി സ്കൂളിൽ വിദ്യാർത്ഥി. മൂന്നു വർഷത്തെ പഠനം.

1934 സുള്ള്യ ഹയർ എലിമെന്ററി സ്കൂളിൽ പ്രവേശനം. ആ വർഷം സുള്ള്യയിൽ വന്ന ഗാന്ധിജിയെ കണ്ടു.

1935 ഡോ. ശിവറാമകാരന്തിന്റെ നേതൃത്വത്തിൽ സുള്ള്യയിൽ നടന്ന കുട്ടികളുടെ കലാമേളയിൽ പങ്കാളി.

1936 സുള്ള്യയിൽ വന്ന നെഹ്റുവിനെ കണ്ടു. നെഹ്റുവിന്റെ പ്രസംഗം കേട്ടു. ആ സമ്മേളനത്തിൽ വാളണ്ടിയറായി പ്രവർത്തിച്ചു.

1937 കിശോർ എന്ന പേരിൽ തുളുവിൽ കഥയെഴുതി. സുള്ള്യയിലെ പഠനം മതിയാക്കുന്നു. പിന്നെ നീലേശ്വരം രാജാസ് ഹൈസ്കൂളിൽ പഠിക്കാനെത്തുന്നു.

1938 കമ്യൂണിസ്റ്റ് ആശയവുമായി ബന്ധപ്പെടുന്നു

1939 വിദ്യാർത്ഥി യൂണിയൻ രൂപീകരണം: കാസർഗോഡ് താലൂക്ക് വിദ്യാർത്ഥി സംഘടനയുടെ സെക്രട്ടറിയായി. നീലേശ്വരത്ത് വച്ച് സംഘടനയുടെ ഒന്നാം സമ്മേളനം നടത്തി. കയ്യൂരുമായി നിരന്തര ബന്ധം. കർഷകരുടെ പോരാട്ടം അടുത്തുനിന്ന് വീക്ഷിച്ചു.

1941 എസ് എസ് എൽ സി പരീക്ഷയെഴുതി. മംഗലാപുരം *രാഷ്ട്ര ബന്ധു* മാസികയുടെ സഹപത്രാധിപരായി.

1943 കമ്യൂണിസ്റ്റ് പാർട്ടിയിൽ അംഗമാവുന്നു. പുരോഗമന സാംസ്കാരിക പ്രവർത്തനങ്ങൾക്ക് നേതൃത്വം കൊടുക്കുന്നു. അഖിലേന്ത്യാ പുരോഗമന എഴുത്തുകാരുടെ ബോംബെ സമ്മേളനത്തിൽ പങ്കെടുത്തു. പ്രസ്സ് വർക്കേഴ്സ് യൂണിയൻ സമ്മേളനം നടത്തി.

1945 മംഗലാപുരത്തുനിന്നും ബാംഗ്ലൂരിലേക്ക് താമസം മാറ്റുന്നു. ആദ്യ കഥാസമാഹാരം *അയ്യ്യന്യേ* പുറത്തിറങ്ങി.

1947 കന്നഡ ഭാഷയിലെ ആദ്യത്തെ കമ്യൂണിസ്റ്റ് വാരിക *ജനശക്തി* നിരഞ്ജനയുടെ പത്രാധിപത്യത്തിൽ പുറത്തിറങ്ങി. വിവിധ പത്രങ്ങളിൽ കോളമെഴുത്തുകാരനായി.

1948 പാർട്ടി നിരോധനത്തെത്തുടർന്ന് ഒളിവ് ജീവിതം തുടങ്ങി.

1950 ഒളിവ് ജീവിതത്തിനിടയിൽ അനുപമയെ കണ്ടുമുട്ടി.

1951 ഒളിവ് ജീവിതം മതിയാക്കി. മൂന്നു വർഷം മുമ്പ് *ജനശക്തി*യിലെഴുതിയ ലേഖനത്തിന്റെ പേരിൽ അറസ്റ്റിലായി. കാർവാർ ജയിലിലടച്ചു. നീണ്ട വിചാരണ. ഒടുവിൽ രക്ഷപ്പെട്ടു.

നിരഞ്ജന എന്ന തൂലികാനാമം സ്വീകരിക്കുന്നു. ബാംഗ്ലൂരിൽ താമസിച്ച് സാഹിത്യരചനയിൽ ജീവിതം കഴിക്കാൻ തീരുമാനിക്കുന്നു.

1953 ആദ്യ നോവൽ *വിമോനചനെ* പുറത്തിറങ്ങി.

1956 നിരഞ്ജനയും അനുപമയും വിവാഹിതരായി.

1969 മൈസൂർ, ബാംഗ്ലൂർ യൂണിവേഴ്സിറ്റികളുടെ സെനറ്റിൽ അംഗം. *ജ്ഞാനഗംഗോത്രി* എന്ന പ്രസിദ്ധീകരണത്തിന്റെ ചീഫ് എഡിറ്ററായി സ്ഥാനമേല്ക്കുന്നു.

1971 പക്ഷാഘാതത്തിനടിമയാവുന്നു. ഇടതുകൈക്കും ഇടതുകാലിനും ബലക്ഷയം സംഭവിക്കുന്നു.

1974 *ചിരസ്മരണ* എന്ന നോവലിന് സോവിയറ്റ് ലാൻഡ് നെഹ്റു അവാർഡ് കിട്ടി.

1978 അനുപമയ്ക്ക് ക്യാൻസർ ലക്ഷണം പ്രകടമാവുന്നു.

1983 വീണ്ടും പക്ഷാഘാതം. കാഴ്ചയ്ക്കും സംസാരത്തിനും കോട്ടം തട്ടിയെങ്കിലും വേഗം സുഖപ്പെട്ടു.

1985 നിരഞ്ജനാ അഭിനന്ദന സമ്മേളനം പുത്തൂരിൽ

1989 വീണ്ടും പക്ഷാഘാതം. സംസാരശേഷിയും ഓർമ്മയും നഷ്ട

പ്പെട്ടു. കർണ്ണാടക യൂണിവേഴ്സിറ്റി ഡോക്ടറേറ്റ് നല്കി ആദരിക്കുന്നു.

1991 ഭാര്യ അനുപമ നിരഞ്ജന നിര്യാതയായി. മുപ്പത്തഞ്ചു വർഷത്തെ ദാമ്പത്യജീവിതത്തിന് വിരാമം.

ഹൈദരാബാദിൽ മകൾ തേജസ്വിനിയുടെ കൂടെ താമസമാക്കുന്നു.

1992 മാർച്ച് 13 ന് ഹൈദരാബാദിൽ തേജസ്വിനിയുടെ വീട്ടിൽവച്ച് നിര്യാതനായി. പോരാട്ടജീവിതത്തിന് അവസാനം.

അനുബന്ധം

രണധീര ചരിത്രമായ് കയ്യൂർ

ഇ കെ നായനാർ

സാമൂഹ്യപുരോഗതിയുടെ പാതയിൽ സ്വന്തം ജീവൻകൊണ്ടു വെളിച്ചം വിതറി കടന്നുപോയ കയ്യൂരിലെ രണധീരരായ രക്തസാക്ഷി സഖാക്കളെ അനുസ്മരിക്കുന്നത് വരുംകാലത്തെ വിട്ടുവീഴ്ചയില്ലാത്ത പോരാട്ടങ്ങൾക്കുവേണ്ട ഊർജ്ജം പകർന്നു നല്കുന്ന ഒന്നാണ്. ആ രക്ത സാക്ഷി സ്മരണ നമ്മുടെ വിപ്ലവ പ്രസ്ഥാനത്തെ കൂടുതൽ ശക്തമാക്കും; ശുദ്ധീകരിക്കും. വ്യക്തിപരമായി എന്നെ സംബന്ധിച്ചിടത്തോളം എന്റെ ജീവിതത്തിലെ അവിസ്മരണീയമായ ഒരു അദ്ധ്യായമാണത്. അതേക്കു റിച്ച് ഓർക്കുമ്പോൾ അന്നത്തെ ധീരസഖാക്കളുടെ മുഖം എന്റെ മന സ്സിൽ കനലുകൾ പോലെ തെളിഞ്ഞുവരികയാണ്. കയ്യൂർ കേസിലെ മൂന്നാം പ്രതിയായിരുന്നു ഞാൻ. ഒളിവിലായിരുന്നതുകൊണ്ട് എന്നെ പിടി കിട്ടിയില്ല. ഞാൻ ഒഴികെയുള്ള നാലുപ്രതികളും തൂക്കിക്കൊല്ലപ്പെടുക യായിരുന്നു. വധശിക്ഷ ജീവപര്യന്തം തടവാക്കി മാറ്റാനുള്ള എല്ലാ ശ്രമവും പരാജയപ്പെടുകയായിരുന്നു.

കയ്യൂർ ഇന്ന് സ്വാതന്ത്ര്യസമരത്തിന്റെ ഭാഗമാണ്. ഭൂപ്രഭുത്വത്തിനും നിസ്വജനതയെ ചൂഷണം ചെയ്യുന്നതിനും അടിച്ചമർത്തുന്നതിനും ഭൂപ്ര ഭുക്കൾക്ക് ഒത്താശ ചെയ്തുകൊടുത്തിരുന്ന സാമ്രാജ്യത്വശക്തികൾക്കും എതിരെ നടന്ന പോരാട്ടം എങ്ങനെ സാമ്രാജ്യത്വ വിരുദ്ധദേശീയ പ്രക്ഷോ ഭത്തിന്റെ ഭാഗമല്ലാതാവും? കേന്ദ്രസർക്കാരിന്റെ മനോഭാവം എന്തുമാ വട്ടെ കയ്യൂർ സ്വാതന്ത്ര്യസമരത്തിലെ ജ്വലിക്കുന്ന ഏടാണ് എന്നത് ചരിത്ര വിദ്യാർത്ഥികൾക്കറിയുന്ന പാഠമാണ്.

മലബാറിൽ ആ ഘട്ടത്തിൽ നടന്ന കർഷക പ്രക്ഷാഭങ്ങൾ നിരവധി യാണ്. ആ ശൃംഖലയിലെ തിളങ്ങുന്ന കണ്ണിയാണ് കയ്യൂർ. പൊലീസ്

അന്ന് കയ്യൂരിൽ ക്യാമ്പ് ചെയ്യുകയായിരുന്നു. ഭൂപ്രഭുക്കൾ ഒരുക്കിക്കൊടുത്ത താവളങ്ങളിൽ പൊലീസും ചാരന്മാരും ഗുണ്ടകളും താമസിച്ചു. അവർ അവിടെ ഭീകരത വളർത്തി. കർഷകസംഘവുമായി ബന്ധപ്പെട്ട പുരുഷന്മാർക്കെല്ലാം വീടുവിട്ടുപോകേണ്ട അവസ്ഥവന്നു. പൊലീസുകാരനായ സുബ്ബരായന്റെ മരണത്തെത്തുടർന്ന് 61 പേർക്കെതിരെയാണ് പൊലീസ് കേസെടുത്തത്. മഠത്തിൽ അപ്പുവായിരുന്നു ഒന്നാം പ്രതി. വി വി കുഞ്ഞമ്പു രണ്ടാം പ്രതി. ഞാൻ മൂന്നാം പ്രതി. മംഗലാപുരം മജിസ്ട്രേറ്റ് കോടതിയിലായിരുന്നു വിചാരണ. വിചാരണ ഒരു മാസം നീണ്ടു. പിന്നീട് സെഷൻസ് കോടതി സൗത്ത് കാനറാ സെഷൻസ് ജഡ്ജി എൻ എസ് പാർത്ഥസാരഥി അയ്യരായിരുന്നു. 80 സാക്ഷികളിൽനിന്ന് പ്രോസിക്യൂഷനുവേണ്ടി മൊഴിയെടുത്തു. ബാരിസ്റ്റർ എ കെ പിള്ളയാണ് സഖാക്കൾക്ക് വേണ്ടി ഹാജരായത്. പ്രതികളുടെ നിരപരാധിത്വം തെളിയിക്കാൻ എ കെ പിള്ള ഏറെ ശ്രമിച്ചു. ശിക്ഷിപ്പിക്കാൻ പ്രോസിക്യൂട്ടറായ എ കെ നമ്പ്യാരും. സാക്ഷികളുടെ മൊഴി പരസ്പരവിരുദ്ധമായിരുന്നു. അതുകൊണ്ടുതന്നെ കേസ് നിലനില്ക്കില്ല എന്ന് എല്ലാവരും കരുതി. പക്ഷേ, എല്ലാവരെയും ഞെട്ടിപ്പിച്ചുകൊണ്ടാണ് 1942 ഫെബ്രുവരി 9 ന് വിധി വന്നത്.

സഖാക്കൾ മഠത്തിൽ അപ്പു, ചിരുകണ്ടൻ, കുഞ്ഞമ്പുനായർ, അബൂബക്കർ എന്നിവരെ തൂക്കിക്കൊല്ലാനായിരുന്നു വിധി. ചൂരിക്കാടൻ കൃഷ്ണൻനായരെ തൂക്കിക്കൊല്ലാൻ വിധിച്ചിരുന്നു. എങ്കിലും ഇളംപ്രായം പരിഗണിച്ച് ശിക്ഷ 5 വർഷത്തെ കഠിനതടവാക്കി ചുരുക്കി. 18 പേരെയാണ് ശിക്ഷിച്ചത്. മറ്റുള്ളവരെ വെറുതെ വിട്ടു. ശിക്ഷിക്കപ്പെട്ടവരെ കണ്ണൂർ ജയിലിലയച്ചു.

മദ്രാസ് ഹൈക്കോടതിയിൽ അപ്പീൽ പോയപ്പോൾ വിഖ്യാത അഭിഭാഷകരായ റാവുവും റെഡ്ഡിയുമാണ് സഖാക്കൾക്കു വേണ്ടി ഹാജരായത്. പക്ഷേ, ഹൈക്കോടതി അപ്പീൽ തള്ളി. പ്രതീക്ഷകൾ ഓരോന്നായി അസ്തമിക്കുകയായിരുന്നു. കൊലക്കുരുക്കിൽനിന്നും സഖാക്കളെ രക്ഷിക്കാൻ വലിയൊരു ജനകീയ പ്രസ്ഥാനംതന്നെ ഉയർന്നുവന്നു. സഖാക്കളുടെ ജീവൻ രക്ഷിക്കാൻ ഗവർണർക്കും വൈസ്രോയിക്കും നിരവധി കത്തുകളും കമ്പികളും അയച്ചു. സാമ്രാജ്യത്വശക്തികൾ പക്ഷേ, അവയെല്ലാം തള്ളിക്കളഞ്ഞു.

അവസാനത്തെ അഭയകേന്ദ്രം എന്ന നിലയ്ക്കാണ് പ്രിവീ കൗൺസിലിന് അപ്പീൽ കൊടുക്കാൻ തീരുമാനിച്ചത്. ബാരിസ്റ്റർ ഡി എം പ്രിറ്റ് വഴി അതിനുള്ള ഒരുക്കങ്ങൾ നടത്തി. പക്ഷേ, പ്രിവീ കൗൺസിൽ അപ്പീൽ സ്വീകരിച്ചില്ല. സഖാക്കളാകെ കടുത്ത നിരാശയിലായി. ബ്രിട്ടീഷ് സാമ്രാജ്യത്വത്തിനെതിരായ ക്രോധം ജനമനസ്സുകളിൽ ആളിപ്പടരുകയായിരുന്നു. വധശിക്ഷയ്ക്ക് വിധിക്കപ്പെട്ട സഖാക്കളെ ആകട്ടെ വിധി തെല്ലും അസ്വസ്ഥരാക്കിയില്ല. അസാമാന്യ ധീരതയാണ് ആ കർഷക

നേതാക്കൾ പ്രകടിപ്പിച്ചത്. കർഷകപ്രസ്ഥാനത്തിനും സാമ്രാജ്യത്വ വിരുദ്ധ ദേശീയപ്രസ്ഥാനത്തിനും വേണ്ടി അതിമഹത്തായ ഒരു പോരാട്ടം നടത്തുകയാണ് തങ്ങൾ ജീവത്യാഗത്തിലൂടെ ചെയ്യുന്നത് എന്ന ചിന്തയാവണം അവരെ ധീരരാക്കിയത്.

കഴുമരത്തിലേക്ക്, ശിരസ്സുയർത്തിപ്പിടിച്ച്

1943 മാർച്ച് 29. കേരളത്തിന് മറക്കാനാവാത്ത ആ ദിവസമാണ് കയ്യൂർ സഖാക്കളെ കണ്ണൂർ സെൻട്രൽ ജയിലിൽ തൂക്കിലേറ്റിയത്. ബ്രിട്ടീഷ് സാമ്രാജ്യത്തിന്റെ അടിത്തറയിളക്കുന്ന മുദ്രാവാക്യങ്ങൾ ഉയർത്തിക്കൊണ്ടാണ് അവർ കഴുമരത്തിലേക്ക് നീങ്ങിയത്. ജനങ്ങളേയും മനുഷ്യത്വത്തിനു നിരക്കുന്ന തരത്തിൽ ജീവിക്കാൻ കഴിയുന്ന ഒരു സാമൂഹ്യ അവസ്ഥയേയും കുറിച്ച് മാത്രമായിരിക്കണം അവർ അന്ത്യനിമിഷങ്ങളിൽ ചിന്തിച്ചത്. കർഷക പ്രസ്ഥാനത്തിനും കമ്യൂണിസ്റ്റ് പാർട്ടിക്കും സിന്ദാബാദ് വിളിച്ചുകൊണ്ടാണ് അവർ രക്തസാക്ഷിത്വം വരിച്ചത്.

പാവപ്പെട്ടവരും നിരക്ഷരരുമായ നാലു കർഷകസഖാക്കൾ തൂക്കിലേറ്റപ്പെട്ട ആ ദിവസമാണ് പിന്നീട് അഖിലേന്ത്യാ കിസാൻ ദിനമായി ആചരിച്ചു പോരുന്നത്.

കമ്യൂണിസ്റ്റ് പാർട്ടി സെക്രട്ടറി പി സി ജോഷിയും സഖാവ് പി കൃഷ്ണപിള്ളയും അവസാനമായി സഖാക്കളെ കാണാൻ കണ്ണൂർ സെൻട്രൽ ജയിലിലെത്തിയിരുന്നു. ജോഷിയുടെ കണ്ണുകൾ നിറഞ്ഞിരുന്നു. ശബ്ദം ഇടറി. പക്ഷേ, കയ്യൂർ സഖാക്കൾ പുഞ്ചിരിച്ചുകൊണ്ട് അവരോട് സംസാരിച്ചു. സഖാവ് പി കൃഷ്ണപിള്ള പിന്നീട് ഈ കൂടിക്കാഴ്ചയെക്കുറിച്ച് പറഞ്ഞത് 'ഒരിക്കലും കരഞ്ഞിട്ടില്ലാത്ത തന്റെ കണ്ണുകൾ നിറഞ്ഞുപോയി' എന്നാണ്. വരും തലമുറകൾക്കെങ്കിലും മനുഷ്യത്വപൂർണ്ണമായ ഒരു സാമൂഹ്യാവസ്ഥയിൽ ജീവിക്കാൻ കഴിയണമെന്ന സ്വപ്നമാണ് മനുഷ്യസ്നേഹത്തിന്റെ എക്കാലത്തെയും മാതൃകാരൂപങ്ങളായ ആ സഖാക്കളെ നയിച്ചത്. നമുക്കുവേണ്ടി അവർ അവരുടെ ജീവൻ ബലികഴിച്ചു. അവരുടെ സ്വപ്നം സാക്ഷാൽക്കരിക്കുന്നതിനുവേണ്ടിയുള്ള പോരാട്ടങ്ങൾക്ക് എക്കാലവും ലഭിക്കുന്ന ഊർജ്ജത്തിന്റെ വറ്റാത്ത സ്രോതസ്സാണ് ആ ധീരരക്തസാക്ഷിത്വം. ആ സ്മരണ നമ്മുടെ മനസ്സുകൾക്ക് കൂടുതൽ ശക്തി പകരട്ടെ. നമ്മുടെ മനസ്സുകളെ കൂടുതൽ ശുദ്ധീകരിക്കട്ടെ.

കയ്യൂർ സഖാക്കൾ തൂക്കിലേറ്റപ്പെട്ടിട്ട് വർഷങ്ങളേറെയായെങ്കിലും അവർ തുടങ്ങിവച്ച പോരാട്ടം ഇന്ത്യയിലെ തൊഴിലാളി കർഷക ജനവിഭാഗങ്ങൾ മുമ്പോട്ട് കൊണ്ടുപോവുകയാണ്. ജനങ്ങളുടെ മേൽ കടുത്ത ഭാരം അടിച്ചേല്പിക്കാനും അവരെ ക്രൂരമായി ചൂഷണം ചെയ്യാനും

ഇന്ത്യൻ ഭരണവർഗ്ഗം എല്ലാ ശ്രമവും ശക്തിപ്പെടുത്തുകയാണ്.

ഇന്ത്യൻ ജനാധിപത്യവും മതേതരത്വവും കടുത്ത വെല്ലുവിളി നേരിടുന്ന ഒരു രാഷ്ട്രീയ സാഹചര്യമാണ് നിലവിലുള്ളത്. ഇപ്പോൾ നമ്മുടെ മുമ്പിലുള്ള കടമ വളരെ പ്രധാനമാണ്. രാഷ്ട്രത്തിന്റെയും ജനങ്ങളുടെയും ഐക്യം ശക്തിപ്പെടുത്തിക്കൊണ്ട് അദ്ധ്വാനിക്കുന്ന ജനതയുടെ താല്പര്യങ്ങൾക്കുവേണ്ടിയുള്ള അവിശ്രമ പോരാട്ടം ശക്തമാക്കുകയാണ് നമുക്ക് ചെയ്യാനുള്ളത്.

കയ്യൂരിന്റെ കഥാകാരൻ

ഇ കെ നായനാർ

കയ്യൂരിന്റെ കഥാകാരനാണ് നിരഞ്ജന. കയ്യൂരിനോട് എനിക്കുള്ള ബന്ധം എന്ത് എന്ന് ഞാൻ പറയാതെ തന്നെ നിങ്ങൾക്കറിയുകയും ചെയ്യാം. ആ നിലയ്ക്കു നോക്കുമ്പോൾ എന്റെ മനസ്സിനോടു ചേർന്നു നില്ക്കുന്ന കഥാകാരനാണ് നിരഞ്ജന.

ദക്ഷിണ കർണ്ണാടകത്തിലെ പുത്തൂരിൽ ജനിച്ച നിരഞ്ജനയ്ക്ക് ഒരുപക്ഷേ, കർണ്ണാടകത്തിൽ ലഭിച്ചതിനേക്കാൾ വലിയ സ്വീകരണം കേരളത്തിലെ വായനക്കാരിൽനിന്നാണു ലഭിച്ചിട്ടുള്ളത്. മലയാളിക്ക് മറക്കാനാവാത്ത കൃതിയാണ് *ചിരസ്മരണ*. *ചിരസ്മരണ*യുടെ രചയിതാവ് എന്ന നിലയ്ക്ക് നിരഞ്ജനയ്ക്കു മലയാളിയുടെ മനസ്സിൽ സവിശേഷമായ സ്ഥാനമുണ്ട്.

പതിമൂന്നാം വയസ്സിൽ എഴുതിത്തുടങ്ങിയ നിരഞ്ജന ഇരുപത്തിയഞ്ചു നോവലുകളും ആറു നാടകങ്ങളും പന്ത്രണ്ടു ചെറുകഥാ സമാഹാരങ്ങളും അടക്കം അമ്പതിലേറെ കൃതികൾ എഴുതിയിട്ടുണ്ട്. ഗ്രാമങ്ങളിലെയും നഗരങ്ങളിലെയും ദരിദ്രരുടെ ജീവിതകഥകൾ പറയാനായിരുന്നു അദ്ദേഹത്തിനു താല്പര്യം. നിസ്വജനവിഭാഗങ്ങൾ നേരിടുന്ന ബുദ്ധിമുട്ടുകൾ, ചൂഷണങ്ങൾ, അടിച്ചമർത്തൽ, അവയ്ക്കെതിരായി അവരിൽ ഉണരുന്ന വിമോചനവാഞ്ഛ എന്നിവയൊക്കെ അദ്ദേഹം കഥകളിലേക്കും പകർത്തി. അധഃസ്ഥിത ജനലക്ഷങ്ങളോടു കൂറു പ്രഖ്യാപിച്ചതുകൊണ്ടാവണം നിരഞ്ജനയ്ക്ക് യാഥാസ്ഥിതിക സാഹിത്യ സദസ്സുകളിൽനിന്ന് വേണ്ടത്ര അംഗീകാരം ലഭിച്ചില്ല. പക്ഷേ, ജനങ്ങൾ അദ്ദേഹത്തെ തങ്ങളുടെ മനസ്സിൽ സ്ഥാനം നല്കി ആദരിച്ചു.

സാഹിത്യകാരൻ ജനങ്ങളുടെ ജീവിതസമരം രചനയ്ക്കു വിഷയമാക്കിയാൽ അയാൾക്കു ഹൃദയച്ചുരുക്കം വന്നുപോകും എന്ന വാദം

പ്രബലമായിരുന്ന ഒരു ഘട്ടത്തിൽ അതിനെ വെല്ലുവിളിച്ചുകൊണ്ട് പ്രതിബദ്ധതയോടെ രചന നടത്തിയ വ്യക്തിയാണ് നിരഞ്ജന. അതാവട്ടെ, നമ്മുടെ പില്ക്കാല പുരോഗമന സാഹിത്യകാരന്മാർക്കുപോലും തിളങ്ങുന്ന മാതൃകയായി അനുഭവപ്പെട്ടു.

ചിരസ്മരണ

നാല്പതുകളുടെ തുടക്കത്തിൽ നടന്ന കയ്യൂർ സമരകഥയാണ് *ചിരസ്മരണ*. ഇന്ത്യൻ വിപ്ലവപ്രസ്ഥാനത്തിന്റെയും കർഷകപ്രസ്ഥാനത്തിന്റെയും ഹൃദയരക്തം പുരണ്ട അദ്ധ്യായമാണ് കയ്യൂർ സമരം. ധീരതയോടെ രക്തസാക്ഷിത്വത്തിലേക്കു നടന്നുകയറിയ അനശ്വര വിപ്ലവകാരികളുടെ ചരിത്രം കയ്യൂർ ലോകത്തിനു മുമ്പിൽ അവതരിപ്പിക്കുന്നു. ധീരോദാത്തമായ ആ സമരചരിത്രം നമ്മുടെ മഹത്തായ സംസ്കാരത്തിന്റെ, വിശേഷിച്ച് സാമ്രാജ്യത്വ വിരുദ്ധ സംസ്കാരത്തിന്റെ വിലപ്പെട്ട ഈടുവയ്പാണ്. മരിച്ചവരും ജീവിച്ചിരിക്കുന്നവരും രക്തസാക്ഷിത്വം വരിച്ചവരുമൊക്കെയായ നിരവധി പേരെ മുൻനിർത്തി ഒരു കാലഘട്ടത്തിന്റെ കഥ പറയുകയാണ് *ചിരസ്മരണ*യിലൂടെ നിരഞ്ജന ചെയ്തത്.

ഭൂവുടമകളുടെ ക്രൂരത, ചൂഷണരീതികൾ, പൊലീസിന്റെ വിദേശഭരണത്തോടുള്ള കൂറ്, കർഷകരുടെ ശക്തമായ ചെറുത്തുനില്പ് എന്നിവയൊക്കെ ഈ കൃതിയിൽ ശക്തമായി പ്രതിഫലിച്ചു നിന്നു. 1955 ലാണ് നിരഞ്ജന *ചിരസ്മരണ* രചിച്ചത്. കന്നഡയിൽ വേണ്ടത്ര ശ്രദ്ധിക്കപ്പെടാതെ പോയത് പുസ്തകത്തിന്റെ ഇടതുപക്ഷചായ്വും പുരോഗമനപക്ഷപാതവും കൊണ്ടാവണം. സരോജനി നായിഡുവിനുപോലും ഉണ്ടായിരുന്ന ചായ്വാണ് സാഹിത്യത്തിൽ നിരഞ്ജനയും പ്രകടമാക്കിയത് എന്ന് വിമർശകർ കണ്ടില്ല. കാലം നിരഞ്ജനയെപ്പോലുള്ളവരുടെ നിലപാടുകളെ ന്യായീകരിക്കുന്നതു വിമർശകർ തിരിച്ചറിയുന്നുമില്ല.

വടക്കൻകേരളത്തിലെ കർഷകസമരത്തെ ആധാരമാക്കി ഒരു കൃതി രചിക്കാൻ കേരളത്തിൽ ആരുമുണ്ടായില്ല എന്നതു ദുഃഖകരമാണ്. കന്നഡക്കാരനായ നിരഞ്ജനയെ ഈ സമരം എങ്ങനെ ആകർഷിച്ചു എന്ന കാര്യത്തിൽ ആശ്ചര്യം തോന്നാം. നീലേശ്വരം രാജാസ് ഹൈസ്കൂളിൽ പണ്ടു പഠിച്ചിരുന്നയാളാണ് നിരഞ്ജന. അക്കാലത്തുണ്ടായ അറിവുകളും അനുഭവങ്ങളുമാവാം ഒരുപക്ഷേ നിരഞ്ജനയെ കയ്യൂർ സമരമെന്ന ഇതിവൃത്തത്തിലേക്കാകർഷിച്ചത്. വിദ്യാർത്ഥി ആയിരിക്കുമ്പോൾ തന്നെ കയ്യൂരിന്റെ വേദനയും അമർഷവും ഒക്കെ സ്വന്തം മനസ്സിലേക്ക് അദ്ദേഹം ആവാഹിച്ചിരുന്നിരിക്കണം. പില്ക്കാലത്ത് അതിനു സാഹിത്യാവിഷ്കാരം നല്കുകയാവണം അദ്ദേഹം ചെയ്തത്.

നിരഞ്ജനയുടെ പിന്മുറക്കാരൻ

കയ്യൂരിനെ പശ്ചാത്തലമാക്കി ഒരു കൃതി രചിക്കാൻ മലയാളത്തിൽ

ഒരു സാഹിത്യകാരനും ഉണ്ടായില്ല എന്ന എന്റെ ആക്ഷേപത്തിനുള്ള മറുപടിയാണ് *ഖനിജം* എന്ന കൃതി. പി വി കെ പനയാൽ രചിച്ച ഈ കൃതി കയ്യൂരിന്റെ ഹൃദയ ഭാവങ്ങൾ ഒപ്പിയെടുത്തിട്ടുള്ള ഒന്നാണ്. *ദേശാഭിമാനി* വാരികയിൽ ഖണ്ഡശ്ശ പ്രസിദ്ധീകരിച്ചപ്പോൾ തന്നെ വായനക്കാരിൽ ആവേശകരമായ പ്രതികരണം ഉണർത്തിയ ഈ കൃതി ഒരു കാലഘട്ടത്തിനും ഒരു ഭൂമേഖലയ്ക്കും ഒരു സമൂഹത്തിനും നേർക്കു പിടിച്ച കണ്ണാടിയാവുന്നു. ജനതയുടെ ദുഃഖവും രോഷവും ഇതിൽ പ്രതിഫലിക്കുന്നു. സർഗ്ഗാത്മകമായ ഒരു രചനയിലൂടെ ഒരു കാലഘട്ടത്തിന്റെ ഹൃദയഭാവങ്ങളെയാകെ ഒപ്പിയെടുത്തുവെന്നതിൽ പി വി കെ പനയാലിന് അഭിമാനിക്കാം. നിരഞ്ജനയുടെ നേർപിന്മുറക്കാരനാവുന്നുണ്ട് *ഖനിജ*ത്തിലൂടെ പനയാൽ. എത്ര കുഴിച്ചെടുത്താലും അവസാനിക്കാത്ത ഖനിയാണ് കയ്യൂർ. അതിൽനിന്ന് ഇനിയും വിലപ്പെട്ടതു പലതും കണ്ടെത്തി സഹൃദയർക്കു മുമ്പിൽ അവതരിപ്പിക്കാൻ നിരഞ്ജനയുടെയും പനയാലിന്റെയും മാതൃകകൾ എഴുത്തുകാർക്കു പ്രേരണ നല്കട്ടെ.

SMARANA (MEMORY)

K Madhavan

(Sri Niranjana has dedicated his *Chirasmarana* to the three ever memorable leaders of the history of peasant struggle. Of them V V and N G Kamath are no more, Madhavan is surviving. The memory note of Madhavettan which is depicted by the author and the story will ever inspire the readers – C Raghavan)

It was the time when the official leadership of K P C C was taken over by the Congress Socialist Party, which was under the leadership of P Krishna Pillai and E M S. During that time the Congress Socialist members had the majority in the Hosdurg Taluk Congress Committee. As I was working as the Secretary of the Congress Socialist Party, one day P Krishna Pillai told me: "We don't have our group in Nileshwar. There is a High School. Nileshwar is the centre of intellectuals. Without a group, we cannot attract intellectuals. Go to Nileshwar soon and organize Hindi classes – one in High School and another outside." As per the instruction of Krishna Pillai, I went to Nileshwar and organized classes as I had already passed some hindi examinations. 'Comrade' had specifically told me

---

Memory Note in Malayalam *Chirasmarana.* Translated by Sri K Madhavan himself.

that fee collection had to be made compulsory. Or else, others will misunderstand.

Class, outside the High School, was organized with the help of Nileshwar Congress Committee. The Congress Committee was functioning in Nileshwar with Sri N K Balakrishnan as president and Sri N G Kamath as secretary. Both of them joined my hindi class as students. Often political discussions were organized. In due course, Kamath became my intimate friend. We began exchanging the secret matters of Communist Party. Within three months Ganapathy became a party worker and continued to be the same till he breathed his last.

Kulkunda Shiva Rao (Niranjana), who was a student in Nileshwar during that time, came to my hindi class in the morning and evening. Even though he had his own clear political ideologies, I captured his mind also. I started giving him the English secret literature of the party. Ganapathy, Shiva Rao and I became more and more intimate. I got a number of political friends.

Once Shiva Rao was annoyed at me. I declined to accept fee from him. He stopped attending the class, as a protest for not accepting fee from him. It was from Ganapathy I came to know the reason for Shiva Rao not attending the class. Immediately I contacted him and convinced him of the real purpose of conducting the class. This event helped us to get rid of our misunderstanding and we became more intimate.

It was during this time the famous MORAZHA episode took place - Police disrupted the public meeting fed by K P R and Sub-Inspector Kutti Krishna Menon was killed. It was followed by the cruel police torture, which spread like a wild fire, even to the southern parts of Hosdurg Taluk. After six months, Kayyur episode took place. As a consequence of this, inexplicable and incredible police highhandedness took place in the entire taluk. It was the ardent wish of the affluent congress leaders of that time to see that houses were robbed and innocent people were cruelly beaten up. This event shook the mind of Shiva Rao. He was a staunch Gandhian and so he had been trying to keep himself aloof from coming close to the Communist Party.

But when Shiva Rao realized that the communists were fighting for the welfare and interest of the peasants inspite of the cruel police torture, opposing the local zamindars and imperialists, he declared himself a communist, though he was a staunch Gandhian. After passing his school final examination, he shifted his residence to Mangalore as journalist.

Niranjana used his pen as a weapon to protect the interest of the tortured people. In his style and expression he is second to none. Niranjana is a master craftsman in his inspiring and glorious style.

Ganapathy and V V were arrested in the Kayyur case. Both of them were put in Mangalore jail. As there was a special arrest warrant for me, I started my underground work. I used to meet Shiva Rao on the sly in Mangalore. He used to visit jail often and contacted V V and Ganapathy. Both of them were acquitted after ten months by the sessions court.

As soon as V V and Ganapathy were released from the jail, they set to work outside, whereas I carried on my underground work to inspire the peasants of the Taluk. Seeing the united collective strength of the peasants, local zamindars and government got on their nerves. Peasants Union grew with unconquerable power in the Taluk.

V V and Ganapathy are the illustrious leaders of the peasant movement of this land. They worked relentlessly till their death. Every sandy article of not only Kayyur but also of the entire Hosdurg – Kasargod Taluk rejoices at the memory of them. Their memory will ever remain immortal in our souls.

I have already narrated how I first came into contact with Ganapathy. I met V V for the first time at Karivellur when I had been to there for Gandhi picketing. Being a student, V V was studying for B A. After passing his B A, he was found as a congress socialist party worker in 1936. Since then till 1964 we worked together in underground, in jail and outside. Even after the party split our friendly relations continued to be the same. His loyal, affectionate and humble behaviour was an example to others. He used to fight relentlessly to safeguard the interest of the poor.

Ganapathy was a gale, a wonderful organizer. Ganapathy's ability to awaken the conscious of the public movement and to give a proper shape to organization was really praise-worthy. As he was well-versed in Kannada and Malayalam languages, he was a good writer in these languages also.

There is a famous peasant movement in Kerala now. Imperialism virtually came to an end. A number of peasants became martyrs for this. Of them, four peasants of Kayyur embraced the gallows with smiling face. Their memory kindles more and more duty consciousness in us.

Mrutyunjaya

C Achuthamenon

Niranjana the renowned Kannada writer is well known to the Malayalee readers. Many must have read *Chirasmara* based on the historical uprising at Kayyoor. Apart from this, many of his short stories and novels have been translated into Malayalam.

However, the novel *Mrutynjaya* which is being introduced here is entirely different from his other works. The novel focuses its attention on the rebellion of slaves in Egypt 4000 years ago at the dawn of history. The glorious revolt of Spartacus in Greek history – was also a revolt of the slaves. This incident attracted many great literary figures. The famous American novelist Howard Fast has written a novel based on this. As punishment for his insurrection Spartacus was crucified in 71 B C. It is presumed that the incidents narrated in this novel *Mrutyunjaya* took place 2000 years before the death of Spartacus.

One important problem faced by the novelist is the depiction of the social background of the particular historical period. The novelist should have collected minute details of many historical events. He should know where to apply the historical facts that he has gathered

---

Introduction to Malayalam *Mrutynjaya.* The article is translated by Sri C Kannan, Lecturer in English, Government College, Kasargod.

in order to recreate the social milieu of the time. I feel that Niranjana has been successful in this regard.

At that time Egypt enjoyed a far advanced civilization compared to other nations of the world. In pomp, power and wealth Egypt surpassed other countries.

There are many hints in the novel as to the extent of Egypt's wealth and the premitive nature of its economic situation. In the Egyptian society of the time the use of iron was not known, implements were made of stones, wood and in certain cases even with brass. There is a reference to the threading of a copper needle. Modern Egypt's chief asset, namely cotton, was not discovered. Clothes were made of jute. Business was transacted through bartar system. Eventhough there is the mention of 'Uden' a copper coin, it is a fact that people in those days did not carry coins with them when they used to go shopping. Instead they carried things to be exchanged for what they bought. Many examples may be cited in this regard. But there is no need for this. In short, civilization of the country during that period had not achieved considerable progress. Yet we should not forget the fact that compared to other countries of that era, Egypt was the most civilized one.

The king was called the Pharaoh – the same Pharaoh of the old testament of the *Bible*. To liberate Israelites, the descendants of Joseph, from the bondage of the Pharaoh, Moses the prophet lead them across the red sea to the promised land Palastine. This is the most important story of the Old Testament (Exodus).

In ancient Egypt the kings used to keep their own subjects as slaves apart from foreigners. The novel describes an uprising of the slaves in the northern province of 'Neerane' under the leadership of 'Maneppeda'. Though initially successful the uprising was soon stamped out.

In those days religion played an important part in the affairs of the state. Actually there was a theocratic setup. The head priest 'Hepade' is shown as behind the main force against the Pharaoh's reign. Really the Pharaoh was the ruler. The Pharaoh was said to be a descendant of Rhea, the sun God. The Pharaoh had the right to nominate the Head Priest. Therefore all power should be vested with the Pharaoh himself. But there is a single clause: The Pharaoh should rule according to his conscience and intelligence without being swayed by others. The Pharaoh, 'Peppey' who appears in this novel, was not such a ruler. He lost himself in the world of sensual pleasures and he lacked will power and possessed no opinion of his own.

The minister Amarb looked after the affairs of the kingdom. The minister and the Head Priest treated matters of the state as if they were engaged in a game of chess. In this game the minister had resigned himself to defeat. The reason for this was that the veneration of the people for the Head Priest was reinforced by their blind religious fervor and their belief in arts like black magic. The minister realized that the cause for the revolt in 'Neerane Province' was the tactlessness of the governor and the tax collector. So he invited the leader of the revolt to the capital, Memphis. However, owing to the interference of the Head Priest, the minister betrayed the leader, trapped him and had him executed.

Needless to say, the revolt was crushed. In the circumstances that prevailed during that era this was the only way out. The first instance in the history of the world of a successful revolution involving workers was the French revolution of the 18th century. That, too, they were not alone. Thus it is impossible even to imagine of a slaves revolt being victorious 4500 years ago. We can trace the reasons for the failure of the uprising if we closely examine the various incidents in the novel and many other factors including the character of the hero. Maneppeda, the hero, is chivalrous, generous and an embodiment of kindness. We feel that his honesty is far excessive than necessary. If he had not been so honest he could have easily escaped from the palace. He could have returned to Neerane and once again strengthened the revolt. But wouldn't that too crushed at the end? If the blind religious faith thrust upon the people had not been so powerful, then would the inhabitants of Neerane have knelt and prayed, when the state of the war God was illuminated by burning red coloured ochre (vermilion) brought in the naval boat by the soldiers who under the leadership of the head priest had come to recapture Neerane? So in the final analysis, the failure of the revolt was because of the low level of awareness of those people. This consciousness existed in

2000 B C. This consciousness cannot be transplanted to the revolution ridden nineteenth century.

Even though this incident took place 4000 years ago, what distinguishes mankind of that period and ours apart from the outward appearance? Nothing. As far as emotions and feelings and the thinking process is concerned, there is no difference between man of that time and the present age. When we read our ancient epics the *Mahabharatha* and the *Ramayana,* don't we experience the same feeling?

Niranjan's art is based on realism. It is not difficult to write about contemporary incidents in this manner. However, when one is narrating a story about incidents supposed to have occurred 4000 years ago, then powerful use of imagination, emotions and feelings is of vital necessity. How can realistic narration triumph in such a case? Actually Niranjana's craftsmanship is revealed in this. The structural pattern of this novel cannot be compared with any other work except *Robinson Crusoe* in English literature.

Robinson Crusoe was written during an age when Europe's daring explorers and adventurers were voyaging across the oceans of the world discovering strange lands, people and strange customs and rituals.

In those days it was not difficult to imagine an uninhabited island in the middle of the vast ocean and of a man who is the only survivor of a shipwreck reaching the shores of the island. With only the help of his imagination, Daniel Defoe, the novelist, displayed great craftsmanship. This is what Niranjana has also done in this novel.

Niranjana recreates vividly the Egyptian society of 4000 years ago through clever and minute descriptions in such a way that the people and the age come alive.

I happily present this novel of striking originality to the readers of Kerala.

NIRANJANA ABHINANDANA

LIVING IS ALL (For Niranjana)

K Raghavendra Rao

Between the monsoon turbuience of the coastal skies
and the calm destruction by summer sun's eyes,
you grew straight, an areca-nut tree,
firm, slim, rooted yet rotated by history's winds –
you grew away from the ancestral lores,
from the stench of ancient cruelties,
from the secure ports of bouergeois boredom,
and burst for a decade or so into our skies
like a scorching sun –
revolutionary storms ruffled your hair,
and then you, holding body, mind and soul,
fast into a ceaseless dynamo,
soared into other golden realms,
an eagle tearing apart other skies,
pouring words in torrential violence –
nothing defeats you,
neither public calumny nor nature's enmity,
and you are still there,
a tall, firm, slim (perhaps not so slim) tree,
a pole waving the flag of man,
and may it fly for ever.

MY FRIEND NIRANJANA

Bhishma Sahni

In my relations with Niranjana, it was a case of love at first sight. I had never met him before, nor read anything written by him. I had vaguely heard his name mentioned among those who had been active in the progressive writers and artists movement of the 40s and 50s.

I have even forgotten the precise/exact year of our first meeting. There was to be a conference of the Pragathi Pantha and I had been invited to attend it. I had been received and lodged in some hostel and there I was told that Niranjana was in one of the rooms.

He had a radiant face, with a soft, welcoming smile on his lips. He nodded his head as I entered:

"I won't get up to meet you.

But you are welcome." And then pointed to a chair close to him.

He chuckled, as he looked at me closely.

"Yes, you do resemble

Balraj. It is a family resemblance."

There was such warmth, such a kind, fraternal expression in his eyes, that I felt as though I had come home, come to my own people, come to Balraj's friends and my own.

Till then I did not know that he was handicapped. It was when he lifted up a file from the table that I sensed that there was something wrong.

He explained to me the programme, while his wife was busy

tidying up the room and also doing some packing. It was this total sense of informality too that made me feel at ease. It was not an outsider who had come, but a member of their own fraternity, one of the kith and kin. It was such a heart-warming experience.

Sometimes I wonder why this deep sense of fellow-feeling has grown feeble now? Why have people begun to weigh and assess one – another with a critical glint in their eyes, critical land very often disapproving? Why don't the eyes of friends make me feel at ease now? Niranjana had looked at me as though he was taking me in his embrace, and I knew that even if he criticized me sharply, and tore up my view of things threadbare, that loving look in his eyes would still remain the same. People who have a mission in their heart have that look in their eyes, who want to draw the best out of others in a common cause, who regard every comrade as an asset to the movement, have that look in their eyes, so benign, so trusting, so full of faith and confidence.

It was at that conference that I learnt how good Niranjana was an organizer. Of course there was a team of dedicated people who had arranged and organized and mobilized resources, but he was the moving spirit behind it all. How much he could work, in a cool, planned manner was very revealing to me.

While a public meeting was on, at Davangere, and Niranjana sat next to me on the dais, he whispered into my ear,

"You have been paid
a hundred rupees in
excess of the expenses
incurred by you. You
have to pay back this
excess amount. We are
short of funds."

I did as I was told and I noticed the same nodding smile on his face.

This first meeting was a brief one. The conference was soon over. We returned to Bangalore, and after another small meeting with activists of Pragathi Pantha and the intelligentsia, in which Niranjana got worked up emotionally and his speech failed him, and which had made everyone sitting in the room so anxious and touched, I soon returned to Delhi.

Niranjana had done a wonderful job of organizing the conference and bringing together fellow cultural workers after years. But during the return journey I felt again and again, that Niranjana should take less of the organizing work on himself.

But soon enough I was to learn that Niranjana had ventured into a project – a project which much younger and healthier people would hesitate to plunge into – of a 25 volume collection of world short stories in the Kannada language. And Niranjana was to be the editor. The news was breath – taking. And the project was time –bound, which meant hectic activity at all levels – selection, translation, printing, the editorial work being the most exacting.

Yet, it was done, and done on time, and done superbly well. It was the first venture of its kind in India, in any Indian language. I had the good fortune to be invited again on one of the occasions for the release of a volume. Niranjana was his usual self, cheerful, kind, full of beams.

Occasional letters have been the link of communication between us. And letters sometime bring sad news, news which make you anxious and concerned. Niranjana has had more than his share of pain in life. His letters at times are very disturbing. But behind these letters, as I read them, I see his benign face, his radiant, kindly smile, as patient with life, as with the foibles of his friends, as one,

"Who suffering all, that suffers nothing
A man that fortunes Buffets and rewards
Has taken with equal thanks…"

It has been an honour to know Niranjana and to deem myself as one of his friends.

നിരഞ്ജനയുടെ കൃതികൾ, ബഹുമതികൾ

നോവൽ

വിമോചനെ
ബനശങ്കരി
സൗഭാഗ്യ
അഭയ
റംഗമ്മന വഠാര
ദൂരദ നക്ഷത്ര
നവോദയ
പാലിഗെ ബന്ദ പഞ്ചാമൃത
ഏകാഗിനി
ചിരസ്മരണെ
കോനെയ നമസ്കാര
ദീക്ഷെ
കല്യാണസ്വാമി
മിണുകുഹുളു
വിലാസിനി
അഞ്ജന
വിശാലാക്ഷി
തൊട്ടിലു തൂഗദ കൈ
ഹെണ്ണാഗി കാഡിത്തു മായെ
ബംഗാരദ ജിംകെ
നന്ദഗോകുല
സ്വാമി അപരംപാര

നോവു
മൃത്യുഞ്ജയ
മിഞ്ചു

കഥാസമാഹാരം

അയ്യനെ
സന്ധികാല
രക്തസരോവര
അന്നപൂർണ്ണ
കോനെയ ഗിരാകി
വാരദ ഹുഡുഗ
കാത്യായനി
ഒണ്ടി നക്ഷത്ര നക്കിത്തു
യാവ ജൻമദ ശാപ
നാസ്തിക കൊട്ട ദേവറു
കെലവു സണ്ണ കഥെഗളു

നാടകം

സംഗമസ്നാന
ആഹ്വാന
സമ്രാജ്ഞി
നാവു മനുഷ്യറു
പാപാസു കള്ളി
കണ്ണിദ്ധവരിഗു നീനേ ശിവാ

ലേഖന സമാഹാരം

ബുദ്ധി ഭാവ ബദുക്കു
ഈ പുസ്തക ഓദിദ്ദീരാ
മൻമഥ മുട്ടിദ ലേഖനി
അയ്ദു നിമിഷ
കാലക്ഷേപ
സാധനാ
പുഷ്പഹാര
ദിനചരിയിന്ദ
രാജധാനിയിന്ദ
അങ്കണ
നെളലു - ബെളക്കു
നഡെ ചെന്ന, നുഡി ചെന്ന

ഹെജ്ജേജനു സവിദന്തെ
സൗഗന്ധികാ പരിണയ മത്തു...
പ്രതിധ്വനി

ലഘുലേഖകൾ

ചിരസ്മരണെയ കയ്യൂർ
പ്രഗതിശീലറ അന്തക്കലഹ
ഗാന്ധി - ഇന്ദു, നാളെ
മാഡോണ ചിന്തെ
മുന്നുഡി പ്രസ്താവനെ
ഹിമാലയദ ദള്ളുരി

ജീവചരിത്രം

ഋതുരാജ
പുരുഷോത്തമ
മുഖത

പരിഭാഷ

സമതാവാദ
മാർക്സ്വാദ എന്ദരേനു?
തായി
അധപ്പതന
നന്ന ബാല്യ
ജനതെയ നഡുവെ
നന്ന വിശ്വാവിദ്യാനിലയ
ചീനാ ദേശദ കഥെഗളു
മാനവന പാഡു
മദുവണഗിത്തി
കർണ്ണാടക സ്വാതന്ത്ര്യ സംഗ്രാമദ ഇതിഹാസ
സംഗം രാജകീയ സാമാജിക വ്യവസ്ഥെ

സമ്പാദനം

ജനതാസാഹിത്യ - 25 ഭാഗം
പുരോഗാമി പ്രകാശന - 8 ഭാഗം
ജ്ഞാനഗംഗോത്രി - കിരിയര വിശ്വകോശ - 7 ഭാഗം
വിശ്വകഥാകോശം - 25 ഭാഗം

നിരഞ്ജനകൃതികൾ മലയാളത്തിൽ

മോചനം
ചിരസ്മരണ
റംഗമ്മയുടെ വാടകപ്പറമ്പ്
ബനശങ്കരി
കാവേരി എന്റെ രക്തം
മൃത്യുഞ്ജയ
മിന്നൽ
നിരഞ്ജനയുടെ കഥകൾ

ചിരസ്മരണ ഇതരഭാഷകളിൽ

തെലുങ്ക് - *ചിരസ്മരണം*
തമിഴ് - *നിനൈവുഗൾ അളിവദില്ലൈ*
മറാഠി - *അവിസ്മരണീയ് വീർഗാഥാ*
ബംഗാളി - *ചിരസ്മരണീയ്*
തുളു - *മദപ്പന്ദി നെംപു*
ഇംഗ്ലീഷ് - *The stars shine Brightly*

നിരഞ്ജന നേടിയ ബഹുമതികൾ

കർണ്ണാടക സാഹിത്യ അക്കാദമി അവാർഡ്
കർണ്ണാടക രാജ്യോത്സവ അവാർഡ്
സോവിയറ്റ്ലാന്റ് നെഹ്റു അവാർഡ്
കർണ്ണാടക യൂണിവേഴ്സിറ്റിയുടെ ഡോക്ടറേറ്റ്
കന്നഡ സാഹിത്യ പരിഷത്തിന്റെ പ്രത്യേക അംഗീകാരം

വഹിച്ച സ്ഥാനങ്ങൾ

കാസർഗോഡ് താലൂക്ക് വിദ്യാർത്ഥി യൂണിയൻ സെക്രട്ടറി
മംഗലാപുരം *രാഷ്ട്രബന്ധു* വാരികയുടെ സഹപത്രാധിപർ
മംഗലാപുരം കമ്യൂണിസ്റ്റുപാർട്ടിയംഗം
കർണ്ണാടക പത്രപ്രവർത്തക യൂണിയൻ സെക്രട്ടറി
മംഗലാപുരം പുരോഗമന എഴുത്തുകാരുടെ സംഘം സെക്രട്ടറി
ജനതാ നാടകസംഘം സെക്രട്ടറി
ബാംഗ്ളൂർ *പ്രജാമത* വാരികയുടെ സബ് എഡിറ്റർ
കമ്യൂണിസ്റ്റ് പാർട്ടി മുഖപത്രം *ജനശക്തി*യുടെ പത്രാധിപർ
കന്നഡ സാഹിത്യപരിഷത്ത് സെക്രട്ടറി
മൈസൂർ, ബാംഗ്ലൂർ യൂണിവേഴ്സിറ്റികളിൽ സെനറ്റ് മെമ്പർ.

9 789389 410167

Printed by Libri Plureos GmbH in Hamburg,
Germany